I0633349

माळावरची मैना

आनंद यादव

मेहता पब्लिशिंग हाऊस

MALAVARCHI MAINA by ANAND YADAV

माळावरची मैना : आनंद यादव / कथासंग्रह

Email : author@mehtapublishinghouse.com

© स्वाती आनंद यादव

प्रकाशक : सुनील अनिल मेहता, मेहता पब्लिशिंग हाऊस,
१९४१ सदाशिव पेठ, माडीवाले कॉलनी, पुणे – ४११०३०.

अक्षरजुळणी : इफेक्ट्स, २१/६ब, आयडिअल कॉलनी, कोथरूड, पुणे.

मुखपृष्ठ : शि.द.फडणीस

प्रकाशनकाल: १९७६ / १९८५ / १९९३ / सप्टेंबर, २००३ /
फेब्रुवारी, २००९ / डिसेंबर, २०१३ /
पुनर्मुद्रण : मार्च, २०१७

P Book ISBN 9788177664034
E Book ISBN 9789386454331
E Books available on : play.google.com/store/books
www.amazon.in/b?node=15513892031

अनुक्रमणिका

बापाचं वळण नि लेकाचं शिक्षण / १

ह्यो माझा बंगला / ११

उखाणा / २६

वरात / ३६

गुणकारी औषध / ४८

सोनाची हौस / ५९

टग्यांचं गाव / ७०

माळावरची मैना / ८१

सूरपाट / ९३

गुलशनका कुंवा / १०३

दत्ताचा प्रसाद / ११३

नारी नादानं गं ऽ / १२६

आशावहिनींचा सल्ला / १३७

चोर आणि चोरी / १४८

उपाय / १६०

मराठी साहित्यावर नाममुद्रा उमटविणारा लेखक

आनंद यादव हे लेखक म्हणून जेवढे मोठे होते. तेवढेच ते एक माणूस म्हणूनही मोठे होते. ग्रामीण लेखकांना प्रोत्साहन देणारे लेखन त्यांनी केले. ग्रामीण भागातून येणाऱ्या तरुणांमध्ये आत्मविश्वास नसायचा. त्यांच्या साहित्याला प्रकाशक मिळत नव्हते. त्यांनी या तरुणांना लिहायला प्रवृत्त केले. त्यांना प्रकाशक मिळवून दिले. त्यांनी अनेकांना लेखक म्हणून लिहिते केले. त्यांच्या पाठीवर शाबासकीची थाप दिली.

त्यांनी कथा, कविता, कादंबरी, नाटक, समीक्षा, ललितगद्य आदी विविध प्रकारचे विपुल लेखन करून मराठी साहित्यातील एक महत्त्वाचे लेखक असे स्थान निर्माण केले. वस्तुत: ज्या ग्रामीण भागातून ते आले त्या कौटुंबिक पार्श्वभूमीमध्ये अज्ञान व दारिद्र्य यांचा वारसा असताना स्वतःच्या कष्टाच्या बळावर एखादा माणूस केवढी मोठी मजल गाठू शकतो, याचे उत्तम उदाहरण म्हणून त्यांच्या लेखन कार्याकडे पहावे लागेल. मुळात ज्या पार्श्वभूमीतून यादव आले ती पाहता कोणताही माणूस साहित्यक्षेत्रात एवढे सकस लेखन करू शकेल, अशी शक्यता नव्हती. तरीही आजुबाजूच्या प्रतिकूल परिस्थितीवर मात करून त्यांनी शिक्षण व साहित्य या दोन्ही क्षेत्रात जे श्रेष्ठ कार्य केले आहे, ते लक्षात घेता साहित्य ही मूठभर लोकांची मिरासदारी नाही, हेच सिद्ध होते.

प्रचलित मराठी साहित्यात जे ग्रामीण स्वरूपाचे लेखन केले जात होते त्याविषयीच्या असमाधानातून आनंद यादव यांनी आपल्या लेखनास प्रारंभ केला. तोपर्यंतच्या ग्रामीण साहित्यात खरे ग्रामजीवन आलेलेच नाही, असे त्यांना वाटत होते. त्यामुळे एक प्रकारच्या असमाधानातून त्यांनी आपल्या कथा, कविता, कादंबरी अशा विविध साहित्य प्रकारातून लेखन केले. ज्यावेळी त्यांनी ग्रामीण साहित्य चळवळ सुरू केली व नवोदित लेखकांना मार्गदर्शन केले. त्यावेळी त्यांच्यावर फुटीरतावादाचा आरोपही करण्यात आला. मराठी साहित्यातील यादवी अशाप्रकारे हेटाळणीवाचक सूरही निघाले. मात्र, अशा प्रतिकूल टिकेला भीक न घालता नवोदित लेखकांना विशेषतः ग्रामीण भागातील नवतरुणांना साहित्यनिर्मितीबाबत मार्गदर्शन मिळायला पाहिजे, या हेतूने यादव यांनी अनेक चर्चासत्रे आणि साहित्य संमेलने भरवली. त्यापासून प्रेरणा घेऊन अनेक लेखक लिहिते झाले.

– डॉ. रवींद्र ठाकूर
दैनिक तरुण भारत
२८ नोव्हेंबर, २०१६

बापाचं वळण नि लेकाचं शिक्षण

आम्ही शाळंत जात न्हाई म्हणून आमच्या बाऽनं आम्हांला चुकारीच्या ढोरागत बडीवलं नि शाळंच्या कोंडवाड्यात दोन वर्स डांबलं. मास्तरबी आमच्यावर ढोरंराख्या पोरागत डोळा ठेवून बसायचा. हळूच पळून चाललं की शेपूट धरल्यागत पाठीमागचं कुडतं धरून कुत्ऱ्याला बडवल्यागत दरादरा मागं वडायचा आणि रवणीला कोंबडी बसविल्यागत आपल्यासमोर गप बसवायचा. मनच लागायचं न्हाई. तवा दिली शाळा फुकून.

पर आता त्येचा पच्येताप हुतोय. लोकशाहीचं राज्य आलं नि आमची गावपाटीलकी गेली बोंबलत. तोंडपाटीलकीचं दीस आलं. आमचा तर शिक्षेणाच्या नावानं ढमभोपळा. लिवणं न्हाईं म्हणून ठेचंला अडवणूक हुती. तवा म्हटलं पोराला तरी शिकवून शाणं करावं म्हणून घातलं शाळंत. वशिल्यानं सातवीपतोर तरी दामटायला येणार हुतं. मास्तरालाबी शिकवायची फुल-परमानगी देऊन टाकली. गावाच्या कळी काढत पोरगं शाळंला जाऊ लागलं.

चार म्हैनं झाल्यावर उगंच शाळंवर गेलो. पाठीमागच्या खिडकीतनं उगंच डोकावून बघितलं.

"गणप्याऽ" बैलाला हाक मारल्यागत मास्तर पोराला हाक मारत हुता... आयला पाटलाचं पोर. 'गणपतराऽव' म्हणून ह्या मास्तरानं न्हाई बलवायचं? निदान 'गणपत' म्हणून तरी ह्या मास्तरानं बलवायचं. आम्ही ह्येला हितं आणला. आत जाऊन त्येला हाग्यादम द्यायचा इचार हुता. पर म्हटलं, जाऊ दे. उगंच मी आता गेल्यावर त्येचं धोतार फिटायचं.

तसाच गप ऱ्हाऊन बघू लागलो. मास्तराच्या हातात छडीची हिरवीगार छप्पी छकछक करत हुती नि माझ्या पोराची चड्डी पिवळी व्हायची पाळी आली हुती.

"काय गुर्जी?" गणप्या उठला.

'हिकडं ये.''

पोरगं गेलं.

''काय काढलंस मगाधरनं?''

''कुणाची कळ काढली न्हाई.'' पोरगं पार येडबडलं.

''गाढवा, बाराखड्या काढल्यास का न्हाई?''

''देवा शप्पत! मी न्हाई काढल्या. दुसऱ्यानं कुणी तरी काढल्या असतील.''

बाराखड्याची भानगड अजून त्येला ठावं झालेली दिसत न्हवती. मास्तरानंबी दुसरीच भानगड पोराची पाटी घेऊन सुरू केली.

''म्हन अननसातला अऽऽ''

''अननसातला अऽऽ'' गणप्यानं सुरात सूर जमवून म्हटलं. खुळ्याच्या चावडीत न्हेऊन त्येला बसविल्यागत झालं हुतं.

''आगगाडीला आऽऽ''

आतामातूर पोराला हसू आलं. मास्तर गंमतीला आलाय असं वाटलं. ''गुर्जी, येळगुडात कुठली आलीया आगगाडी! हितं नुसती वडराची गाडी. ही: ही: ही: हे: हे: हू: हू: हू:!''

मास्तरानं त्येच्या कानाचा गड्डा ताज्या भाकरीचा तुकडा मोडल्यागत मोडला. पोराचं डोसकं खवळलं... आयला मास्तरबी आपलंच खरं करत हुता, म्हणून माझंबी डोसकं खवळलं पर म्हटलं नगं. आपून आपलं चावडीवर जावं, आणि डोसकं थंड झाल्यावर मास्तराला चावडीवर बलवून गांवफुडाऱ्यागत गोड गोड बोलून सांगावं.

पर पोराचा राग काय कमी झालेला न्हवता. कोंडवाडा सुटल्यावर कसंबसं घराकडं आलं नि त्येनं पाटी खोपड्यात भिरकावून दिली. मी बाहेरच्या सोप्यात बसलो हुतो.

''मी शाळंला जाणार न्हाई.'' पोरगं शेंबूड वडत म्हणालं.

''का रं, काय झालं?''

''आयला, ते गुर्जी डोसकं फिरल्यागत काय पाहिजे ते शिकवतंय. काय कळत न्हाई काय न्हाई.''

''आरं, पर झालं तरी काय?''

''आगगाडीतला आऽ करा म्हणतंय. आता आगगाडीत आ कुठं करायचा मला काय ठावं? आमच्या बाऽनं आगगाडी कवा बगितली न्हाई.'' पोराचं म्हणणं काय चुकीचं न्हवतं.

''आरं, दमानं घ्यायचं. मास्तरं तशीच असत्यात. जसं शिकवंल तसं हूं हूं म्हणायचं. काम झालं की जाऊ दे तिकडं बोंबलत. तंवर जरा कळ काढायची.''

''उगंच 'बकऱ्याला' खुळ्यागत 'येडका' का 'रेडका' असं काय तरी म्हण

म्हणतंय. ‘थवा’ म्हणजे काय, हे आता मला काय ठावं?’’ पोरगं दुसरी तक्रार सरळपणानं मांडत हुतं, ‘गुर्जी थवा नसंल; ‘तवा’ असंल तवा भाकरी भाजायचा. जरा नीट बघून घ्या. वाटलंच तर जरा चाळीशीवर थुकून सोच्छ करा.’ असं मी आपलं सरळ सांगाय गेलो; तर मलाच टांगाय उठलं.’’

‘‘आरं, आपून त्येला सांगू चावडीवर बलवून.’’

‘‘काय न्हाई ऐकायचं ते. लई मारकं हाय. कवा कवा तर पोरांच्या चड्ड्या वल्या हुत्यात. दोनीला ‘बे’ म्हणा म्हणतंय. त्येचं ऐकून मुजावराचं अब्दुल्ल्या समद्या पोरांस्नी ‘कारे बेऽ’ म्हणतंय.’’

म्हटलं पोराचं अजून काय शिकायचं वळण दिसत न्हाई, जाऊ द्यात साल दोन सालं.

पर पुन्ना पाच-सा म्हैन्यांनी मनानं उचल खाल्ली. त्येचं असं झालं; एक दिशी एक हापिसर आधल्या रातीच चावडीत येऊन पडला हुता. त्येच्या उस्तवारीत तीन कोंबड्या खल्लास झाल्या. सकाळी नामू मास्तरानं तालुक्याला जाऊन साखर आणल्यावर च्या करून दिला. आमच्या बापजाद्यांनीबी कवा खाल्लं न्हवतं असलं कांदा घातलेलं नि खोबरं मिसळलेलं फवं मास्तरानं करून खायला घातलं हुतं. म्हणून तर आठ वाजल्यापासनं गावकऱ्यांच्या समोर बडबडत हुता. बरंच गावकरी धरून आणलं हुतं. भाशणाला या न्हाई तर उद्याच्या उद्या शेतसारा भरा, म्हणून दवंडी द्यायला सांगितली हुती. गावकऱ्यांनी तीन-तीनदा चिलमी वडून इझीवल्या. पुन्ना वडून बघितल्या. सभेत धूप घातल्यागत केलं. कामधंदा सोडून सकाळच्या पारी चौकात सभा चाललीया म्हणून घरातल्या बायकांनी आपली पोरं बऱ्याच वक्तापातोर बाहेर सोडली न्हवती. वाट बघून बघून पोरं कट्टाळली हुती. आवरंना झालं म्हणून पत्या न्हाई ते वळचणीकडेला बसून चटाकदिशी उठून येत हुती. कावरीबावरी होऊन सभावाल्याकडं बघत हुती. तरीबी हापिसर बडबडतच हुता. साबण खाल्ल्यागत तोंडाला फेस येत हुता. शेवटला हळूहळू गावकरी सटकल्यावर कुणीबी न्हाई म्हणून भाशेण बंद केलं. त्यानं दोन अडीच तास तोंडाची फटफट सुरू केलेली काय कळली न्हाई; पर घरादारांतनं पोरांस्नी उठता बसता शिक्षेण दिलं पाहिजे, एवढं बडबड-बडबडतोय, तर काय तरी खरंच असंल असं वाटलं. आणि फुडं शिक्षेण नसलं तर पाटीलकीबी बोंबलत जाईल; ह्येचंबी भ्या हुतं. म्हणून पोराला कायबी झालं तरी शिकवायचंच असं ठरीवलं. लगीच कामाला लागलो.

दुपारचं बारावर दोन वाजलं हुतं. हापिसरानं खाऊन उरलेलं फवं जरा पोटात ढकललं हुतं. म्हणून भूक कावकावत न्हवती.

‘‘पोरगं कुठं हाय गं?’’ डुईचा पटका काढून खुट्टीला ठेवत ठेवत हिला इचारलं.

"आताच घासभर भात खाऊन पडलंय."

मी त्या खोपड्यात गेलो. पोरगं उगंच गप पडलं हुतं.

"काय रं भडव्या, नीज आली न्हाई वाटतं अजून? तुला शिकवून इंजनेर न्हाईतर डाक्टर करायचा आता. आणि आता पाटीलकीतबी काय राम न्हाई. देशाला डाक्टर-इंजनेरांची गरज हाय, असं साहेब म्हणत हुता."

असं म्हटल्यावर पोरगं हासलं नि लाजून त्येनं कुडत्याचा फुडचा सोगा वर वडून तोंड झाकलं... खाली कमरंला चड्डीच न्हवती.

"ऐकू आलं काय गं?"

"काय ते?"

"पोराला चड्डी घालत जा की, तुझ्या आयला. काय वळाणबिळाण हाय का न्हाई?"

"हं! ते घालून घेतंय व्हय बारा बोड्याचं!... आणि एवढंसं पोरंग, त्येला चड्डी कशाला आताच? तुम्ही घालत हुतासा काय एवढ्या वयात? होऊ दे चांगला साताठ वर्साचा मग घालंल म्हणं आपोआप."

"आगं, पर वळाण लावलं पाहिजे त्येला आतापासनं. कली पालटलाय आता."

"पालटू दे कली. पोरगं घालून घेत न्हाई तर वळाण काय लावायचं?"

"पाठीत झाम्मदिशी दणका द्यायचा नि चड्डी घालाय लावायची. बघू कसं वळाण लागत न्हाई ते... इच्या भणं! तुलाबी कसलं ते वळाणच न्हाई."

लहानपणापासनं असं वळाण ठेवलं. हळूहळू वरीस गेलं. पोराला त्येची त्येला चड्डीची नाडी बांधायला शिकीवलं. आपलं आपून जेवायला शिकलं. न्हाई शिकलं की लाथ घालून शिकवत हुतो. म्हणून मी शिकवीन तसं शिकत हुतं.

एक दिशी शेजारचा रामू गुरव सणावारी घरात आला. बोलता बोलता पोरासंगट काय तरी बडबडत हुता. गंमत करता करता पोराला राग यावा म्हणून त्येनं पोराच्या डोसक्यात बॉट वाकडं करून खॉटदिशी मारलं. पर पोराला राग आला न्हाई. कुतऱ्यागत काँय काँय कराया लागलं. पाटलाच्या पोरानं असं रडावं हे मला बरं वाटलं न्हाई.

"भडव्या रडतोस कशाला?" 'का रं तुझ्या भणं' म्हणावं. राग हाय का न्हाई तुला?"

पोरगं रामज्याला म्हणालं, "कारं तुझ्या भणं?" तवा धरनं येच्या अंगात धीटपणा आला. आता एखाद्या वक्ताला मी जरी झपाटा दिला तर मला बी, 'का रं तुझ्या भणं?' म्हणतंय. धाडशी झालंय. बायकूला (म्हंजे त्येच्या आयला) तर शिव्याचा भडिमार देतंय. एकंदरीत सांगेल तसं ऐकतंय.

एकदा गल्लीतल्या एका पोराचं दणकं खाऊन नुसतंच शिव्या देत आणि रडत घराकडं आलं. तवा म्हटलं, "आयला, तू काय मेल्या आईचं दूध प्यालंईस?" जिती जिवानिशी बायकू समोरच हुबी हुती. तिला आला राग. तीबी म्हणाली, "घाल त्या पोरालाबी गटारीत. त्येची मुंडी धरून कोंब त्येच्या टागंडीत. आणि जर का तसाच रडत आलास तर तुझीच मुंडी मी तुझ्या टांगडीत घालीन." तवाधरनं पोरगं गल्लीतल्या पोरांच्या टांगड्या मोडायला शिकलं. हुशार झालं. पैला लंबर येईल अशी तयारी झाली.

रोज रातचं त्येची शिकवणी घेऊ लागलो. एक एक दीस शिकवणीला बसायचं आणि एक एक दीस न्हाई म्हणायचं.

"गणप्या, लेका, तुला डाक्टर व्हायचं हाय."

"मला नग जा शाळा."

"मग कुठं लव्हारशाळंत जाणार हाईस का कुंभारशाळंत?"

"मी मळ्यात जाणार."

"मळ्यात का तुझ्या बाऽचं गठळं पुरलंय?"

"मग शाळंत तरी गठळं कुठं हाय?"

"आता गुमान ये; न्हाई तर अशी पेकाटात लाथ घालीन, ते जलमभर पेकाट वडत हिंडशील." एखादा मास्तर बोलावा तसं मी आपला राग आवरून धरून बोलत हुतो.

"आम्ही न्हाई जा."

"जीव घेईन."

"जीव घ्यायला मी काय कुणाच्या बाऽचं खाल्लंय काय?"

मग म्हटलं, मारण्यात काय अरथ न्हाई. जरा चार चांगलं शबूद सांगावंत आणि त्येच्या कलानं घ्यावं.

"चल भडवीच्या, एकाएकाची पोरं डाक्टर, कलेक्टर झाल्यात आणि तू लेका शेतात जाऊन शेणाच्या पाट्या उचलत बसणार व्हय?"

"तू बरं शिकला न्हाईस मग? आम्हीच तेवढं काय म्हणून? उगंच शिकून बामणाच्या पोरागत मिळमिळीत व्हायचं."

"मुकाट्यानं चल– उगंच राग आणू नगं मला. न्हाई तर हाडं मोडून पिसवीत भरीन नि खांद्यावर देईन. मेलंस तरी मागंम्होरं बघणार न्हाई." असा उपदेश केल्यावर मग चोरागत घरात यायचं. आणि त्या वक्ताला मला लईच राग आलेला असला तर एक-दोन बुक्क्या मी त्येच्या पाठीत घालायचा. न्हाई तर मान बेचकीत धरून त्येचं नाक भुईला लावायचा... पोरावर अशीच जरब असली तर बरं; न्हाई तर उलटं आम्हांस्नीच शिकवत बसत्यात. लईच लाड केलं तर पत्त्या न्हाई ते बापाला इकून

येतील नि आलेल्या पैशानं तवणू वाण्याच्या दुकानातल्या गोळ्या खातील.

शिकवणीसाठी असा 'शिरी गणेशा' झाला की मग कुठं तरी खोपड्यात टाकलेलं दप्तर बांधण्यापासनं मला शिकवावं लागायचं.

"दप्तराचं फडकं सरळ हातर."

"सरळ आणि कसं?"

"भाकरी बांधायला हातरल्यागत नीट हातरावं. मग त्येचावर पुस्तकं रचावीत."

त्येला पैल्यांदा रेषासुद्धा नीट मारायला यायच्या न्हाईत.

'रांडंच्या बोटं झडल्यात काय तुझी? पेन्सूल सरळ धर नि नीट रेघ मार. शेतकऱ्याचं पॉर हाईस का बामणाचं?"

"काय रं?" माझ्या रागाचा भडका.

"शेतकऱ्याचं."

"मग नांगराचं तास मारल्यागत सरळ रेघ मार."

नाकातला शेंबूड तोपतोर नाकापासनं पाटीपतोर सरळ रेघ मारल्यागत खाली आलेला असायचा.

"शेंबूड गुंडाळ त्यो आगुदर."

सारदिशी मग त्यों शेंबूड गुंडाळून नाकात ठेवायचा.

"तसाच नाकात ठेवून बसू नगं. शिकरून ये जा बाहीर."

मग थोडा आत, थोडा बाहीर, थोडा कुडत्यावर असा शेंबूड घेऊन तो शिकवणीला बसत हुता. फुडचं मला काय यायचं न्हाई. त्योच लिवायचा. 'ढगातलं' 'ढ' 'गवतातलं' 'ग' असं काय तरी काढायचा.

"चटईतलं चऽ,– बाबा, चटई म्हंजे काय गा?"

"ते आत्ताच तुला काय करायचं? गप आपूण कुत्र्यागत सांगितलंय ते लिवावं. चटक्यातलं च कसं असतंय; तसंच चटईतलं च."... चटई ही काय भानगड हाय ती अजूनबी मला ठावं न्हाई.

त्येला सोच्छता करायला मी रोज शिकवीत हुतो. ऐकायचाच न्हाई. वाटंवर, गोठ्यात, चुलीपसल्या राखंत, जागा मिळंल तिथं गडागडा लोळायचा. कुडतं-चड्डी मळवून घाण करायचा. तसं कराया लागला की मग, 'कुडतं नि चड्डी तरी तेवढी झाडून टाक.' असं सांगून सोच्छता आवरती घ्यावी लागायची. रोज 'तांब्या घेऊन जा ' म्हणून सांगावं लागायचं. कवा जायचा; कवा बाहीर जाऊन तांब्या वलटून तसाच यायचा, नि जाऊन आलो म्हणून सांगायचा.

"गणप्या, राखुंडीनं दात सोच्छ कर."

"मी न्हाई जा."

"घासतोस का दात पाडू?"

"मी न्हाई जा. राखुंडीनं माझं दात घाण हुत्यात."

"आरं, मग नुसतं तरी घास."

मग एखादी चूळ भरून टाकायचा आणि मग कवा तरी कौतुकानं सांगायचा, "बाबा गा, माझं दात कसं सोन्यासारखं पिवळंऽऽ हाईत."

त्येनं आंघूळ करावी म्हणून मी त्येच्यामगं हात धुऊन लागत हुतो. 'अंगावर पाणीसुद्धा घेणार न्हाई' म्हणून कवा गटारीत तर कवा गटारीकडंला लोळायचा. पर मीबी काय हलका न्हवतो. हळूच कवा तरी मळ्याकडं आला की बेतानं धरत हुतो, नि येताळबाच्या तळ्याला पवायला म्हणून न्हेत हुतो. तळ्यात अंगावरची मळ दगडानं मासा घासल्यागत घासून काढत हुतो. पर कवा कवा हाततनं निसटायचं. मग मातूर अंगावर नुसतं पाणी मारूनच सोडत हुतो. नागडंच घरापतोर पळून जायचं... बारकं हुतं; पर बायका नावं ठेवायच्या.

एकदा तर असं वाटलं की, अंगाला घाण लावल्यावर तरी आंघूळ करंल... तशी त्येच्या अंगावर शेंबडाची, खरकटं हात पुसल्याची घाण सदाच असायची. पर ती खरी घाण न्हवती. म्हणून गोठ्यात मारत मारत न्हेऊन शेणात पाडलं. रस्त्यात वतलेल्या खरकट्या पाण्यात पाडलं. पर गडी तेवढंच श्याण नि चिखूल पुसून टाकून, घाण झालेलं हात कुडत्याला पुसून सोच्छ व्हायचा. तर सांगायची गोष्ट म्हंजे अशा रीतीनं मी त्येला सोच्छ करत हुतो.

गणप्यानं खेळ मातूर रग्गाड खेळलं. आपल्या नि माझ्या काज्याची बटनं काढून रोज खेळून घालीवली. या बाबतीत त्येची दांडगी चिकाटी हुती. कुणालाच ऐकायचा न्हाई. गोट्यांनी खेळताना शाळंला जायचं त्येचं भान हरपायचं. गावातली पोरं त्येच्या ह्या खेळाचं खिसं भरून कौतुक करायची. त्येचा इटी-दांडूचा खेळ तर गल्लीतल्या पर्तेक मानसाच्या डोसक्यातनं जलम असूस्तवर जायचा न्हाई. चांगला नेम धरून त्यो इटी मारायचा. चांगलाच टोला बसायचा. एकाएकाला झीट यायची. खेळातली पोरं नुसत्या हातांनी न्हवं; तर पायांनी, घोट्यांनी, गुडघ्यांनी, डोक्यांनी, कपाळांनी त्येची इटी आडवायची.

मास्तराचं खडू त्यो साठवून ठेवायचा. आणि बऱ्याच दिसांनी बटनं आणि पेनसिल्या घेऊन पोरांस्नी इकायचा. त्येला अलीकडची हस्तकलाबी चांगलीच येत हुती. गप बसलेल्या पोराला त्येला जादूनं रडवायला येत हुतं. पिशवी भरून त्येनं पेन्सिली साठवल्या हुत्या. त्येच्या पेन्सिली इतक्या रंगीबेरंगी हुत्या की बरीचशी पोरं 'त्या माझ्या हाईत' म्हणून रडत भांडत आमच्या वाड्यावर येत हुती.

अशीच एक-दोन वर्सं गेली.

एक दिशी त्येच्या मास्तरानं निर्बंध का काय म्हणत्यात ते लिहून आणायला सांगितलं. म्हंजे माहिती.

"कोणत्या इषेयावर?..." मलाबी शाळंत निरनिराळं इषेय शिकिवत्यात हे ठावं हुतं.

"आमची शाळा."

"तुमच्या शाळंतलं तुला काय कळतंय? तू का तिथला शिपाय हाईस?"

"न्हाई. आमच्या शाळेची समदी माहिती आमच्या मास्तरांनी सांगिटलीया आणि आम्हांस्नी काय आठवलं तर आमच्या मनानं लिहून आणाय सांगिटलंय."

"लीव तर. तू हाईस नि तुझी शाळा हाय."

अखेरीला पोरानं निर्बिंध लिवला. बरा लिवला हुता.

"आमची शाळा.

आमची शाळा गावाच्या भायेर हाये. आमच्या शाळेच्या फुडे दगडांचा गराडा हाये. आमच्या गावी सकाळी पूर्वेला सूर्य उगवतो, आकास लाल लाल झालेले असते. रोज सकाळी गावातले पुरूष गराड्याच्या आडाला येऊन सुर्योदय पाहत बसतात. त्या वेळी सकाळची सोच्छाताही तिथे करून टाकतात. आहाहाहाहा ते दृश्य किती रमणीय दिसते बरे?

शाळेच्या पाठीमागच्या बाजूला खिडक्या हायेत. खिडक्यांच्या पलीकडे ढोरवाडा हाये. ढोरवाड्यातली पोरे शाळेच्या खिडकीजवळ येऊन घाण करून निघून जातात. मास्तरना, 'मास्तर मास्तर तीरकामठा, पोरं पळाली धर अंगठा.' असे म्हणून घराकडं पळतात. मास्तरबी वर्गातल्या वर्गात त्येंच्या पाठीमागे लागतात नि खिडकीपरेंत पळतात.

मुलांना मास्तर शिकवताना मुले गप बसतात. तोंडातले पान मास्तर खिडकीतनं थुंकायला गेले की पोरे दंगा करातात. कधी कधी आमचे मास्तर पेंगणाऱ्या मुलांना मारतात आणि शाळेत शिकण्यासाठी यायचे असते म्हणून उपदेश करतात. आपण खुर्चीवर पेंगत बसतात. आमचे मास्तर डोक्याला काही नाही, अंगात सदरा आणि खाली धोतर आणि विजार नेसतात. असे आमचे मास्तर हायेत. त्यांचे नाव सोळगुंबडे, गुरूजी, इयत्ता तिसरी अ तुकडी.

आमच्या शाळे म्होरं बाग हाये. बागेत गवत हाये. विटा हायेत. मोकळ्या कुंड्या हायेत. बागेत मुलांना खुरपे देऊन मास्तर गवत काढतात. गवत काढताना मुले गवत काढत नाहीत, दंगा करतात. पोरांच्या अंगावर माती टाकतात. गवतावर मास्तर पान खाऊन थुंक टाकतात. म्हणून गवत घाण वाटते. असा आमचा बाग छान हाये.

आम्ही शाळेला जातो. मास्तर शाळेला जातात. शिपाई शाळेला जातात. सगळे शाळेला जातात. पोरे खूप गंमत करतात. मास्तर खूप गंमती करतात. शिपाई खूप गंमती करतात. आम्ही गोळ्या, शेंगा खातो. मास्तर पान खातात, शिपाई भित्तीला

टेकून झोप खातात, मास्तर आम्हांला शिव्या मुळीसुद्धा देत नाहीत. आम्ही मास्तरांना आणि मुलांना मुळीसुद्धा शिव्या देत नाही. आम्ही शाळेत सगळे सण साजरे करतो. दिवाळीत भाऊबीज करतो, गौरी-गणपती बसवतो, बेंदराच्या दिवशी बैलांना धुऊन पुजतो, संक्रांतीला तीळगूळ वाटतो. शिमग्याला रात्री फार मोठी होळी करतो. हळूहळू अगदी जरा जरा बोंबलतो. तसे बोंबलले म्हणजे दुसऱ्यांना त्रास होत नसतो असे गुरूजी म्हणतात. मास्तर आम्हांला शिमगा सण कसा साजरा करावा हे आपणच पहिल्यांदा दाखवून देतात. त्या दिवशी सोच्छता– आरोग्यदिन साजरा करायचा असतो. रात्री आम्ही घरी जाताना हळूहळू बोंबलत जातो. पण मास्तर पाठीमागनं हाक मारतात. मग मुले मोठ्याने बोंबलत पळून जातात. अशी हाये आमची शाळा. आमच्या शाळेचे नाव 'सहकारी येळगूड मुलांची शाळा, यळगूड अशे हाये.''

गणप्यानं असा निर्बंध लिवला. मास्तरांनी थोड्या ओळींवर खोड मारून चांगला शेरा दिला. मास्तराला मुळापासनं माझं भ्या हायेच. म्हणून त्येचं ध्यान गणप्यावर कायम असतंय. माझंबी गावातल्या समद्या मास्तरांच्यावर ध्यान असतंयच. एखादं पोरगं मास्तराचं तोंड चुकवावं म्हणून बोळातनं जसं गुमान पळतंय तशी ही मास्तरं माझं तोंड चुकवून बोळाबोळातनं गावभर पळत्यात. माझी जरब हाय म्हणून बरं, नाही तर ही मास्तरं खुशाल पोरं उंडारल्यासारखी पत्त्या न्हाई ते, उंडारून आपल्या गावाकडं जाऊन येत्यात. तवा आपलं ध्यान ठेवलं म्हंजे पोरांगत वक्ताच्या वक्ताला शाळंत जात्यात.

एवढं लक्ष देऊनबी गणप्याचं शिक्षेण वक्ताला पुरं झालं न्हाईच. मास्तरं वक्ताच्या वक्ताला शाळेत जायची; खरं गणप्याच 'शाळेत जातो' म्हणून कुठं जायचा ह्येचा पत्त्या लागायचा न्हाई.

फुडं मिलटरीत गेला. डाक्टर होऊन मरतुंगड्या सुरतुंगड्यास्नी गोळ्या द्यायच्याऐवजी बंदुकीच्या गोळ्या मारायला गेला, हे एक बरं झालं. आता चांगल्या हुद्यावर हाय. पाकिस्तानच्या आकरमणाच्या येळंला एकट्यानं नऊ माणसं मारली. कैदेतनं पळून पुन्ना भारतात आला. कवा तरी गावाकडं येतोय आणि समदं गाव त्येचं कौतुक करतंय. मास्तरबी घराकडं येऊन जात्यात.

"काय गणपतराव, कशी काय आहे मिलटरी?''

"इ्याक हाय.'' गणप्याच्या बोलण्याचं मूळ वळण काय गेलं न्हाई.

"काय म्हणतात जीना-पाकीस्तान? त्यांना चांगलं पाणी पाजा... तिकडं सगळी पर्वतराजीच आहे. तेव्हा गनिमीकाव्यानं लढा देता येण्यासारखा आहे.''... मास्तरांचं पाठ असलेलं ज्ञान.

"हां!''

"चीनची प्रचंड भिंत हिमालयावरून दिसती का हो?"

"न्हाई गुर्जी; ती कशी दिसंल?"

"हिमालयाची उंची जगात सर्वात मोठी आहे ना? मग भिंत दिसलीच पाहिजे."

मास्तरांचा मुद्दाबी बिनतोड हुता.

"मला तरी अजून काय दिसली न्हाई."

"दिसेल दिसेल. प्रयत्न करून पहा. तुमच्याकडं अनायसे दुर्बिणी असतात की–"

"व्हय की." गणप्याला एकदम कशाची तरी आठवण झाली; "पर गुर्जी, पन्हाळगडावरनं तुम्ही दावलेला समिंदर मातूर त्या येळेला दिसला हुता."

"आरे, तो कसला समुद्र. त्यावेळी तू लहान होतास."

"पर कानाचा गड्डा धरून मला उचलून समिंदर दावलेली अजून आठवण हाये."

गणप्या गडागडा हसला. मास्तर पिशीपिशी हासला. ज्यो त्यो आपआपल्या वळणानं हासला!

■

ह्यो माझा बंगला

अखेरीला गावाकडनं ट्रक राँ राँ करत आला. घराम्होरं येऊन थांबला. घर म्हंजे माझा बंगला. पुण्याच्या प्रभात रोडच्या भागातला. चार-पाच आडव्या गल्ल्या टाकून सरळ म्होरं आलं की, उजव्या बाजूला एक गल्ली फुटती. त्या उजव्या गल्लीनं सरळ आत आलं की त्या गल्लीला डाव्या हाताला एक छोटी गल्ली फुटती. पुढं एक ओनरशिप फ्लॅटची अलिशान इमारत आहे. 'अप्सरा' नावाची. जणू स्वर्गातनं उतरलेली.

या इमारतीच्या आसपास सर्व फ्लॅटवाल्यांनी मिळून अलिशान बाग केलेली आहे. या बागेत बसायला खुर्च्याही टाकल्या आहेत. तळमजला केवळ गाड्या, स्कूटर्स ठेवण्यासाठी नि मुलांना खेळण्यासाठी मुक्त सोडलेला आहे. या इमारतीचा रंग लांबून कुणाच्याही डोळ्यात भरतो. शिवाय पहिल्याच मजल्यावर बिनलग्नाच्या बाईबरोबर लग्नाच्या बायकोसारखा राहणारा एक प्रोड्यूसरही (माझा मित्र) तिथे आहे. तर या इमारतीत जायचं नाही. ही इमारत आमची नव्हे.

ही इमारत उजव्या बाजूच्या गल्लीत गेल्यावर लागती. आपण त्या गल्लीत जायचं नाही. सरळ प्रभात रोडनं पुढंच जायचं. पुढं आलात की मग डाव्या बाजूला एक गल्ली फुटती. त्या गल्लीनं पन्नास पावलं आत आलात की, मग पुन्हा डाव्या बाजूला एक लहानशी लेन फुटती. त्या लेनमध्ये वीस एक पावलं पुढं आलात की मग जरा उजवीकडं वळून, पुन्हा डावीकडं म्हजे उत्तरेला वळायचं. लगेच तिथं दक्षिणेकडं तोंड करून असलेला एक बंगला लागतो. तिथं आतल्या बाजूला चौकशी केली की त्यांच्याच मागच्या बाजूला चार बंगले सोडून असलेला माझा बंगला आहे. हे त्या बंगल्यातलं काळं कुत्रंसुद्धा सांगू शकेल.

असा हा मध्यवस्तीत कुणालाही सापडेल असा बंगला. पण ट्रकवाल्यानं पहाटे सहा वाजल्यापासनं आपला ट्रक साऱ्या पुण्यातनं फिरवला. प्रथम त्यानं म्हणे

आपला ट्रक घरघर घरघर करत प्रभात रोडच्या आसपासच्या सगळ्या गल्ल्यांतनं घातला, पण त्याला घर काय मिळालं नाही. त्यात कुणी तरी सांगितलं की प्रभात रोड नसेल, 'प्रभात स्टुडिओ' असेल. तसं सांगणंही स्वाभाविक होतं. कारण ट्रकमध्ये वाड्यासकट भरलेले बरेचसे ऊस, केळीचे खुंट, आंब्याचे डहाळे, जळणाची लाकडं, हे बघून कुणालाही वाटणार की हा 'ग्रामीण सीन' साठी आलेला ट्रक असणार. त्यात मी पुन्हा ग्रामीण चित्रपट स्टोरी रायटर. पण तो प्रभात स्टुडिओत जाता क्षणीच तिथल्या लोकांनी 'ट्रकच्या बैलाला वंऽऽ' करत हकलून दिला. मग प्रभात टॉकीजकडं लावून दिला. तिथंही त्याची काही दाद लागेना. शेवटी लक्ष्मी रोडवर त्याला कुणी प्रभात वस्तू भांडाराकडं पाठवला. तेथून आतील केळीचे खुंट, आंब्याचे डहाळे, धान्याची पोती वगैरे पाहून कुणी तरी कल्पना लढविली की कुठल्या तरी मोठ्या बागायतदाराचं लग्न असावं. त्या निमित्तानं लक्ष भोजनाची व त्यासाठी लागणाऱ्या जळणाची ही तयारी असेल, म्हणून त्याला प्रभात मंगल कार्यालयाकडे पुण्याच्या दुसऱ्या टोकाला पाठविला. ट्रक आपला हिंडतोय पुण्याभर. शेवटी त्याची ही प्रभातफेरी संध्याकाळी पाच-सहाच्या आसपास संपली, आणि वाटेत त्याला कुणी शहाणासुरता सिनेमातला माणूस भेटला आणि त्यानं त्याला आमच्या बंगल्यासमोर चुकारीच्या ढोराला आणून उभा करावं तसा उभा केला.

आम्ही दीसभर खुळ्याच्या चावडीत बसल्यागत ट्रकची वाट बघतोय, तर ह्यो ट्रक आला.

''एवढा रं का उशीर?''

''काय राव! पत्याच नीट गावंना.''

''उगंच काय राव नि पांडाव करू नगं. माझ्या गावाकडच्या भावानं तुला तपशीलवार नीट पत्त्या लिवून दिला हुता का न्हाई?– तेवढ्या पत्त्यावर ठार आंधळ्यालाबी बंगला गावला असता आणि तू तर ड्रायव्हर. तुझ्याजवळ तर चार डोळं पाहिजेत.''

''ते खरं, पण कुणी नीट सांगायलाच तयार न्हाई, मी ह्या भागालाबी कवा आलो न्हाई. बरं मला तरी काय सुधरून वाचायला येतंय व्हय?''

''आरं, माझं नाव जरी नुसतं सांगितलं असतंस तर व्होल पुण्यानं तुला बंगला दावला आसता.''

''आहो, ह्या गल्लीत सकाळीच मी आलो हुतो, तुमचं नाव ज्येला त्येला इचारलं पर कुणी न्हाईच म्हणायला लागलं.''

''शाणा हाईस!'' मला काहीच बोलता येईना.

''ते खरं... पर.''

''आता उगंच पराला पर लावत बसू नगं. उतर त्यो माल चटाकदिशी. परवा

वास्तूक हाये. त्यो माल निवडायचा कवा नि दळाण-कांडाण करायचं कवा? आजचा दीस तर असाच बोंबलत गेला.''

माल उतरून घेतला. बंगल्याच्या फाटकात जळणाचा ढीग पडला नि भोवतीनं ग्रामीण वातावरण तयार झालं. मनाला जरा बरं वाटलं. गावाकडच्या घरात असल्याचा भास झाला.

दुसऱ्या दिवशी गावाकडची दहा-वीस माणसं आली नि वातावरण पार म्हणजे पारच ग्रामीण झालं. इकडं-तिकडं कुडती, धोतरं, लुगडी, चोळ्या, लंगुट्या वाळत पडल्या. घरातनं फिरू लागल्या. माझ्या डायनिंग टेबलावर चंच्या नि फेटे विसावा घेऊ लागले. बाहेरच्या हॉलचा खोपडा कुणी तरी- पत्ता नाही ते- पानाच्या पिचकाऱ्यांनी बहारदार रंगवला. विचारायला गेलो तर 'आपून तर काय न्हाय बा. आपलं पान अजून तोंडातच हाय.' असं म्हणून जो तो आपलं तोंड आऽ करून दाखवू लागला... एक जणानं तितक्यात 'आपून तिकडं न्हाई इकडं थुकतो' म्हणून गादीखालची जागा दाखवली. मी थक्क झालो.

विचार करून गाद्या गुंडाळून ठेवल्या नि घोंगडी पसरली. आधल्या दिवसापासनंच सोफासेट बाजल्यासारखाच उपयोगात आणला जात होता. तो केविलवाणा होऊन त्यांच्या लाथा-बुक्क्या बकाबक सहन करत होता. खुर्च्यांवरही ही मंडळी पाय वरती घेऊन भुईला बसल्यागत बसत नि खुर्च्यांचे हात खिळखिळे करून टाकत. त्यांना कितीही सांगितलं तरी कुणी ऐकायला तयार नाही. शेवटी मीच नाद सोडला नि ग्रामीण वातावरणनिर्मितीला भरपूर वाव दिला.

माझी नागर भाषा कधीच ग्रामीण होऊन ह्या लोकांत मिसळली होती. म्हटलं आता आपूनबी संपूर्ण ग्रामीणच व्हावं. गावाकडचं सुख भोगावं, म्हणून सिगारेटची पाकिटं कपाटात ठेवून दिली नि त्याला कुलूप घातलं. आलेली लोकंबी टेबलावर पडलेली पाकिटे भसाभस ओढून संपवत होती. 'चांगली हाय हां, चांगली हाय हां' म्हणून चिरमुरं चावून गिळाल्यागतत सिगारेटचा धूर गटागट गिळत होती. तरीही तो नाकातून बाहेत येतच होता. म्हणून त्या ठेवून टाकल्या नि चिलीम तंबाखू, विड्या आणल्या. त्यांच्यात मिसळून जावं म्हणून लाँग अंडरवेअर फेकून दिली नि लांडी चड्डी घातली. नुसत्या लंगोट्यावर हिंडण्याची इच्छा होती, पण ते अगदीच ग्रामीण दिसलं असतं.

बंगल्यात कालवा वाढला. शेजारचे इंजिनिअर गोडबोले, ॲडव्होकेट गोखले, प्रोफेसर देशपांडे हे सगळे दृश्य बघून चकित झाले. त्यांना वाटलं मी मूर्तिमंत खेडेगावच ह्या बंगल्यात उभं केलंय. मलाही ते ऐकून बरं वाटलं.

''काय ढमाले साहेब, गडबड कसली दिसते? कुठले लोक आलेत हे?''

''गावाकडचे.''

"आदिवासी आहेत का? सिनेमाचं काही तरी दिसतंय."

"छे छे! आमचीच गावकरी मंडळी हायेत."

"असं असं! काही विशेष?"

"विशेष काय नाही. वास्तूक हाये उद्या."

"वास्तूक?"

"म्हणजे वास्तूशांती हो."

"हां हां!"

– पिच्चरनी नि नाटकांनी मला खूप धन दिलं. या सगळ्यांच्या पाठीमागं माझी ग्रामीण अनुभवांची पुण्याई होती. मला जी जी पात्रं ज्या ज्या माणसांवरून सुचली त्या सर्वांना मी वास्तूकासाठी गावाकडनं बोलावलं होतं.

ग्रामीण अनुभवांशी प्रतारणा करून मला कसं भागेल? विसरतो म्हटलं तरी ते ग्रामीण बोलणं, ग्रामीण भाजीभाकरी खाणं, ग्रामीण पाणी पिणं अजूनही मी विसरू शकत नाही.

तशी कँपात चिकन खाल्ली तरी, ग्रामीण तव्यात भाजलेला बांगडा काही न्याराच, श्रीखंड-पुरी कितीही हाणली तरी झुणकाभाकरीची आठवण काही जात नाही. ऑक्सफोर्ड गाडीतनं हिंडलो तरी गाडीबैल घडीघडी आठवतातच. म्हणून ह्या बंगल्याचं नावही 'आसरा' असं ठेवलं.

कधी कधी असं वाटतं की त्या पलिकडल्या झोपडपट्टीतील घुले हमालाची बैलगाडीच बंगल्याच्या गॅरेजमध्ये आणून ठेवावी आणि ह्या अल्सेशिअन कुत्र्याच्याऐवजी एखादा खोंड पाळावा आणि दारात बांधावा. टेरिलिनच्या पँटऐवजी मांजरपाटाची लंगोटी घालावी नि बंड करून तसंच ऑफिसला जावं. या पॉलिश केलेल्या काळ्या बुटांच्याऐवजी तेल-हळद घातलेलं काळेकरंद धनगरी पायताण घालावं. या टायच्याऐवजी गळ्याभोवती टॉवेल गुंडाळून नदीला आंघोळीला जावं. ह्या शॉवर बाथच्याऐवजी कुठल्यातरी व्हाळाच्या डबक्यात जाऊन बुचकुळी मारावी. मिश्यांचं जंगाल ठेवावं नि रमच्या घोटभर पाण्याऐवजी तोबरा भरून पानाचा चोथा घ्यावा नि कुठंबी पाचकन थुंकावं. पर गेले ते दीस. कालिदासानी स्पष्टच म्हटलंय की तेही दिवसा नु गतः।

(परवा धाकट्या भावानं बारा वर्षातनं एकदा तरी गावाकडं येऊन जा म्हणून सांगितलं पण जायला जमलंच नाही. उगीच तिकडं गेल्यावर माणसं काही ना काही तरी त्रास देतात.) तर हे दुर्दैवी गोल्डन डेज आले!

जेव्हा स्कॉलरशिप घेऊन फ्रान्सला जाया निघालो नि पहिलं पाऊल विमानात टाकलं तेव्हाच असं वाटलं की, त्या गाडीतळावरच्या एखाद्या गाडीवानाला बोलावून असंच त्याच्या बैलगाडीतनं गावाकडचा दौरा करून तोच मुलूख पाहून यावं.

पण पुन्हा आणिक विचार मनात आला की एवढा दांडगा वशिला लावून

स्कॉलरशिप मिळाली, पासपोर्ट मिळवला, व्हिसा मिळवला ते फुकटच जाईल. आसा विचार येतोय न येतोय तोच मी बसलेलं विमान उडालं नि फ्रान्समध्ये जाऊन उतरलंसुद्धा.

काय ते पॅरिस! काय ती श्रीमंती! काय ती गोरी माणसं नि काय ती केलेली नाईट क्लबमधली मजामजा! सगळं पाऽर विसरून जाऊन त्यात बुडालो नि महिनाभराच्या आत परत येऊन 'पारगाव ते फ्रान्स' हे प्रसिद्ध प्रवासवर्णन लिहून काढलं. (ग्रामीण प्रवासवर्णन असल्यानं त्याला सरकारी पारितोषिकही मिळालं.) – तर सांगायचा मुद्दा ग्रामीण वातावरणाचं आकर्षण अतिशय हाये.

वास्तूक मोठ्या आनंदानं पार पडलं. गावाकडनं मुद्दाम ताशा-ढोलकंवाले वाजंत्री आणले होते. त्यांनी दिसभर ताशा नि ढोलकं वाजवून आसपासची सगळी घरं डोक्यावर घेतली.

लोकांनी बंगल्याभोवती सगळी धुळवड करून टाकली. बारक्या पोरा-टारांनी बंगल्याभोवतीनं फिरून बागेतल्या चिखलाचं बैल केलं. तशीच चिखुळलेल्या पायांनी घरभर नाचली नि घराचा मूळचा रंग एक दिसात बदलून टाकला. त्यात माझ्या सहाही पोरांनी भर घातली. म्हटलं त्यांना तरी असं वातावरण कधी मिळणार?

जमलं असतं तर दारात चार म्हशी, बैल बांधून परफेक्ट गावाकडचा सीन हुबा केला असता. मुलांनाही गावाकडचं घर म्हणजे काय ते समजलं असतं, पण ते जमलं नाही. माणसांनी मात्र दोन दिवसांत बंगल्याचा अगदी गोठा करून टाकला.

वास्तूक झाल्यावर महिन्यानं मी माझ्या उद्योगाला लागलो. बंगला बांधण्यापूर्वी मी भवानीपेठेच्या एका वाड्यात दोन खोल्या घेऊन तिसऱ्या मजल्यावर राहत होतो.

दिवसा तिथं दिवे जळत, तरीही काही दिसायचं नाही. जिन्यात अंधार होता तो कायमचाच. चाळीस रूपये भाड्याच्या त्या खोल्या.

झोपून आळस दिला की, खाली भिंतीला पाय लागायचे नि वर कधीच डोकं टेकलेलं असायचं, पोरं जरा नाचली की, सगळं घर हादरायचं. आता पडतंय का मग पडतंय असं वाटायचं. तरीही त्यातच राहिलो. बायकोनं त्यातच सहा पोरांना जन्म दिला.

अस्सल गावरान बायको. लहानपणी मला न इचारता आईनं माझं लगीन केलेलं. (आँ भाषा पुन्ना गावरान सुरू झालेली दिसते)

म्हणजे असं की, माझ्या लहानपणीच माझ्या तीर्थरूपांनी माझी अनुमती न घेता माझा विवाह उरकून टाकलेला.

जरी मी गाव सोडून शहर गावात येऊन राहिलो, ढमाल्याचा 'ढमालेसाहेब' झालो तरी आमच्या सौ. नं म्हणजे माझ्या बायकोनं काही गावरानपणा सोडला नाही.

बिनमसाल्याच्या हिरव्या मिरचीसारखीच राहिली आहे. तिला पोराबाळांची, तिथल्या रीतीरिवाजांची दांडगी हौस. मग मीही काही तिच्यावर बळजोरी केली नाही. होतात तर होऊद्यात तिला पोरं, ती काय आपल्याला होतात थोडीच, म्हणून गप्प बसलो.

काहीही संकोच न करता तीही आपल्या बापानं लग्नात दिलेला आशीर्वाद पुराच करायचा म्हणून जिद्दीला पेटली. आपल्या म्हातारपणी आपल्याला एकानं बघितलं नाही, तर दुसऱ्या कार्ट्याकडं जाता आलं पाहिजे. लेकीची दोन चार गावं तरी पाहिजेत. इस्सावा घ्यायला कवाबी जाता येतं... पण मला वाटायचं की, 'दोन किंवा तीन पुरेत,' पण ती ऐकायलाच तयार नव्हती. शेवटी फॅमिली प्लॅनिंगवरचे भरपूर रेडिओ कार्यक्रम लिहून मोकळा झालो झालं.

खेड्यातल्या जातिवंत माणसाला होतील तेवढी पोरं हवीच असतात. नैसर्गिक जीवन जगणारी ती माणसं... (पुन्हा खेड्याची आठवण!)

अहाहा! काय ते नैसर्गिक जीवन! ते झुळझुळ ओढ्याच्या काठी लोळणं, ते नदीचा पूर आलेला पाहणं, तो ज्वारी-बाजरीचा हुरडा खाणं, ते गावाबाहेरच्या मोकळ्या हवेत तांब्या घेऊन जाणं, सकाळचा सूर्योदय नि संध्याकाळचा सूर्यास्त पाहणं त्या नैसर्गिक वाऱ्याच्या झुळकाचा अजूनही मला ऑफिसात बसून पंख्याचा वारा घेताना गहिवरून आठव येतो.

अशा नैसर्गिक ग्रामीण जीवनाचा मला जर आठव होत असेल तर मग माझ्या बायकोला तसलं जीवन मी का जगू देऊ नये– ?

राग आला तर ती पोरांना धरून ढोरांना बडवल्यागत बडवती. कचाचा (तिचाच शब्द) लाथा-बुक्क्या घालती. एखादं पोर घरातच मुततं, तर ती काहीही बोलत नाही– की पुसून टाकत नाही. सूर्याच्या उष्णतेनं नैसर्गिकपणे कधी त्याची वाफ हाऊन जाईल तेव्हाच ते नाहीसं होतं. पोरं हातात जेवणाच्या ताटल्या घेऊन घरभर हुंदडत जेवतात. त्यामुळं घरभर उसटं-खरकटं पडतं आणि त्यामुळे माश्याही स्वाभाविक क्रीडाविहार करत घरभर गूंऽगूं गाणं म्हणत हिंडतात.

पोरांना ती बोलू लागली की, आसपासची चाळीस-पन्नास फुटांवरची घरं नि माणसं कावरी-बावरी होतात. त्याचा परिणाम असा होतो की, नळावर, संडासच्या पाळ्यावर तिला प्रथम जागा करून देतात. तिचा मान राखतात, नैसर्गिक जीवनाचा केवढा हा फायदा.

माझ्यावरही अधनं-मधनं ती भरपूर तोंडसुख घेते. मी मनातल्या मनात म्हणतो की, नैसर्गिक जीवन जगते आहे तर तिला आडवा का? आपणालाही त्यात तोटा नाही. फायदाच आहे. माझ्या ग्रामीण कथांतल्या नि बोलपटातल्या अनेक वात्रट, भांडखोर, तोंडाळ, उद्धट स्त्रियांची उत्तम पात्रं निर्माण करण्याची मूलभूत प्रेरणा मला

माझ्या बायकोपासूनच मिळाली.

या बाबतीत सगळं श्रेय आणि माझ्या यशाचा निम्मा वाटा माझी धर्मपत्नी सौभाग्यवती धोंडूबाई हिचाच आहे.

पण हा सगळा ग्रामीण प्रकार आता मनातल्या मनातच फक्त ठेवून प्रत्यक्षात मोडून काढायचा असं ठरवलं होतं.

कारण आता मी नव्या नोकरीत 'साहेब' झालो होतो. बंगलेवाला, उच्चभ्रू संस्कृतीवाला झालो होतो. शिवाय चित्रपटांसाठी कथा-पटकथा-संवाद लिहित होतो.

म्हणून बंगल्यात जायच्या अगोदरपासूनच बायकोला शुद्ध बोलायला शिकवीत होतो. थोडं थोडं शुद्ध बोलायचीही. पर 'नाही' च्या बदली 'न्हाई', 'आहे' च्या बदली 'हाये' असंच हुयाचं म्हणजे व्हायचं. माणसाचं आगत-स्वागत कसं करावं, हे पुन्हा पुन्हा शिकवलं तरी तिच्या तोंडातनं तिच्याही नकळत चुकून-माकून चार-पाच शिव्या जायच्याच.

कोणत्याही कृत्याबद्दल ती 'बोंबलणे' हेच सक्रीय क्रियापद घालायची. 'आज दूधवाला आला नाही' असं म्हणायच्याऐवजी 'आज दूधवाला बोंबलला.' आज पोराच्या शाळेला सुट्टीच्या ऐवजी 'आज पोरांची शाळा बोंबलली.' 'साहेब (म्हणजे मी) कुठं गेलं कुणास ठाऊक?' च्या ऐवजी 'कुठं बोंबलत गेलं कुणास दखल?' असं तिचं स्वाभाविकपणे व्हायचं.

बाकीचं आगत-स्वागत ती छान करू लागली. त्यात हयगय नसायची. आलेल्या पाहुण्यांना एवढे एवढेसे बशीभर पोहे देऊन चमचा-चमचाभराचा सांस्कृतिक आग्रह करायच्या ऐवजी चांगला नारळानारळाएवढा ढीग भातवाढणीनं डिशमध्ये ढकलायची.

चहात साखर भरपूर. काकवी बरी. तिथंही हयगय नव्हती. कपबशा, ग्लासेस यासारखं काचसामानही भरपूर फुटायचं. हयगय नव्हती. माझाही इलाज नव्हता. आतापर्यंत तांब्या-पितळेची, लोखंडाची (म्हणजे स्टेनलेस स्टीलची) भांडी घेत होतो. पण बंगल्यातली सवय असावी म्हणून डिशिस, टी सेट, सरबत सेट वगैरे घेतले होते. सिनेमातली माणसं वरचेवर घरी येत होती. त्यांचं आगत-स्वागत करायला हवं, म्हणून हे सगळं पाहिजे होतं.

बंगल्यात आल्या आल्या मी बसायला दिवाण आणि सोफासेट घेतला. दिवाणावर उत्तमपैकी गादी घेतली. खुर्च्यांच्या गाद्यांना घेतलेले अभ्रे, खिडक्यांना, दारांना लावलेले पडदे यांचा रंग मॅचिंग राहील याची काळजी घेतली. दारा-खिडक्यांच्या पडद्यांना घुंगरू बांधले. (असे बांधण्याची चाल कुठं तरी बघितली होती.) बाहेरच्या हॉलमध्ये शोपिसिस ठेवण्याचं एक कपाट ठेवलं. एक दिवस बाजारात गाडी घेऊन गेलो नि बदाबदा कपाट भरून शोपिसची पटापट खरेदी करून

टाकली. ठोक भावात वस्तू मिळाल्यानं स्वस्तात पडल्या. म्हणून चार जादाच घेतल्या. गिझर घेतला, टी. व्ही. घेतला, फ्रीज घेतला. पोरांना कपड्याचे एकदम चार चार जोड घेतले. तिला बंगला टाईप सहा पातळं घेतली. वासाची भारीपैकी स्नो-पावडर घेतली. (आणि आपली असावी म्हणून ती नको नको म्हणत असताही लिपस्टिकचा आणि मेकपचा एक सेटही घेऊन टाकला. व्हय कुणाला असं वाटायला नगं की ह्यो सायेब डेक्कन जिमखान्यावर येऊनबी बायकू गावंढळच हाय.) बुगड्या काढून रिंग्स घेतल्या. तसाच तिच्यासाठी आणि माझ्यासाठीही एक नाईट गाऊन शिवून घेतला.

एकदा तिला ह्या साजशृंगारानं नटवलं होतं. त्यावेळी 'काय म्हणावं ह्या व्हैकाला तरी!' असं सारखं म्हणू लागली. तेव्हा माझ्या लक्षात आलं की अजून हिला आपण 'इश्श' म्हणायला शिकवलंच नाही. तेव्हा ते शिकवलं. पहिल्या पहिल्यांदा 'हिश्श हिश्श' करायला लागली. नंतर मग हळूहळू सुधारली.

बंगल्याला शोभेल असं नाजूक चालायला शिकविण्याचा प्रयत्न केला, पण तो काही जमला नाही. दाणदाणच चालायची... चालण्यातला ग्रामीण हिसका नि बोलण्यातला तिखट ठसका तसाच राहिला. 'मला न्हाईबा तसलं सपक चालायला आणि अळणी बोलायला जमायचं' म्हणू लागली. म्हणून मग नाद सोडून दिला.

जुन्या घरात पोरं माकडासारखी रस्त्यावर खेळायची. रस्त्यावरच्या धुळीनं नि घाणीनं त्यांचा मूळ रंग आणि चेहराही बदलून जायचा. तीही दिसभर घरात काम करताना स्टोव्हवरचं भाताचं-आमटीचं डेचकं पदरानंच खाली उतरायची. स्टोव्हमध्ये रॉकेल भरताना, तो पेटविताना, झाडलोट करताना हाताला लागेल ती काजळी नि धूळ ती लुगड्यालाच पुसायची. कधी केस विंचरले तर विंचरले; नाही तर तोंडावर नि तोंडाच्या आसपास झिंज्या तशाच पसरलेल्या. कधी कधी तर भुतासारखीच दिसायची. भांडीकुंडी, कपडे-धडोते, तांबे, पाट, विळी, डबे असेच घरभर पसरलेले. म्हटलं, 'हाय ग्रामीण वातावरण तर ऱ्हाऊ द्या.'

मी मात्र माझा डांबरी रंग सोडला तर सगळा साहेबागत राहत असे. कारण संबंध सिनेमावाल्यांशी होता. तशात ऑफिसात बॉस.

आता मात्र बंगल्यात आल्यावर तिला रोज रोज मी सुधारीत पद्धतीनं वागायला शिकवू लागलो. पोरांनाही सरळ वागायला, सरळ बोलायला (म्हणजे शिव्या न देता बोलायला), सरळ चालायला शिकवू लागलो, कारण मोठे मोठे लोक बंगला बघायला वरचेवर येऊ लागले होते.

परवा 'अप्सरा' मधले उपासनीसाहेब अचानक आले नि माझी तिरपीट उडाली. सकाळची वेळ. मी आपला माझ्या बंगल्यात एखादा श्रीमंत माणूस उशिरा उठतो त्याप्रमाणे उशिरा उठून नुकताच बसलेला. माझ्या खोलीत हाप अंडरवेअरवरच

पडलेला. 'सकाळ' वाचून नुकताच संपला होता. अशी बाटलीतली मिसरी (तंबाखूची जाळून तयार करून ठेवलेली) हातात घेतली नि तसाच बागेत दात घासत घासत फिरायचा विचार करून बाहेर पडलो, तर फाटक उघडून अचानक उपासनीसाहेब आत आले.

"आहेत का ढमालेसाहेब?"

"हायेत हायेत. या. " मी.

त्यांनी मला ओळखलंच नाही. कसे ओळखणार? त्यांच्यासमोर कळकट गंजीफ्रॉक नि विरविरीत हाप अंडरवेअर घालून मी उघड्या काळ्याढूस अंगानं कधीच गेलो नव्हतो. तशात काल सुट्टीमुळं दाढी करण्याचा कंटाळा केलेला. त्यामुळे आज तोंड आगदीच कोळसा लावल्यागत झालेलं. "या, या" म्हणून बोलल्यावर त्यांच्या लक्षात आलं की मीच ढमालेसाहेब.

त्यांना दिवाणखान्यात तसंच बसवलं नि आत पळालो. एक मिनिटात दाढी करणं काय शक्य नव्हतं. खरं म्हणजे माझी बोटानं दात घासायची मिसरी उपासनींच्या नजरेला पडली, याचं वंगाळ वाटलं. माझा कोलोनासचा नवा टूथब्रश नि पेस्टच त्यांच्या नजरेला पडायला पाहिजे होती. बंगल्याला नि माझ्या एकूण प्रतिष्ठेला तीच शोभून दिसली आसती. म्हणून कसंबसं तोंड खळबळलं. रातभर न घातलेला (उघडंच झोपायची सवय होती) नाईट ड्रेस घातला आणि बाहेर आलो. दाढीमुळं तोंड काळंभोरच राहिलेलं. 'हाउ डू यू डू उपासनीसाहेब?'

"हाउ डू यू डू?"

या गडबडीत गुड मॉर्निंग करायचं विसरूनच गेलो. पण शेकहँड मात्र केला. ते आल्याचा आनंद झाल्याचं सांगितलं. साहेबी थाटानं गप्पा मारू लागलो. तोवर इच्च्या (म्हणजे आमचा पाचवा नंबर विष्णू) "आई ढुंगणावर पाणी घाल, ये" म्हणून रस्त्याच्या कडेसनं उठून बंगल्याच्या दारात येऊन कुडतं वर धरून उभा राहिला... ह्या कार्ट्याला संडासातल्या मोठमोठ्या झुरळांची भीती वाटती. खरं म्हणजे त्याला नि अजून दोन-तीन पोरांना जुन्या घरची उघड्यावर बसायचीच सवय आहे.

"आली आली" बायको आतनंच ओरडली नि पीठ चाळता चाळताच पिठाच्या हातानं पाण्याचा तांब्या घेऊन तशीच बाहेर गेली. आता त्याच हातानं भाकरीला गडबडीत नाही बसली म्हणजे झालं. उठल्याबरोबर भाकरीला बसायची हिची माहेरची सवय, ती अजून काय जात नाही.

ढुंगणावर पाणी घेऊन इच्च्या आत आला नि दिवाणाच्या गादीवर येऊन माकडागत उड्या मारायला लागला. त्याचा तो अवतार बघून त्याच्या पेकाटात लाथ घालावी असं वाटलं.

जुन्या घरी तसं करीतही होतो. पण आता बंगल्यात आल्यावर अशी कशी लाथ घालणार? शिवाय समोर बंगल्याला शोभणारे पाहुणे आलेले. त्यांच्यादेखत कसं काय शिव्या देणार? म्हणून राग पोटात ठेवून, आतल्या आत दात खात नि मनातल्या मनात त्याचा कान धरून इच्च्याला म्हणालो, "अरे विष्णू, असं पाहुण्यांच्या देखत (वांडरासारख्या) उड्या मारू नयेत बाळ. जा बघू आत. चड्डी घालून घे जा."

"अं ऽ ऽ! मी न्हाई जा!" गोडीगुलाबीनं बोलल्यावर ते जास्तच लाडात आलं.

"आता जातोस का न्हाई? का..."

तोवर मी जीभ चावली नि पुढचे शब्द गिळून टाकले... इतक्यात बाकीची तीन-चार कार्टी उठून तशीच पारोशा तोंडानं उघडी-नागडी पळत बाहेर आली.

बाहेर कुणी तरी बोलायला आलंय असं कळल्याबरोबर त्यांना येऊन पाहुण्याकडं बघत बसायला चेव येतो. बरं नुसता बघत बसत नाहीत, तर ह्या खुर्चीवरून त्या खुर्चीवर, दिवाणावरनं जमिनीवर विहिरीत उड्या मारल्यागत उड्या मारून दाखवितात.

आलेल्या पाहुण्यांना अहो-जाहो म्हणायची त्यांना सवयच नाही. कुणालाही अरे-तुरेच म्हणतात, मलाही अरे-तुरेच.

किती वेळा सांगितलं तरी त्यांचं वळण काही जात नाही. त्यात पुन्हा शेंबूड वगैरे आला तर दाराच्या पडद्यांना, गादीच्या बेडशीटला, नाही तर खुर्च्यांच्या हातांना सहज पुसून टाकतात. बरं मीही कित्येक वेळा त्या त्यांच्या वागण्याकडं दुर्लक्ष करतो. पण आज मोठे पाहुणे आले होते नि मला माझा मोठेपणा निदान टिकवून तरी धरला पाहिजे होता. नाही तर येणारी पिच्चर्स बोंबलायची (म्हणजे परत जायची!)

आज ह्या कार्ट्यांनी बंगल्याची नेमकी अब्रूच घालवायची ठरवलेलं दिसलं. सगळी एकजात कोळशागत झालेली. एकानंही आईचा रंग उचलला नव्हता. तशात उघडी-वाघडीच आलेली. लागली की डोंबाऱ्याच्या पोरागत नाचायला नि खेळ करायला.

एकजण उपासनी साहेबांच्या खुर्चीखाली जाऊन खुर्चीला खालून खाजवायला लागलं. खुर्चीचा टर्रटर्र आवाज खालून होई, तशा उपासनीसाहेबांना गुदगुल्या होऊ लागल्या नि ते अस्वस्थ झाले.

बरं मुलांना त्यांच्या वृत्तीप्रमाणे खेळू-बागडू दिलं पाहिजे ही श्रीमंत चाइल्ड-सायकॉलॉजी मला ठाऊक असल्यानं मीही थोडा वेळ दुर्लक्ष करण्याचा प्रयत्न केला. पण ती शेवटी जास्तच डोक्यावर बसू लागली. (म्हणजे खुर्चीखाली बसू लागली.)

शेवटाला एकेकाचं बखोटं धरून आत नेली नि निजायच्या एका खोलीत म्हणजे एका बेडरूममध्ये कोंडून घातली नि बाहेर आलो.

"हं काय उपासनीसाहेब, चहा घेणार की कॉफी? का ब्रेकफास्ट घेणार?" इक्वल लेव्हलवर मी बोलू लागलो.

"ब्रेकफास्ट मी अगदी उशिरा घेतो. आता फक्त कॉफी घेऊ... साखर कमी."

आत जाऊन मी तिला ऑर्डर दिली.

"दोन कप कापी कर. साखर अजिबात घालू नगं. नुसतं दोन चमचं टाक. आगदी मोजून दोन बारकं च्याचं चमचं. न्हाईतर आमटीचं दोन चमचं टाकशील. साहेबास्नी साखर चालत न्हाई. काय?" तिच्याबरोबरचं माझं बोलणं अगदी मायबोलीतनं येतं.

"बरं बरं कळलं. एवढं बोंबलून बोंबलून सांगायला का मला कळत न्हाई. जावा तिकडं कापी झाल्यावर हाळी मारती."

"तूच घेऊन ये की! (तुझ्या आयला!)" माझा आवाज चढला. "जरा सहावारी नेस, स्नो-पावडर लाव. ट्रेमधी कापीच्या कपबशा ठेव नि ये की घेऊन."

"काय याड लागलंय का खूळ? अजून सैपाक आवरायचा हाय. आंघूळ करायची हाय. आंघूळ करायच्या आधी खळणं लुगडं नेसून सुनो-पावडर लावून येऊ म्हनता? सकाळी सकाळी नटून बसायला हे घर का कळवातणीचं हाय का जोगतिणिचं? गऽप गुमान हाळी मारल्यावर कापी घेऊन जावा. उगंच नखरा नगं."

तोंडात चपराक मारल्यागत मुकाट बाहेर आलो... होय. आता पाहुण्यांच्या देखत भांडणं नकोत. भोवतीच्या संस्कृतीला शोभूनही दिसणार नाही ते.

कॉफी घेत असतानाच बेब्या आणि दिलीपकुमार बागेतनं आली नि तशाच खराब पायांनी पाहुण्याशेजारच्या खुर्चीवर जाऊन पाय वरती घेऊन खोक्यावर बसल्यागत बसली. खुर्च्यांच्या गाद्यांना काल नुकतेच इस्त्रीचे अभ्रे घातले होते. लाख मोलाचे अभ्रे; पण पोरं आपली बसली की पाय वरती घेऊन.

आता पाहुण्यांच्या देखत बोलायचं तरी कसं? म्हणून डोळे वटारले. बोटांनी पाय खाली घेण्याविषयी खुणा करू लागलो. पण त्यांना ते काही कळेचना.

ती जास्तच येडबडून खुर्चीच्या खाली किंवा खुर्चीवरच्या गादीखालीच काही आहे की काय ते बघू लागली. पाय जास्त जास्तच वरती घेऊ लागली; तसा माझा जीव जास्त जास्तच तळमळू लागला. आमच्या चाललेल्या डोळ्यांच्या खुणा, ओठांचं चावणं, हातांची हालचाल पाहुण्यांच्याही लक्षात आली नि तेही गोंधळून मुलांकडे नि माझ्याकडे आळीपाळीने पाहू लागले. शेवटी न राहून मीच हळूच उठून "बेब्या, पाय असे खाली घ्यायचे" म्हणून माझ्याच हातांनी त्यांचे पाय खाली हिसकले आणि खाली घेता घेता त्या दोघांच्या पायांना खच्चून चिमटा घेतला. बेब्याने तो सोसला; पण दिलप्या विंचू चावल्यागत किंचाळला नि नाचायला लागला.

शेवटी त्याने पाहुण्यांच्या देखत माझी अब्रू घेतलीच. जास्तच नाचायला लागला म्हणून दोन थोबाडात दिल्या. म्हटलं आता अशीही अब्रू गेलीच आहे नि तशीही अब्रू गेलीच आहे. तर पोराला तेवढ्यात धडा शिकवून घ्यावा.

कॉफी पिऊन शेवटी मॅनर्स म्हणून मी बंगला दाखवायचा विधी आयोजित केला.

"नवा बंगला पाहा ना आमचा." म्हणून मी उठलो.

"ओऽ येस" म्हणून उपासनी पायांतले बूट काढू लागले.

"आसू देत, असू देत बूट. आमच्या बंगल्यात तसे काही सोवळं पाळत नाही आम्ही." मॉडर्नपणाची एक खूण म्हणून मी बोलून गेलो, तर उपासनींनी बूट तसेच ठेवले. मी त्यांना आमचे खास संगमवराच्या टाईल्स घातलेले खास संडास नि बाथरूम प्रथम उघडून दाखवले. आतली सगळी व्यवस्था त्यांना फारच पसंत पडली. बाथरूममध्ये झोपूनसुद्धा आंघोळ करता येईल एवढी प्रशस्त जागा होती. ती पाहून ते खूष झाले.

"छान आहे हं. प्रशस्त आहे."

"म्हटले करायचे करून हलके-सलके का? एक एक वक्ताला दोघा-दोघांनी आंघोळ केली तरी चालावं. म्हणून हे एवढे प्रशस्त बांधून घेतले."

पोरं काल सुटी असल्यानं बागेतनं घरात नि घरातनं बागेत दिवसभर नाचली होती. त्यांच्या ओल्या पायांचा चिखल नि वाळू बंगलाभर टाइल्सवरनं पसरली होती. बायकोनं तर अगोदरच माझ्याबरोबर ठराव केला होता की "मी काय ह्या बंगल्याची फरशी रोजरोज धूत बसणार न्हाई, कवा तरी म्हैन्या-पंधरा दिवसांतनं एकदा सवड झाली तर धुईन."

त्यामुळे बंगल्यातली वाळू नि चिखल उपासनींच्या बुटांना थोडा थोडा चिकटत होता; हे माझ्या लक्षात आलं आणि त्यांच्याही ते लक्षात आलं. पण ते आपले सिनेमातले कृत्रिम हास्य तोंडावर ठेवून हिंडत होते. त्यांना नंतर आमच्या दोन्हीही बेडरुम्स दाखविल्या. तर तिथली कातरं-बोतरं, मळकी कापडं तशीच ढीगभर पडलेली. मला बायकोचा असा राग आला; पण करणार काय? उपासनीसाहेब तर समोरच. म्हणून त्यांना बेडरून दाखवता दाखवता मी नुकतेच घेतलेले, दीड हजाराचे भारीपैकी गोदरेज कंपनीचे कपाट उघडले नि समदी मळकी कापडं, आंथरूणंही (चादरी, पासोड्या इ.) गोळा करून त्यांत कोंबली नि ते पटकन बंद करून टाकलं. मग कुठं बेडरूमला बेडरूमचं रूप आलं; म्हणजे नुसत्या गाद्या तेवढ्या पसरलेल्या तशाच पडल्या.

बुटासकट खाली आंथरलेल्या गाद्यांवरून उड्या मारत, कधी एखादा पाय गादीवरच देत उपासनीसाहेब बाहेर आले. मग स्वैपाकघरात त्यांना घेऊन जाऊ

लागलो. हेतू असा की प्रशस्त डायनिंग टेबल-सेट, नवा फ्रीझ, गॅस, काचेच्या कपाटात ठेवलेल्या निरनिराळ्या डिशिस नि सेट्स त्यांना दाखवावेत.

स्वैपाकघरात घेऊन गेलो तर तिसराच सिनेमा उपासनींना दिसला. बायकोला बसून स्वैपाक करायची सवय. ह्या बंगल्यात आल्यापासनं ती सवय घालवण्याचा मी प्रयत्न करीत होतो. स्वैपाकाला भक्कम ओटा बांधून घेतलेला. त्याच्यावर गॅसच्या दोन शेगड्या फिक्स केलेल्या.

तर स्वैपाक करणारी माझी बायको ओट्यावर जाऊन दुसऱ्या मजल्याच्या गच्चीत वसल्यागत बसलेली. दोन्ही पायांत परात चापून धरून दोन्ही हातांनी भाकरीचं पीठ घसाघसा मळत असलेली. लुगडं खोचून गुडघ्यापर्यंत वर घेतलेलं. झिंज्या अधनंमधनं पुढं येत होत्या. त्या सारख्या मागे सारण्याच्या गडबडीत नेमकं तिच्या नाकाच्या शेंड्याला भरपूर पीठ लागलं होतं. त्यामुळं सर्कशीतल्या विदूषकाची आठवण होत होती. पण मलाही काही बोलता येईना. कारण बरोबर उपासनीसाहेब. कल्चरचा प्रश्न होता, म्हणून गप्प बसलो.

"ह्या माझ्या मिसेस." कल्चरचा प्रश्न म्हणूनच तशातही ओळख करून दिली.

"नमस्ते वहिनी. काय स्वैपाक चाललाय?"

"व्हय. हे बघा की आमच्या साहेबानं काय करून ठेवलंय. मी म्हणत हुती असलं वटा-बिटा बांधायचं सोंग करू नका. मी आपली खालीच स्वैपाक करत जाईन. तर ह्यांनी ह्यो उच्च वटा बांधून ठेवला. आता झाडावर बसून भाकरी केल्यागत हुतंय बघा मला."

उपासनीसाहेब हसले. मी तिच्या बोलण्याकडे दुर्लक्ष करून इकडं-तिकडं बघितलं तर सगळ्या स्वैपाकघरातनं लिंबू, टोमॅटो, कांदे, भाजीसाठी आणलेली वांगी घरंगळून चारी दिशांना पडलेली. फ्रिझ दाखवायला उपासनींना नेलं तर एक टोमॅटो सरळ त्यांच्या बुटाखाली आला नि त्याचा चीत्कार त्यांच्याच पँटवर उमटला.

"सॉरी हं. सावकाश या."

"हे असं का सगळं घरभर इसकटलईस गं?" माझा सौ. ला संस्कृती संभाळणारा सौम्य प्रश्न.

"पोरगी रडाय लागली होती म्हणून तिला काय तरी खेळायला म्हणून दिलं तर तिनं घरभर इसकटलं... तुम्ही स्वैपाकघरात पाव्हण्यांस्नी घेऊन कशाला आलायसा सकाळी सकाळी? जावा की तिकडं." तिनं तावातावानं दाणदिशी तव्यात भाकरी टाकली.

मी तिकडं नेहमीप्रमाणे दुर्लक्ष केलं. उपासनीसाहेब डोळे मोठे करून मजेशीर हसले. फ्रीझपाशी आलो तर फ्रीज उघडाच.

"आणि ह्यो फ्रीजबी उघडाच टाकलाईस व्हय. (तुझ्या भणं?)"

"असू दे तिकडं. सारखा किती झाकायचा नि उघडायचा त्येला. स्वैपाक झाल्यावर सावकाशीनं झाकीन म्हणं एकदमच."

"शाणी हाईस. त्यो कायम झाकून ठेवायचा असतो." असं म्हणून मी तो झाकायला गेलो तर त्याच्या मुठीला शेरभर ओलं पीठ चिकटलेलं! माझा सगळा हात बरबटून निघाला. फ्रिझवरच पडलेल्या तिच्या पातळाला मी तो चटकन पुसून घेतला. फ्रीझमध्ये काहीच नव्हतं. मोकळाच पडला होता म्हणून शेजारचे कांदे, बटाटे, वांगी उचलून त्यात टाकली नि तो झाकून टाकला. पहिल्यांदा पहिल्यांदा तर ते तिला जेवण ठेवायचं कपाटच वाटलं. म्हणून ती भाकरी, भात, आमटी वरच्या कप्यात नि खालच्या कप्प्यात पिठाचे डबे, चटणीमिठाच्या बरण्या, विळी, कोयती ठेवून टाकत होती. तिला सगळं समजून सांगितल्यावर मग कुठं लक्षात आलं. तरीही अधनं-मधनं एखादी चटणी-मिठाची बरणी आत जाते नि भाजीपाला फ्रिझच्या डोक्यावरच्या शिबड्यात जातो.

"छान आहे फ्रीझ. फ्रीझ असला म्हणजे बरं असतं." उपासनी.

"तर. कधीही भाजीपाला, इतर वस्तू आणून ठेवल्या की आठ दिवस बघायला नको." मी.

खरं म्हणजे जवळच ताज्या भाजीपाल्याचं मार्केट होतं. तरीही फ्रीझ आसल्यामुळं आम्हांला चार-पाच, चार-पाच दिवसांचा भाजीपालाच झक मारीत म्हणजे आपलं नाइलाजानं खरेदी करायलाच भाग पडायचं. बरं खरेदी केली तरी बायको पुन्हा ती उघडझाकीची सारखी दगदग नको म्हणून स्वैपाकाच्या वेळी सगळ्या वस्तू फ्रीझबाहेर काढून तशाच ठेवत असे. कधी मग दुपारी आठवण झाली तर सगळ्या वस्तूंचा आत ढीग करून टाके नि फ्रिझचं तोंड बंद करत असे. एवढा मोठा फ्रीझ मोकळाच पडलेला पाहून माझा जीव तळमळायचा. डोकं तापायचं. (क्षणभर ते तरी ठेवता आलं असतं तर बरं झालं असतं.)

फ्रिझ गिर्रगिर्र करून रातभर वाजायचा. बारकी प्रमिला रात्री उगीचच रडायला लागली की "गप बस की" म्हणून ही एक तिच्या पाठीत रपाटा घालायची. त्यामुळे ती जास्तच भोकाड पसरायची. "आता गऽप बसतीस का? घालू तुला त्या फिर्झात. फिर्झातला बाबा कसा गुरगुर करतोय बघितलास काय त्यो–" अशी तिनं भीती दाखवली की प्रमिलाही गप्प बसायची. निदान प्रमिलाला गप बसवायला तरी बायको फ्रीझचा उपयोग करून घेत आहे, याचं मला समाधान होत होतं.

स्वैपाकघरात दुसऱ्या शेगडीवर एकदम काही तरी उतू गेले नि शेगडीवर सांडले. भरपूर धूर होऊन करपट वास आला नि आम्ही नाक दाबून धरून बाहेर गेलो.

"ह्या गेसनं तर माझं डोसकं कामातनं गेलंय. शेगडीवर काय ठेवलंय ते ध्येनातच ऱ्हात न्हाई. उतू गेल्यावर मग कळतंय. स्टोवर आवाज हुतो तर कायतरी शिजाय टाकलंय ह्ये ध्येनात तरी ऱ्हातं." जाता जाता तिचं बोलणं आमच्या कानावर पडलं.

मधल्या मार्गात थोरल्या कार्ट्यानं पाणी सांडलं होतं. त्यात पुन्हा चिखुळलेल्या टाइल्सवरून उपासनीसाहेबांचा बूट सार्रर्र करून सटकला नि ते मधेच आडवे झाले. त्यांना धरून उठवताना मला घाम आला. ते बिचारे खरेच सज्जन. "असू द्या, असू द्या." करत उठले.

उठले ते पुन्हा काय दिवाणखान्यात बसायला तयार होईनात. त्यांचा सूटही भिजला होता. पोरेही त्यांची अचानक सुळकांडी उडी बघून बंगलाभर खी खी करत आरडाओरडा करत होती. एकमेकांचे चिमटे घेऊन किंचाळत होती.

"अच्छा ढमालेसाहेब! चलतो मी. आता तुम्हीच उद्या ऑफिस सुटल्यावर आमच्याकडे या. थोडे काम आहे."

"अलबत येईन. काही नवीन प्लॅन?"

"म्हणूनच बोलावतो आहे. काही डिस्कस करू."

"अलबत म्हणजे शुअर!"

उपासनीसाहेब गाडीतून निघून गेले. मला जरा मोकळे वाटले. अवघडून गेलो होतो, पोरांनी नि बायकोनं बंगल्याच्या सगळ्या अब्रूचं वाटोळं केले होतं; त्यामुळं डोकं गिरमिटल्यागत होत होतं. काही तरी राहिल्यागतही वाटत होतं. आठवण झाली नि अंगावर घातलेला नाईट ड्रेस काढून खोपड्यात टाकला. तंबाखूची मिसरी पुन्हा हातावर घेऊन कुस्करली. निवडून काढली नि दात घासत बागेत सटकलो.

मोकळं मोकळं वाटू लागलं. मिसरीचा तोबरा भरीन तसं डोकंही हलकं हलकं होऊ लागलं... एखाद्या मळ्यात फिरावा तसा बागेत लावलेल्या मिरच्या, भेंड्या, भोपळा, दोडके यांच्या वेलावरून फिरू लागलो.

आयला! एवढा ह्यो माझा बंगला बांधला. ज्ञान्या ढमाल्याचा ज्ञानेश्वर ढमाले (साहेब) झालो. तरी खेडेगावची सवय काही जात नाही.

तोवर बायकोनं स्वैपाकघरातनं हाक म्हणजे हाळी मारली. 'तोंड खळबळा नि न्ह्यारी करा या आता. उटलं-सुटलं की दातच घासायचं. गावाकडची सवं काय जाईत न्हाई. एवढं घासायला काय सोनं लागलंय त्या दातांस्नी?"

तिची ही गावरान हाक ह्या डावाला बरी वाटली.

"ह्यो आलो न्हवं का." अगदी मूळ भाषेत बोललो. मिसरीचा शेवटचा बोकना मधल्या बोटावर घेऊन दाढेत कोंबत आत सटकलो.

■

उखाणा

नेहमीप्रामणं दोन-चार माणसं आली. त्यांनी गुंडाप्पाकडची कडक तंबाखू मागून घेतली. त्याच्याच चिलमीत भरली. आणि आपण काडी लावून चौघांनी तिची चव घेतली. झुरक्यांवर झुरकं पोट भरूस्तवर मारलं. आणि खरकटी चिलीम त्याच्या स्वाधीन करून ती उठली.

नेहमीप्रमाणंच काडी लावता लावता त्यांनी ठिणगी टाकली होती. त्या ठिणगीनं गुंडाप्पा पुन्हा एकदा आत-बाहेर जळून राख झाला..आपलीच चिलीम, आपलीच कडक चवीची तंबाखू. आणि हे भडवे स्वत:ची तलफ भागवून घेत्यात. माझ्या हातात इटाळलेली छापी.– आपल्याच मालकीचा समोरचा फुलाचा ढीग आपल्याच देखत कोण तरी लुटून नेतंय, असं त्याला वाटू लागलं.

फुलं विकत न्यायला एक तरणा पोऱ्या आला. त्यानं एक चांगलं फूल उचललं हुंगलं आणि त्याच ढिगात टाकून दिलं.

"वासाची फुलं नाहीत का?"

"न्हाईत. फुलं तशी हुंगून टाकू नगं बाबा ढिगात."

"का?"

"देवासाठी आणल्यात ती."

"देवासाठी हाईत व्हय?– मला वाटलं देवीसाठी असतील." टिंगल करत पोऱ्या देवाकडं पाठ फिरवून निघून गेला.

त्यानं ते हुंगलेलं फूल हळूच बाजूला काढून टाकलं. माणसं कशाचं काय करतील काय सांगवत न्हाई.

फुलाचा मालक आतल्या आत जळू लागला. मघाची ठिणगी त्याच्या मनात फुलली. हुंगून जातंय म्हंजे काय? जीव घ्यायला पाहिजे असल्याचा... बायकू असली तरी काय झालं?– राखण असूनही कुणी तरी फुलं चोरून न्यावीत तशी

त्याच्या मनाची तळमळ चालू होती.

"बेल आणि फुलं द्या एक रुपयाची." समोर नवरा-बायको उभे होते. संध्याकाळ करून देवाला आलेले.

त्यानं बेल-फुलं दिली. पैसे घेतले. आणि देवळाकडे जाणाऱ्या त्या जोडीकडं बघत राहिला. दोघे बरोबरीनं चालत होते, एकमेकाला जरासुद्धा मागंपुढं सोडत नव्हते.

....आपून मातूर बायकूला गावभर गवळण करून सोडलीया. मी कोल्हापुरात अंबाबाईच्या देवळाम्होरं नि बायकू लोणी भरत पाच-सात खेड्यावर भटकती. काय करतीया कुणाला दखल? माणसं सांगत्यात ते खरंबी असायचं. लईदा सांगिटलं. त्यातलं एखादं तरी खरं असंलच की. बायकांची जात, पाऱ्यागत मन असतंय त्येंचं. कुणी इस्वास धरावा? पाळत ठेवली पाहिजे. गळ्यातला लोढणा असतोय त्यो. जड असला तरी गळ्यात बांधून घेऊनच हिंडलं पाहिजे ह्या समोरच्या बापयागत.

तास-रात झाली. दीसभर त्याचं मन अनवाणी पसरलं होतं. उनात घातलेल्या धुण्यागत त्यानं पसरलेली बेलफुलं गोळा केली आणि गावची वाट धरली. कोल्हापुरापासून आठदहा मैलांवर चिंचगाव. दोन तासांची वाट होती. रोज चिंचगावासनं तो बेलफुलं घेऊन कोल्हापूरला यायचा. अंबाबाईच्या देवळासमोर रस्त्याच्याकडेला बसायचा. आणि दीस मावळेपर्यंत धंदा करून परत घरला फिरायचा.

बायको लोण्याचा व्यापार करत होती. गावात चार बायकात ठळक दिसायची. गव्हाळ रंगाची, पान खाणारी, कपाळ भरून तांबडं भडक कुंकू लावणारी, हिरव्या गोंदणाच्या पुणेरी चोळीवर पायांच्या घोटापर्यंत लुगडं नेसायची. दंडात सुटे पैसे खोवलेले. अटकर घोटीव बांधा रेखाटल्यासारखा. डोक्यावर लोण्याचा डबा घेऊन हिंडायची. सांगेल तो भाव मिळायचा. पानाबरोबर बोलणं रंगवत लोण्याचं माप लोकांच्या पदरात पडायचं. पैसे गोळा करून जायची. माणसं मोठ्या आनंदानं महागाचं लोणी पारूची आठवण काढून मिटक्या मारत खायची.

रातच्या जेवणाच्या टिपणाला गुंडाप्पा घरात आला. फुलांच्या ढिगावर पाणी मारून त्यानं ती खोपड्यात ठेवली. पटका काढून डोईचा घाम पुसत आत गेला. आतल्या चौकटीला टेकून म्हातारी ध्यान धरल्यागत बसली होती. तिला ओलांडून तो पुढं गेला. काहीच बोलली नाही. तोही काही बोलला नाही. बोलून काही उपयोग नव्हता. म्हातारीला कमी ऐकायला येत होतं आणि डोळ्यांची भिंगं मोतीबिंदूनं निकामी झाली होती.

"साखऱ्या आणलासा काय?" तव्यात सांडगं तळणारी पारू गुंडाप्पाकडं बिनबघताच म्हणाली.

"न्हाई."

"आणायला सांगितला हुता न्हवं?"

"व्हय; पर ध्येनात ऱ्हायलं न्हाई. उद्याच्या पुरता गुळाचा च्या कर म्हणं."

"तुम्हांस्नी गुळाची चव तीच नि साखऱ्याचीबी चव तीच." व्यापारात वरचढ झालेली पारू त्याच्या भावना कवाकवा तुडवून बोलायची. "खरं घराकडं लोण्यासाठी माणसं येत्यात, कोण मोठं असतंय, कोण तालेवार असतंय. त्यांस्नी साखऱ्याचा च्या द्यायला नगं?" तिच्या तोंडाची दिमडी खणखणत होती.

"आगं, लोण्याला आलेल्या माणसांसनी च्या-पाणी कशाला करायला पाहिजे?"

"नगं करायला? अडी-अडचणीला उपेगी पडत्यात. कवा आगाऊ पैसं धंद्याला मागितलं तर देत्यात. एखाद्या वक्ताला च्याच काय लोणीसुद्धा तसंच मागितलं तर खायला दिलं पाहिजे. धंदा हाय ह्यो. तुम्हांस्नी त्यातलं काय कळायचं न्हाई."

"मला त्यातलं काय कळायलाबी नगं नि कायबी नगं. तूबी त्यो धंदा बंद करून टाक आता."

"आणि?" गावाला लोणी वाटणारी पारू म्हणाली.

"आणि चल माझ्याबरोबर. बेल-फुलं दोघंजणं मिळून इकू या. उंडग्या ढोरागत उगंच 'लोणी घ्या लोणी' करत गावं फिरायला नगंत."

"बरं सांगतासा की. त्यो बेलाचा पाला इकून पोटं भरणार हाईत व्हय आमची? शिळी झालेली फुलं म्हस तरी खातीय का? त्यो धंदा तुम्हीच करा नि दात कोरून पोट भरत बसा. लोण्याच्या धंद्यासारखं सुख हाय का कशात?"

पारूचं म्हणणंही खोटं नव्हतं. ती गुंडाप्पाच्या घरात आल्यापासनं त्याचं नशीब सकाळचं ऊन पडल्यागत उघडलं होतं. पाच-सहा वर्षात त्यानं घर घेतलं. म्हातारीला एक म्हस घेऊन दिली. झाकण्या-गाडगी फोडून तांब्या-पितळेची भांडी घेतली. खेड्यात असून घराच्या सोप्याला आतनं पिवडीचा रंग दिला. राम-लक्ष्मण, सीता, पाच पांडव, राधा-कृष्ण, शिवाजी महाराज, काठी घेतलेले गांधीजी यांचे फोटो विकत आणून लावले. गुळाचा चहा बंद करून साखरेचा चहा सुरू केला. जाणाऱ्या-येणाऱ्या माणसांसाठी पानाचा डबा ठेवला. मूलबाळ सोडलं तर दृष्ट लागावी असा संसार चालला होता.

खरं घराला घूस लागली होती. घराचा पायाच भुसभुशीत होता. त्यामुळं घुशीला वाव झाला. रोज रात्री ती यायची नि सगळी जमीन नि भिंती आतनं पोखरायची. वरवर चांगलं दिसणारं घर आतनं पोकळ झालं होतं. गुंडाप्पानं कितीदा तरी दगड घालून आपल्या घराची भोकं बुजवली. पण इकडचं भोक बुजवलं की तिकडं भगदाड पडायचं. कावकिक्क येऊन गेला होता. त्यानं सापळं लावलं, विषारी गोळ्या ठेवून बघितल्या. एकदा-दोनदा तर तिच्या पाळतीवर राहून बघितलं. पण घूस काय सापडली नाही. रातचं माणसं यायची; 'इकडनं पळाली, तिकडनं पळाली'

म्हणून सांगायची. पण त्याच्या तडाख्यात ती काय मिळायची नाही. त्याचा स्वभावही जरा ढिला. महिना दोन महिने बिळं लिंपून लिंपून त्याला काव आला की मग तो एक-दोन दिवस घुसीची राखण करून बघायचा. दोन दीस घूस नाही गावली की तिचा नाद सोडून देऊन आपल्या उद्योगाला लागायचा.

"वाढ मला."

"थांबा घटकाभर. सांडगं तळून घेती. भातातलं पाणी अजून आटायचं हाय. तवर तेवढी म्हशीची धार काढून घ्या."

"आजून धार काढली न्हाई म्हशीची? काय गं काय करत हुतीस एवढ्या उशीर?"

"कदमाचं शामराव आलं हुतं. बसली हुती घटकाभर बोलत." तळलेल्यातला एक पांढरा शिप्पूर सांडगा तोंडात टाकत पारू म्हणाली.

"कदमाचा शामराव कोण?"

"माझ्या गावाकडचं."

"तुझ्या गावाकडचं व्हय, मग जेवण तरी कशाला करायचं? तसंच बसायचं बोलत, पान खाईत."

"तर काय तुमच्यासारखं? कवा तरी चार माणसांत बसू ने हुतासा? सदा आपला येपार झाला की हुंबरा धरून तान्या बाळागत बसतासा, चार माणसांत उठावं, बसावं. वळखी वाढवाव्यात... कवाबी उपयोगी पडत्यात माणसं."

"खरं हाय. कासंडी दे हिकडं. धार काढतो."

त्याला माणसांत उठाय-बसायचं ठाऊक नव्हतं. आपण भलं, आपलं काम भलं. पारूनं मात्र अनेक माणसं गोळा केली होती.

तो धार काढायला गोठ्यात गेला नि पारूबाईला बाहेरनं हाक आली.

"पार्वतीऽअऽ"

"हाय याऽ." तव्यातलं सांडगं फुललं होतं.

पांढऱ्या धोतरा-कुडत्यातला एक माणूस आत आला.

"काय हो सखू दाजिबा?"

"काय न्हाई, आलो हुतो सऽ ज."

"तरी काय तरी काम असंलच की."

"दूध हाय का?" सखूदाजिबाचं काम.

"दूध न्हाई. लोणी हाय. दुध कुठलं? एकची एक म्हस. तीबी आटत चाललीया आता."

"मग लोणी तर लोणी. उद्या सत्यनारायण हाय. तवा थोडं ताजं लोणी पाहिजे."

"ताजं पाहिजे."

"व्हय."

"मग उद्या सकाळी देती. देवाला फुलं पाहिजे असतील तर तीबी हाईत."

"फुलं नगंत. तुझा फुलाचा धंदा असता तर तीबी न्हेली असती."

"मग का ह्यो धंदा लोकाचा हाय?"

"तसं न्हाई. तुझा धंदा न्यारा. फुलांचा धंदा न्यारा."

पारू हासली. "बसा की. पान खावा."

पानाचा डबा घेऊन सखूदाजिबा बसले. पारू चौकटीला धरून उभी राहिली. म्हातारी जरा आतच सरकून भिंतीकडंला बसली. पारूबरोबर बोलत सखूदाजिबा सुपारी कातरू लागले.

"हे घे दूध." गुंडाप्पा हातात कासंडी घेऊन बाहेर आला नि सखू दाजिबांनी पानाचा तोबरा घशात टाकला.

"काय सखाबा, बरा आला हुतास?"

"अऽ लोणी पाहिजे हुतं."

"मग न्हे की."

"आता न्हाई. उद्या सकाळला ताजं ताजं पाहिजे. सत्यनारायण हाय." सखाबा धोतराचा सोगा धरून उठला. गुंडाप्पा दार लावायला गेला. दार उघडलं. दारातनं दिव्याचा उजेड बाहेर पडला... त्या उजेडात घूस इकडनं तिकडं पळाल्याची चाहूल त्याला लागली. आत येता येता तो पारूला म्हणाला, "इच्या भणं! घूस आली हुती बघ. दारं गच्च लावून घ्यावीत."

पारूचं तव्यातलं सांडगं करपलं होतं. त्यांचा करपट वास घरभर सुटला. नाक फेंदारत ती सांडगं काढत होती.

दुसऱ्या दिवशी गुंडाप्पा कोल्हापूरला गेला. आणि दुपारी चार वाजताच परत आला. त्याची बेल-फुलं घाऊक भावानं गेली होती. दारात आल्यावर त्याला कोणाचं तरी पायताण भिंतीकडेला आतल्या बाजूला असलेलं दिसलं. स्वैपाकघरातनं पारूही "कोण हाय ते?" करत बाहेर आली. आणि सोप्यात येऊन गुंडाप्पाला पाहून आश्चर्यानं म्हणाली; "दुपारीच कसं आलासा?"

"आलो झालं. ठोक भावानं फुलं घाटली." इकडं तिकडं बघत तो म्हणाला; "तू गेली न्हाईस वाटतं आज लोण्याला?"

"गेली हुती की. तुमच्या फुडंच मीबी आली."

त्यानं पुन्हा एकदा पायाताणाकडं बघितलं. त्याच्या मनातली ठिणगी घराएवढी झाली. दाराजवळची पायताणं घेऊन आपणाला कोण तरी खच्चून मारतं आहे असं त्याला वाटलं. चालण्यानं त्याला दरदरून घाम आला होता. डोईवरचा पटका

काढून आडव्या बोटानं त्यानं कपाळावरचा घाम निरपला. आणि हुश्श करून तो दाराजवळच बसला. वेळ साधून पारू त्याला म्हणाली; "आली थांबा हं. हात-पाय धुवायला पाणी घेऊन येती. च्याचं आधाण टाकती. हात-पाय धुऊन च्या घ्या."

सोप्याच्या दारात म्हातारी ध्यान धरून बसली होती. त्यानं तिच्याकडं एकदा बगितलं. मोतीबिंदू पडलेले तिचे डोळे खेळातल्या कवड्यासारखे लिकलिक हलत होते. सोप्यात घोंगडं आंथरलेलं होतं. त्याच्यावर पानाचे देठ खुडून टाकलेले शेंडे आणि बोटांचा चुना पुसलेल्या खुणा दिसत होत्या. घोंगडं सुरकुतलेलं होतं. पारू तांब्या घेऊन आली.

"घ्या हे पाणी."

"कोण आलं हुतं गं?"

"कोण नव्हतं बा."

"मग हे घोंगडं कुणासाठी हातरलं हुतं."

"हां हां! मिसाळाचा तुका हुता."

"कशाला?"

"सऽज आला हुता तुमची चौकशी करायला."

"माझी चौकशी करत आला हुता व्हय? मी बेल-फुलं घेऊन कोल्हापूरला जातोय ते त्याला ठावं न्हाई वाटतं?" त्याचं लोखंड आतून तापत होतं. पारू वरनं पाणी घालत होती.

"आता ते मला काय ठाव?"

"घरात दुसरं कोण हाय?"

"कोण न्हाईबा."

"मग हे पायतान कुणाचं?" त्यानं असं विचारताच तिचं लोणी पातळ झालं. दुधावरच्या सायीगत खाली पातळ नि वर घट्ट होऊन ती बोलू लागली.

"तुकाचंच जणू. इसरून गेला वाटतं."

"इसरून गेला? आगं, इसरून आतच ऱ्हायला असंल बघ. बघ बघ." त्याच्या बोलण्याला तिढं पडत चाललं.

"आता काय करू गंऽबाई! काय म्हणून तरी असला न्हवरा माझ्या नशिबाला आला असंल? आरं माझ्या भोगा ऽ! आता डोसकं तरी फोडून घेऊ काय गंऽ बाई?" तिनं दळण घातलं. पीठ पडायच्या घाईला आलं. कपाळावर हात बडवता बडवता तिनं सोप्याच्या दारातच दळणाची बैठक एक मांडी मोडून घातली. म्हातारी जरा आतच सरकली. गुंडाप्पा सरळ; बिनवळणाचा. दळणाचा बेत त्याला घटकाभर खराच वाटला. मनातनं तो हलला. पण तरीही तुकाचंच एक पायताण हातात घेऊन तो घरातनं हिंडला. प्रश्न अब्रूचा होता. कोण कुठं दडलंय का बघितलं. पण कुठं

कुणाची चाहूल आली नाही. घरातही अडगळीचं सामान बरंच होतं. जास्त हुडकाहुडकी केली तर उगंच आरडा-ओरडा व्हायचा. म्हणून तो दारातच एक काखवाव ठेंग घेऊन बसला. तिनंही डोळं पदरानं पुसत आवरतं घेतलं आणि प्रेमात पडायचा बेत करून चहा आणून दिला. त्यानं तो सोप्यात बसूनच घेतला.

तास निघून गेला. ती सोप्याच्या दारात बसून खाली बघत तांदळातलं खडं काढत होती. तो चौकटीशेजारी सहज ठेवल्यागत ठेंग उभं करून उंबऱ्यावर बसला होता. अधून मधून घरात बघत होता. सगळं घर सामसूम.

इतक्यात तुका बाहेरनं दारात आला. "इच्या भणं पायताण इसरूनच गेलो बघ. गडबडीत हुतो गा." एकाएकी दारात येऊन तुका बोलल्यावर त्याला चमत्कार वाटला. तरी त्यानं विचारलं, "घराकडं कशाला आला हुतास?"

"आलो हुतो सहज; तंबाखू वडायला. जरा घसा धरलाय गा. म्हटलं तुझ्याकडची कडक तंबाखू वडावी. तर तू घरात न्हवतास– कवा आलास?"

"आलो यायचं त्या वक्ताला. खरं, कोल्हापूरला मी दीसभर जातोय तुला ठावं न्हाई वाटतं?"

"ठावं असंना तर."

"मग?"

"मला वाटलं असतोस कवा-कवातर घरातबी. म्हटलं जाऊन सहज बघावं. वड तंबाखू आता तरी." तुकानं सरळ सारवण घातलं. पण गुंडाप्पाच्या मनाचं डिवाळ काय लिंपलं गेलं नाही.

"तंबाखू संपलाय गा. आणि कडक तंबाखू आता का गावात नुसती हितंच मिळतीया वाटतं?"

"बरं ऱ्हाऊ दे. ते पायताण तरी दे हिकडं."

गुंडाप्पाच्या मनात त्याला दोन-चार पायताणं द्यायची होतीच; पण डाव काही जमून आला नव्हता. नासला म्हणून त्यानं तुकाचं पायताण तुकाला दिलं.

पायात पायताण घालून तुका आपल्या घराकडं वळला. पाठमोरा होऊन लगालगा चालू लागला. त्याच्या पाठीवर गुंडाप्पाला तुरीच्या कोंड्याचा पाला चार-पाच जागी अडकलेला एकदम दिसला. त्याच्या डोक्यात पोतंभरून प्रकाश पडला.

चटकन तो परड्याकडं गेला. परड्याकडचं दार मोडकं होतं. परड्यातही शेंड होता. म्हणून ते दार कायमचं झाकून त्याला लागून पारूनं तुरीचा विकत घेतलेला गाडीभर कोंडा ओतला होता. दार बंद झालं होतं. आणि मोडकं होतं तरी परड्यातून बाहेर कुणी उघडण्याची भीती नव्हती.

तो कोंड्याच्या ढिगापाशी आला. दाराजवळचा पोतं-दीड पोतं कोंडा बाजूला ओढला होता. आणि दार हललेलं होतं... लाथा घालून भिंत पाडावी असं त्याला वाटलं.

“ह्यो कोंडा कुणी दाराजवळनं वडलाय ग?”

“अहो, घूस लागलीया. परड्याकडच्या दारानंबी सगळा कोंडा तिनंच उकरलाय बघा राती. माझं ध्यानच न्हवतं. कोंडा उकरून उकरून दारातनं बाहीर जाती वाटतं. आणि बाहीरबी सगळं किचकाट हाय. तिथं जाऊन बसत असंल.” पारूनं गणित सोडून दाखवलं. त्याला बरोबर हिशेब मिळाला... पण उत्तर चुकीचं होतं. ते त्याला खोडून काढता येईना. खुळ्या माणसानं एखाद्या शहाण्या माणसाला हातोहात फसवावं तसं त्याला झालं.

महिना असाच गेला. गुंडाप्पाचा संशय घरातल्या घुशीच्या बिळांइतका रोजरोज वाढत होता. अलिकडं तो मधेमधेच गावाकडं येत होता. बेला-फुलाच्या धंद्यात त्याचं ध्यान लागेना. कशीबशी पानं-फुलं देऊन तो लौकरच परतत असे. कधी कधी तर कंटाळा आलाय म्हणून घरातच राही. तसल्यात ठिणगीवर तेल पडलं. जरा जरा दिसणाऱ्या म्हातीरीनं त्याला कानगी केली... पत्त्या न्हाई ते कोण तरी येतंय. गमज्या करून च्या-पाणी पिऊन पोटं भरून जातंय.

पांढरं फुटायच्या आत तो उठला. फुलाच्या बागेकडं जायला त्यानं पाटी आणि धडपा काढला.

“ऐकू आलं काय गं?”

“काय ते?”

“मी आज आंबऱ्याच्या उरूसाला जाणार हाय.”

“आणि फुलं-पानं?”

“ती घालून येतो ठोक भावानं. नऊ-धा वाजूपतोर येतो. मला एक-दीड दिवसाचं जेवण करून ठेव. उद्या सांजचं परत येईन मी.”

“बरं.”

फुलं-पानं घेऊन तो कोल्हापूरहून आला. पारूनं त्याच्यासाठी स्वैपाक केला. दोन-तीन बचका चवळीची उसळ. थोडी भजी, आणि सातआठ भाकरी करून ठेवल्या. आणि ती लोण्याचा डबा घेऊन उद्योगाला बाहेर पडली.

गुंडाप्पा कोल्हापूरहून आला. पोटभर जेवला. त्यानं ठेवणीतला तांबडा कोशा पटका काढला. धोतर काढलं. जेवणाचं चवाड फडक्यात बांधलं आणि म्हातारीला कानात जरा मोठ्यानं काहीबाही सांगितलं.

तिनं आंधळी मान हलवून सगळं हूंऽ म्हटलं. आणि आपण रातचं पारू झोपती त्याच्या नेमकं वरच्या बाजूला माळ्यावर जाऊन बसला. हातात कुऱ्हाडीचा दांडा होता. भाकरीचं गठळं, पायातलं पायताण, ठेवणीचा पटका, धोतर सगळं वर नेलं होतं. नेहमीची कापडं खाली ठेवून दिली. वर जाऊन खुशाल वाशावर झोपला.

दुपार झाल्यावर पारू हिंडून आली. हातपाय धुऊन पहिल्यांदा तिनं चहा केला.

पिठाच्या डब्यात ठेवलेला बिस्किटांचा पुडा काढला. पाच-सहा बिस्कीटं आणि चहा हाणला. मग ताज्या भाताला डेचकं ठेवलं. खोप्यातनं आणलेला शेव-चिवड्याचा कागदी बंडल काढून कुरूकुरू खात बसली.

ताजा ताजा भात करून घेतल्यावर आणलेल्या ताज्या लोण्याचा लिंबाएवढा गटका सोडला. लोणी पाघळलं. तुपकट वास सुटला. म्हातारीचं नाक उगाचच हललं. गुंडप्पानं वरच्यावर दीर्घ श्वास सोडला. भात पारूच्या पोटात गेला.

पान खाऊन पारू बाहेरून एक चक्कर टाकून आली. बरीच मंडळी आली. तिनं साखऱ्याच्या चहाला आधण ठेवलं. विडं रंगून झाल्यावर गुंडाप्पाच्या दारातच चोथं थुंकलं. चुळा भरल्या आणि मंडळी चहाची वाट बघू लागली.

चहा आला. तोंड गोड करून नि पोटभरून गप्पा मारून सगळं निघून गेले. एकजण पाठीमागं येऊन जरा घोटाळून पुन्हा निघून गेला.

रात झाली. जेवणं झाल्यावर पारूनं विडा चघळला. घटकाभर कोरणं घालून दाढा कोरल्या. शेवटी म्हातारी नि ती दार झाकून आंथरुणावर पडली. उशाला पांढराधोट कंदील तसाच दणका जळत होता.

पारू सहज माळ्याकडं बघत होती. वाशातनं खाली चार-एक बोटं तांबड्या कोशा पटक्याचा शेवट आला होता. तिच्या मनात चमकलं. पण ती तशीच पडून राहिली. म्हातारी तशीच डोळं किलकिलं करून पडून होती.

पारूनं हिशेब काढला. म्हातारीला मोठमोठ्यान सांगू लागली. लोण्याचे पैसे किती आले नि किती गेले याचा जमाखर्च न कंटाळता म्हातारीला ऐकवू लागली. तिला काही थोडं ऐकायला येत होतं. काही थोडं न ऐकताच ती हूं हूं म्हणत होती.

तास-दीड तास तसाच काहीबाही बोलण्यात गेला. अकराचा सुमार. बाहेर दारावर टकटक असा आवाज झाला. पारू क्षणभर येडबडली. आवाज ऐकत स्तब्ध पडली. वर तांबडा शेमला रक्तात माखलेल्या कुऱ्हाडीसारखा दिसत होता... दारावरची टकटक वाढतच होती.

पारूनं दिवा एकदम कमी केला नि किवंड्या म्हातारीला ती मोठ्यानं बोलली,

"सासूबाई."

"का गं बाई?"

"तुम्हांस्नी एक हुमाण घालती. त्येचा आरथ बघा वळीखतोय काय."

"आगं, आता म्हातारपणी मला काय कळणार त्यातलं?... वकूत झालाय गप नीज आता. सकाळनं लौकर उठाय पाहिजे.

"नीजच येईना झालीया. त्येंनी घरात न्हाईत. जीव कसा धुगधुगायला लागलाय. तवा म्हटलं हुमाण तरी घालावं. उगंच जिवाची करमणूक तरी."

"मला काय कळणार हाय त्यातलं?"

"बघा तरी. हे बघा; 'तू आलास माझ्यासाठी; खरं वर बसलाय तुझ्यासाठी.' वळखा बघू काय असंल ते."

म्हातारीला तिनं ते मोठ्यानं दोनदा सांगितलं. रस्त्यावरनं जाणाऱ्या माणसाला उखाणा ऐकू जावा इतक्या मोठ्यानं बोलली.

ते ऐकून दारावरचा टकटक आवाज गेला. गुंडाप्पाच्या मनात एकदम धा-पाच सुरूंग खोलखोल उडाल्यागत झालं. त्यानं काठी हातात घेऊन धाडदिशी माळ्यावरनं खाली उडी टाकली आणि पारूचा बुचडा धरून विचारलं, "तुझ्या भणं बाहीर कोण आलं हुतं ते बऱ्या बोलानं सांग."

"कुठलं कोण? कोण न्हाई."

"मग दारावर टकटक आवाज कसला?"

"अहो, घूस आली असंल."

"मग तू तसं का म्हणालीस!"

"कसं?"

"तू आलाईस माझ्यासाठी; खरं वर बसलाय तुझ्यासाठी. कोण आलं हुतं तुझ्यासाठी?"

"अहो, सासूबाईस्नी हुमाण घाटलं हुतं मी."

"हुमाण न्हवतं नि काय न्हवतं. काय आरथ न्हवता त्येला."

"न्हवता कसा?" ती समजावून सांगू लागली, "अहो, गळाला बेडकी लावून पाण्यात सोडल्यावर दांडगा मासा तिला खायला येतोय. तवा ती बेडकी त्या माशाला म्हणती, 'तू आलाईस माझ्यासाठी खरं, वर बसलाय तुझ्यासाठी. वर गळ टाकून धरणारा बसलेला नसतोय?' " असं म्हणून तिनं त्यालाच स्पष्ट करून सांगितलं.

त्याचा दम एकदम ढिसाळ झाला. तरी बेतानं जाऊन हातात काठी घेऊन त्यानं झटक्यानं समोरचं दार उघडून बघितलं... एक घूस दारातनं पळून गेली. तिनं दारात भला थोरला उकीर काढून ठेवला होता.

■

वरात

दतवाडच्या जगदाळ्याची गाडी आता मनवाडच्या वाटेवरनं घुरळा उडवत कागल ते मनवाड येरझाऱ्या घालत होती. शामराव चौगुले ह्यानं आपली बैठकीची बैलगाडी मोडून ही गाडी घेतली होती. पैसाही भरपूर आला होता नि गाडी-बैलांचा कंटाळाही जगदाळ्यांची गाडी बघून आला होता. गुळाचा पैसा जास्त आल्यामुळं शामरावलाही असं वाटत होतं की, गावात एक 'आचीट' आणून आपली किंमत सगळ्या गावाला कळू द्यावी. जगदाळ्याची गाडी विकणार आहेत हे कळल्यापासून त्याच्या डोक्यात हा विचार, मोडकी गाडी कायम गॅरेजात पडून राहावी तसा बसला होता... गाडीच्या चाकापेक्षा जलद गतीनं त्याची कल्पनाचक्रं फिरत होती. गाडी वेगात चालली होती. घुर्रऽ घुर्रऽ घुर्र आवाज येत होता. हाऽहा म्हणता वाटेकडंची गावं मागं सरकत होती. बाणागत गाडी पुढं घोंगावत होती. वाटेनं पायी जाणारी माणसं म्हणायची,"शामराव चौगुल्याची गाडी गेली हं. फाकड्यानं बाऽच्या मागं नाव कमिवलं, पैसाबी रगडून कमिवला. गावात बडी आसामी हाय."... घसारतीला गाडीचा ब्रेक लागत नव्हता. पुढं पुढं नुसता रस्ता आणि चाकं नुसती फिरत राहिलेली. असं काहीतरी शामरावच्या डोक्यात रात-दिवस चालायचं. जेव्हा जगदाळ्याची गाडी त्यांच्या दारासमोर आली, तेव्हा ही चाकं बंद पडली.

जगदाळ्यांनी ही गाडी चुरशीचुरशीनं विकत घेतली होती. ही चुरस निवडणुकीच्या काळातली. विरोधी पार्टीनं महिन्याच्या बोलीनं एक टूरिंग भाड्याने आणून खेड्यापाड्यातनं फिरती ठेवली होती. म्हणून जगदाळ्यांनी ही सेकंड हँड वापरलेली गाडी विकत आणली.

गावोगाव सगळ्या गावात जगदाळ्यांच्या नावानं ही गाडी फिरवली होती. खड्डे-खळगे, ओढे-खोडे, दगड-धोंडे; सगळं खाऊन आणि झेलून हिचा देह उभा होता. हिनं अनेक वेदना सोसल्या होत्या. पूर्वीच्या मालकानं हिला पोटभरून वापरली

होती. जगदाळ्यांनी दर निवडणुकीत किल्ल्यासारखा उपयोग केला होता. पाच-पंचवीस लोक तिच्यात एका वेळेला बसायचे. वर-खाली झुरळाला मुंग्या चिकटल्यागत माणसं डसायची. माणसांचा एक ढीगच्या ढीग जादूनं चाललाय असं वाटायचं. पण मोटार आत असायची. ड्रायव्हर डोळं झाकून ती मारायचा. प्रतिपक्षाच्या गावात चुकून वादळ होऊन ढग जमले आणि दगडांचा पाऊस पडला तर ही मोटार आडोशासाठी जगदाळ्यांची माणसं वापरत. त्या पावसाच्या खुणा मोटारीवर अजून आहेत. गावोगाव पैसा उधळून आणि उडवून जगदाळे तोंडघशी पडल्यावर झालेला थोडा तरी खर्च भरून निघावा म्हणून त्यांनी ही मोटार शामरावच्या गोठ्यात नेऊन बांधली. आणि मनवाड ते कागल; अशा तालुक्याच्या गावाला कोर्ट-कचेऱ्यासाठी शामराव फेऱ्या करू लागला.

मनवाड ते कागल दहा-बारा मेलांचं अंतर. रस्ता मात्र पांद, ओढे, गाडीवाट, माळरान यांच्यामधनं जात होता. तरी तासाभरात गाडी मनवाडासनं कागलला जाऊन पोचत होती. एखाद्या वेळेस बंदच पडली तर अर्धा-पाऊण तास उशीर व्हायचा एवढंच.

दहा वाजून गेले होते. पांद सोडून मोटार माळ-रानावर घुसत होती. आत शामराव आणि शामरावाचा दोस्त मलगोंडा पान खात मजेत समोरचा रस्ता न्याहाळत होते. मारूती ड्रायव्हर डोळं चोळत मोटार मारत होता. शामरावाला आभाळात गेल्यागत वाटत होतं. पुढच्या निवडणुकीत निवडून आल्यावर माणसं त्यांच्या घरी रायधारेनं येताना त्यांना मोटारीत बसून दिसत होती. गावात लायकी भरपूर वाढलेली होती. मोटार ही त्यांची लक्ष्मी बनली होती.

“मलगुंड्या, केवढ्याला घ्यावी ही मोटार?”

मलगोंडाला काहीच अंदाज नव्हता; पण त्यानं डोकं लढवलं आणि सहज विचारलं,

“नवी मोटार केवढ्याला येती.?”

“पंधरा-सोळा हजार पडत्यात.”

“हॅऽऽण बडव! एवढं पैसे पडत्यात?”

“तर का फुकटात येतीया? ती का बैलगाडी हाय व्हय?”

“केवढं हो पैसे हे?”

“पर हिला किती पडलं असतील? ही तशी वापरल्याली हाय हं!”

“वापरल्याली हाय म्हणता तर मग पंधरा-सोळा हजारात धा-इस रुपय कमी पडलं असतील!”

“एवढंच?”

“लई लई तर पन्नास रुपय कमी असतील.”

"व्हय का न्हाई? तर हिला मी नुसतं सा हजार दिलं."

"नुसतं?"

"नुसतं. मग हाय का न्हाई लक्ष्मी चालून आलेली?"

"खरंच नशीब हं तुमचं. न्हाई तर असली मोटार काय हो मिळणार तुम्हांला सा हजारांला. आता नुसत्या चांगल्या बैलजोडीला दीड-दोन हजार पडत्यात. त्येंचा खर्च आणि न्याराच."

"तर. गाडी-बैल कवाबी तोट्यात असत्यात आणि मोटारीला जरी एकदम पैसा गेलेला दिसला तरी ती कवाबी फायदाच करून जातीया."

"असं?"

"तर. त्येचं असं असतंय; गाडी चालू असू दे न्हाई तर बंद असू दे; बैलांस्नी वैरण ही घालावीच लागतीया. मोटरीचं तसं न्हाई; चालू असली तरच कॅनमधलं पेट्रोल जातंय. आणि बंद असली तर पेट्रोलबी बंद."

"काम कर तवा खा, अशी गत हो."

"हां. आणि गाडीगत हिसकं बसत न्हाईत. हाडं दुखत न्हाईत. गादीवर बसून अंतराळी गेल्यागत... "

तंवर काय झालं कुणास ठाऊक? कुणालाच पत्ता न लागू देता मोटारीनं तीन पलट्या खाल्ल्या आणि गडद हात-पाय वर केलेल्या तान्या बाळागत चारी चाकं वर केली नि उताणी पडली. आत शामरावावर मलगोंडा आणि मलगोंडावर शामराव असं दोन-तीनदा झालं. एकमेकांवर आदळून मोटारीबरोबरच हाडं सैल झाली. ड्रायव्हर तर टेरिंगच्या सांदरीत दाराच्या चिरोंडीतल्या पालीगत सापडला होता. हळूच उलट्या मोटारचं दार निखळून शामराव नि मलगोंडा बाहेर आले नि त्यांनी ड्रायव्हरला ओढून काढला.

"असं कसं रं झालं?" धोतर झाडत शामराव ड्रायव्हरला म्हणाला. मलगोंडाच्या मानेजवळच्या डोक्याला झिणझिण्या येत होत्या, तोंड चोळत तो अं ऽ अं ऽ' करत गप्पच उभा होता.

"काय झालं मलाबी कळंना. बाजूच्या झाडांवर जाती असं एकदम मला वाटलं नि मी बिरेक एकदम दाबला नि डोळं झाकलं. डोळं उघडून बघतोय तर तीन कोलांट्या खाल्लेल्या."

"गांजा-बिंजा वडलाईस काय रं?" शामराव त्यातल्या त्यात चिडलेला होता.

ड्रायव्हरला ते विचारणं भीतीच्या पोटी खरंच वाटलं, "गांजा कशाला वडू? वाईच तंबाकूची गुळणीच मोटार मारता मारता पोटात गेली हुती. त्येन डोसकं मानगुटीवर नसल्यागत वाटाय लागलं."

"आता काय ह्या माळरानात बसून बोंबलायचं? कागलात माझी तारीख. गाव

ऱ्हायलं पाठीमागं.''

"बघू या सरळ हुतीया काय.''

"धर, तर धर. बसून बघू नगं.''

तिघांनी मिळून मोटार सुलटी करण्याचा प्रयत्न केला. पण मोटार डोल बाहुलीसारखी फक्त टपावर डोलत होती. इतक्यात दोघेजण वाटसरू आले. त्यांनी हात लावला. पण उपयोग होईना.

"कुठं चाललाईसा तुम्ही?'' शामरावनं एकाला विचारलं.

"कागलला.''

"किती वकूत लागंल जाऊन पोचायला?''

"हे ऽ तासभराची वाट हाय. लगालगा गेलं तर दीड तासांत माणूस कागलात जातंय्.''

"मग मलगुंड्या, मी असं करतो. ही कागद पत्रक घेऊन कागलला जातो. तवर तू गावाकडं जाऊन बैलगाडीतनं धा-पंधरा माणसं घेऊन ये. आणि मोटार एवढी सवंची करून गावाकडं न्ह्या. कसं?''

"बरं. आणि ड्रायव्हर?''

"ड्रायव्हर बसू दे की हितं राखणीला.''

"बरं.''

"मग जाऊ मी? उशीर हुईल मला. वकील वाट बघत बसला असंल.''

"बरं, जावा तुम्ही. हिकडची काळजी करू नका. सांजपतर मी मोटार न्हेतो गावात.'' ड्रायव्हरानं भरवसा दिला.

शामरावनं उलट्या मोटारीचं दार उघडून आतली तारखीची कागद-पत्रकं घेतली नि लगालगा वाटसऱ्यांबरोबर कागलाकडं तोंड करून पायी चालू लागला. रस्ता भराभर ओसरेच ना. लांब मैल-दीड मैल जाईपर्यंत शामराव मागे बघत होता. मोटार मरून पडलेल्या उताण्या किड्यागत दिवं वटारून पडली होती. जाणाऱ्या शामरावाकडं केविलवाणेपणाने ड्रायव्हरबरोबर बघत होती. शामराव मोटारीच्या टप्प्यातून आड झाला. मनमोकळेपणाने कागलची वाट जवळ करू लागला.

महिना-दोन महिने गेल्यावर मोटार रस्त्याने जाताना धुरळा आणि गुण जास्त उधळू लागली. मोटार चालवण्याची खाज असलेला ड्रायव्हर रिकाम्या वेळात तिला खोलून चार-चार तास बघत बसायचा. वर-खाली करायचा.

"ड्रायव्हर.''

"काय हो मालक?''

"जरा मळ्याकडं जाऊन म्हशीचं दूध घेऊन येतोस काय?''

"जरा मोटार खोलावी म्हणतोय हो.''

"का आणि?"

"गॅस लई धरतंय."

"मग धरंना."

"पेट्रोल लई जातंय मग त्येनं."

"हां हां. मग बघ काय होतं ते. पेट्रोलसाठी पैसा लई चाललाय अलीकडं."

पेट्रोलसाठी तर पैसा जातच होता. पण ओढ्या-नाल्यातनं आणि दगडा-धोंड्यांतनं चालून चालून तिची हाडं खिळखिळी झाली होती. त्यामुळं मोडतोड सारखी व्हायची. तालुक्यात जाताना चढ लागला की बंद पडायची म्हणून ड्रायव्हरने युक्ती केली होती. चढ आला का तो शामराव आणि त्याच्या दोस्तांना उतरायला सांगत असे. मग रिकामीच गाडी तो वेगाने चढ संपेपर्यंत नेई आणि पाठीमागनं शामराव-मंडळी चालतपळत येत. कधी कधी सपाट वाटेलाच खड् खड् खट् खर्र करून बंद पडे. मग दिवसभर वाटेवरच मुक्काम. तिची खोड ओळखलेला मारुती ड्रायव्हरही तिला न कंटाळता दुरुस्त करायचा.

हळूहळू वाटेवरचे मुक्काम वाढू लागले. ड्रायव्हरचा घाम पेट्रोलपेक्षा जास्त वाया जाऊ लागला. शामरावची कामं ज्या त्या गावात वाट बघत राहू लागली. घाईच्या कामाला मोटारीनं जाणं त्यांना परवडेना. म्हणून तो बैलगाडीनं भराभरा जाऊन तालुक्याची कामं उरकून येत असे. हळूहळू मोटारीची कामंही कोल्हापूरला निघू लागली. मग शामराव कागलासनं एस.टी. मोटारीने कोल्हापूरला जाई आणि आपल्या मोटारीसाठी लागणारं सामान विकत आणी. एकूण सगळं काम महागात पडत होतं.

असल्या गडबडीत चिंचलीची यात्रा आली. चाळीस-पन्नास मैलांचा प्रवास होता. शामरावची प्रत्येक वर्षाची यात्रा चुकली नव्हती. यात्रेला आलेली जनावरं बघण्यात आणि एखादं चांगलं जनावर प्रत्येक वर्षी खरेदी करण्यात त्याला अभिमान वाटायचा. पण ह्या वर्षी खरेदी नव्हती; कारण बहुतेक पैसा 'ह्या बयानं' खाल्ला होता. तरी यात्रेला जाऊन यायचंच; हा विचार पक्का झाला होता.

"शामराव, जायचं तर मोटारीनं जायचं."

"मलगोंडा, मोटार दगा देईल रं."

"काय हुणार न्हाई. एवढं का भ्यायचं? पाच-पन्नास रुपयाचं लागलं तर नवं सामान घालू या. पर मोटार बाहीर काढायची. शामराव, मोटार दारात उभी असून गाडीबैलं घेऊन जाण्यात भूषाण न्हाई."

मलगोंडाचं शामरावानं ऐकलं. ड्रायव्हरच्या सांगण्यावरनं शंभर-सव्वाशे रुपयांचं सामान आणलं. मोटारीला घातलं आणि यात्रेच्या दिवशी मोटार 'मायाक्काच्या नावानं चांगभलं' म्हणून बाहेर पडली. कागलला जाऊन पेट्रोल घेतलं. पेट्रोलचे पैसे

दिले आणि मोटार रस्त्याला लागली.

"ड्रायव्हर."

"आं."

"आणखी काय न्हाई न्हवं आता घ्यायचं?"

"न्हाई."

"असलं तर आताच सांग. न्हाईतर वाटंवर मधीच घोटाळा उडंल. कागलात हाय तंवर काय ते आठवून बघ."

'काय न्हाई आता. बेकाळजी मोटारीत खुशाल बसा. वाटलंच तर शेर-आडश्री चिरमुरं-फुटाणं घ्या आणि खाईत बसा."

"शामराव, उगंच आता घोळ नगं. ड्रायव्हर एवढं सांगतोय तर काळजी करण्याचं काय कारण? आणि देवाच्या वाटेवर गाडी हाय, त्या देवाला का डोळं नसतील?" मलगोंडा शामरावाच्या आधी गाडीत जाऊन बसत म्हणाला. शामरावही जरा गंभीरपणानंच गाडीत चढला.

मोटारीतल्या गप्पा रंगल्या होत्या. गाडी झकास चालली होती. शामरावची काळजी पार नाहीशी झाली. अधनं-मधनं दोन-तीनदा गावं लागतील तसा चहा घेतला. शामरावानं ड्रायव्हरला खुशीनं दिला. आणि चहा पिऊन गाडीत बसलेला ड्रायव्हर मोठ्या विश्वासानं शामरावला सांगत होता;

"मालक, आता दीड-दोन वर्सं गाडीला एक पैचा खर्च येणार न्हाई." ते ऐकून शामरावला बेफाम वाटत होतं.

"आज सांजचं मायाक्काला गेल्यावर तुला लाडू!"

ड्रायव्हर हसत होता. शामराव मलगोंडा तोंड रंगवत होते. गालात पानाचे बार भरून बोलत होते. हसत-खिदळत होते. गप्पा रंगल्या होत्या आणि अचानक फाऽट् करून मोठा आवाज झाला. सगळ्यांची तोंड पंक्चरली. कुंई कुंई करत ड्रायव्हरनं गाडी थांबवली.

"काय झालं रं?" शामरावचा ताठ झालेला चेहरा हळूहळू खाली येत सपाट बसला.

"चाक उडालं वाटतं." ड्रायव्हरनं दार उघडत खाली पाय ठेवला.

"बघ बघ त्येच्या आयला!" शामराव आतनंच म्हणाला. पाठीमागच्या चाकाची टायर उडून ती शेणाच्या पुवावर पाय दिल्यागत खाली बसली होती.

"मालक!"

"आ ऽ !"

"उतरा खाली."

मालक खाली उतरले. मख्खपणानं मोटर तशीच उभी होती.

"आता काय करायचं?"

"काय करायचं?"

"तेच म्हणतो– काय करायचं?"

"अर्धा-एक तास तिघेजण चाकाभोवती बसून राहिले. घरात मेलेल्या जनावराकडे ज्या करुण दृष्टीनं पाहावं तसं सगळेजण त्या चाकाकडे बघत होते. चाक गपगार. हूं की चूं न करता पडलं होतं.

"फुटक्या चाकावर जाणार न्हाई का गाडी?" मलगोंडाचं डोसकं.

"खुळं का काय." ड्रायव्हर हवा गेल्यागत हसला.

"मग काय करायचं?"

"दुसरा टायर आणला पाहिजे नि काय."

मधे माळरानात टायर उडाली होती. मागेपुढे गाव नव्हतं. म्हणून ड्रायव्हर नि शामराव निपाणीला चालत जायला निघाले. मलगोंडा मोटारीच्या राखणीला तिथंच बसला.

नवी टायर आणल्यावर दुसऱ्या दिवशी मोटार चिंचलीत जाऊन पोचली. यात्रा करून आणि दोन-अडीचशे रुपये फुकटात घालवून परत आली.

सुगी-सराईच्या आणि घाण्या-गुऱ्हाळाच्या दिसात शामरावला मोटारीने फार त्रास दिला. गडबडीच्या वेळी मोडतोड नेमकी कुठं झालेली आहे; ते कळायचे नाही. सुगी-सराईत हातात आलेला पैसाही त्यानं बराच मोटारीच्या चाकात, पेट्रोलात आणि लोखंडात घातला. पण सगळाच मातीत गेला. 'पाटाच्या लग्नाला नवीन हालगी नि परकूर नेसून केली पोरगी' अशी मोटारीची तऱ्हा झाली होती. तिला किती तरी तरणी करण्याचा प्रयत्न केला, पण तिचं मूळचं रूप नि गुण जाईना. एका वर्षात हजारभर रुपये वाटेवर उधळले गेले. म्हणून हळूहळू शामरावाचं मन मोटारीतनं निखळलं.

"ड्रायव्हर, ही मोटार आता इकून टाकू या. नगं बाबा ही औदासा आमच्या घरात. घरदार खाऊन जाईल."

"मालक, जरा ताण पडलाय खरा. पर आता स्पेअर पार्ट घालावं लागणार न्हाईत. चिक्कार नवं सामान तिच्या पोटात गेलंय."

"ते जाईना न्हाई तर ऱ्हाईना. आता माझा काय हिच्यावर इस्वास न्हाई गड्या."

"तुमी काय काळजी करू नका. माझं मी बघतो आता. ड्रायव्हरच्या पोटाचा प्रश्न होता. मोटार गेली तर नोकरी गेली. त्याच्या पोटात शामरावच्या बोलण्यानं खळगा पडला.

"मालक, हिला आता बसून ठेवायची न्हाई."

"मग काय करणार?"

“पैसा काढायचा हिच्याकडनं. भाड्यानं तालुक्याच्या गावाला सोडायची. रग्गड माणसं हितनं तालुक्याला जात्यात.”

“कोण येईल काय रं भाडं देऊन?”

“रग्गड येतील. बैलगाडीनं जाण्यापेक्षा हे वाईट हाय?”

शामरावच्या तोंडाला पाणी सुटलं आणि मोटार इकडं-तिकडं, तालुक्याला भाड्यासाठी पळू लागली. चार पैसे मिळू लागले. दोन पैसे पेट्रोल-पाणी, सामान-सुमान, यासाठी खर्च होऊ लागले. उरलेल्या पैशातनं निदान ड्रायव्हरचा पगार भागू लागला.

लग्नसराई जोरात चालू झाली. शामरावच्या मोटारीला माणसं गर्दी करू लागली. मोटार नदी-नाल्यातून, गाडीवाटंनं ठेचा खात खात पळू लागली. मधून मधून आठवण होईल तेव्हा मोडत होती. खड्डा बघून पडत होती; तरी पळत होती. धूर काढत लग्नाचं वऱ्हाड वाहून नेत होती.

ड्रायव्हर संधी मिळेल तेव्हा वऱ्हाडी माणसांना सांगत होता. “मोटारीनं वरात काढा. झकासपैकी मोटारबी हाय.”

मोटारीच्या खोडी माहिती असलेला माणूस म्हणायचा, “नगं बाबा. तुझ्या मोटारनं शामरावची वरात काढली ती रग्गड बघितलीया. हाय आपली आमची गाडी-बैलंच बरी.”

पण येडगुळला देसाई इनामदाराच्या पोराचं लगीन निघालं. मनवाडपासनं आठ-नऊ मैलांवर येळगूड होतं. देसाई इनामदार मनवाडला येऊन शामरावची गाडी वरातीसाठी ठरवून गेला. मोटार रातभर वरातीसाठी वापरायची आणि पंधरा रुपये द्यायचे. बेत नक्की झाला.

दीस बुडता बुडता येळगुडात मोटार दत्त झाली. गावातल्या तरण्या पोरांनी तिला केळीचे खांब बांधून सजवली. हॉर्न वाजवून बघितला. काहींनी टेरिंग फिरवून घेतलं. इनामदाराचा पोरगा बासिंगाचं गोंडं बाजूला सारून अधनंमधनं तिच्याकडं बायकोकडं बघितल्यागत पाहू लागला.

टिपऱ्यांचे डाव झाले. पट्ट्यांच्या फेकी झाल्या. लेजमांचे खेळ करून दाखविले. एक वाजेपर्यंत वरात चावडीसमोर घुमली. मनासारखे खेळ झाले. नवरी पेंगतेली बघून नवरा श्रीपतराव इनामदारीच्या आवाजात म्हणाला, “फुरं; चला आता.”

मोटार गावाबाहेरच्या स्थळेश्वराला जायला निघाली... निघाली पण चालू होईना. ड्रायव्हरच्या पोटात पाणी झालं. गंभीरपणानं त्यानं पाच-सातजणांकडनं हांडेल मारून घेतला. पण आत गुरगुर वाजेचना.

हळूहळू तरणी पोरं मोटारीला शिव्या देऊ लागली. “आयला! मोटार हाय का रणगाडा हाय रं?”

"आरं, तिला उचलून न्ह्या म्हनावं देवळापत्तर."

ड्रायव्हरलाही शिव्या बसू लागल्या, "एऽ ड्रायव्हर, मालकाला बलवून हिच्याफुडं आडवं पड ये म्हणावं."

हांडेल मारून मारून ड्रायव्हर काकुळतीला आला होता. मनातल्या मनात गांगरून जमेल तसं तो लोकांना पाठीमागनं ढकलायला सांगत होता.

"जरा ढकला पाठीमागनं जरा ढकला."

"आरं, किती ढकला? आतडी तुटली की आमची." पुढं रस्ता चढाचा होता.

"आरं, तिला वताडात ढकलून देऊ या चला." गर्दीत कोणीतरी बोललं.

वेळ जसाजसा जास्त जाऊ लागला; तशी तरणी पोरं अधनंमधनं सूचना देत होती,

"जरा ब्यांड वाजवा रं आणि घटकाभर बंद पडू देऊ नका."

"बंड्या, आण आण लेजमं आण. दोन डाव खेळू या."

"आरं, किती खेळायचं. घाम पाठीवरनं कमरंखाली गेला की."

"आरं, दोन डाव. मोटार आता सुरू हुणार हाय म्हणं."

"ए ऽ टिपऱ्या, चला चला."

सगळ्यांचा एक एक फेर झाला. दोन तास मोडले. ड्रायव्हरनं खोललेलं इंजीन पुन्हा बसवलं. तरी मोटार चालू होईना. पहाट व्हायचा वक्त जवळ आला होता.

देसाई कावला, "तुझ्या भणं! कुठं तरी टाकून देऊ ने हुतास का वताडात."

"मालक, मोटारीनं ह्यो पहिल्यांदाच दगा दिला."

"जास्त बोललास तर मोटारीच्या चाकात मुंडी घालीन. आदूगर ती सुरू कर, मग बोल. पाट हुईत आली."

ड्रायव्हराचं हात इंजिनातल्या इंजिनात थरथरू लागलं. अर्धा तास पुन्हा गेला. बँडवाले कंटाळले. त्यांची तोंड भगभगू लागली. पोरं लेजमी कशी तरी वर करू लागली. दांडपट्टेवाले आपआपले बावटे आपणच आपल्या हातांनी दाबू लागले. तरी मोटार सुरू होईना. नको नको त्या शिव्या ड्रायव्हरच्या कानावर येत होत्या. तो आपलं तोंड मोटारीच्या तोंडात घालून, "देवा देवा" म्हणत होता.

आता पाठीमागची पोरं मोटारीच्या पाठीमागच्या बाजूवर लाथा घालत होती. ड्रायव्हर "आरं, गप बसा जरा" म्हणून विनवत होता. कालवा वाढला होता... देसायाचा राग आतल्या आत धुमसत होता. ड्रायव्हरला धरून बडवावं असं त्यांच्या हातांना वाटत होतं. पण सगळाच घोटाळा होईल म्हणून त्यानं फक्त तोंड सैल सोडलं होतं.

शेवटी मोटार ढकलत न्यायचं ठरलं. देसायाच्या सांगण्यावरून तरणी दहा-बारा पोरं मोटारीच्या मागं झाली नि मोटार रेटू लागली. पण पुढं चढ दांडगा.

सगळ्यांनाच जाचू लागलं.''

''आता काय रं करायचं?''

''ही पडू दे मोटार हितं. गाडी-बैलं आणा.'' वैतागलेला नवरा म्हणाला. नवरी कावरीबावरी होऊन खाली बघून सगळं ऐकत होती.

कोणीतरी गाडीबैलं आणायला गेलं. पण वरातीमागं असलेल्या देसायाच्या बायकांनी खेकटं काढलं; वरात घरात जाईपत्तर वाहान बदलायचं न्हाई. अपशकुन असतोय त्यो.''

''आता हो, मग काय करायचं?''

तोपर्यंत गाडी-बैलं आली. आणि कुणी तरी डोकं लढवलं; ''आरं, मग बैलं मोटारीलाच जुपा. नाडा बांधा फुडच्या अंगाला नि शिवळंला जुपा बैलं.''

''जुपा तर जुपा.''

''काय ड्रायव्हर; तुझं काय मत हाय?''

''आता मी काय सांगणार?''

''आरं, त्यो काय सांगतोय? त्येला झोडपून काढला पाहिजे. जुपा बैलं मोटारीला.

''जुपा तर जुपा.''

पोरांनी नाडा आणून दिला. ड्रायव्हरनंच मोटारीच्या पुढच्या लोखंडी पट्टीला बांधला आणि बैलं जुंपली. बैलं मोटार ओढू लागली.

''जाईल का न्हाई ड्रायव्हर?''

''जाईल की, कसं तरी करून वरात घरात न्हेली पाहिजे.''

पोरं मोटारीच्या पुढच्या चाकाच्या पंख्यावर बसून बैलं हाकू लागली. आरडा-ओरडा करत गाणं म्हणू लागली, ''माझ्या बैला वड, माझ्या पांड्या वड, माझ्या टेरिंगला वड ऽ रं''

ड्रायव्हर गप्प ऐकून घेत टेरिंग हातात धरून बसला होता.

दुसऱ्या दिवशी मनवाडात शामराव मोटारीची वाट बघत बसला होता. त्यानं सकाळी लवकर उठून येळगुडास्नं मनवाडला यायला ड्रायव्हरला सांगितलं होतं. आठ वाजले तरी पत्ता नव्हता. नऊ-दहा-अकरा-बारा वाजले तरी मोटार येत नव्हती. सुळगावची माणसं कुणाच्या तरी लग्नाच्या वऱ्हाडाचं ठरवायला आली होती. वरातीचंही त्याच वेळेला नक्की व्हायचं होतं. पन्नासभर रुपयांचं काम आपल्या पायांनी चालून आलं होतं... पण मोटारीचा पत्ता नव्हता. म्हणून तो गावाबाहेर येऊन येळगुडच्या वाटेला डोळे लावून बसला होता.

दोन वाजायच्या सुमाराला माळावर काहीतरी दिसलं. साधारणपणे चार घोड्यांचा रथ चालल्यागत भास होत होता. भोवतीनं चार-पाच माणसं दिसत होती. हळूहळू

रथ आडव्या ओढ्यात उतरला आणि शामरावच्या डोळ्यांआड झाला. पण अर्ध्या तासाच्या आत ओढ्याच्या अलीकडं आला.

माळासनं रथ जवळ येईल तसं शामरावला ठळक दिसू लागलं. त्याच्या मोटारीला नांगराला जुंपतात, तशी चार बैलं जोडलेली होती. बैलापाठीमागनं मोटार हळूहळू येत होती. मोटारीत पुढं ड्रायव्हर आणि इनामदार देसायांचा धाकटा भाऊ हैबतराव बसलेले होते. दोन-तीन माणसं पाठीमागं रेटून बसली होती. पुढच्या चाकाच्या पंख्यावर बसून गडी बैलं हाकीत होते. ड्रायव्हराचं तोंड फाशीची शिक्षा झालेल्या माणसागत दिसत होतं... मोटार जवळ आली.

"असं रं का ड्रायव्हर?" शामरावाचं आ ऽ झालेलं तोंड बोलत होतं.

"मोटार सुरूच होईना झालीया."

"बरं केलंस."

"कुठं सोडायची मोटार?" रेकून बघणाऱ्या हैबतीनं विचारलं.

"सोडा आता हितंच." शामराव.

"पंचवीस रुपये द्या."

"हां."

"कसलं?"

"ते इचारा तुमच्या ड्रायव्हरलाच."

"कसलं रं मारुत्या मागत्यात?"

मारूत्या ड्रायव्हर चेहरा त्रिकोणी करून गप बघू लागला.

"आरं, सांग की."

"मला काय ठाव? त्यांस्नीच इचारा."

"ठावं न्हाई? हे पायताण बघितलंस काय पायात? खालचा तळ लोखंडाच्या मोळ्यांनी मढविलेला हाय." हैबतराव जरबला.

"कसला तळ?" न ऐकल्यासारखं करून शामराव म्हणाला.

"पायताणाचा."

"हां हां? मला वाटलं मोटारीचा तळ मढविला का काय."

"हं! द्या बघू लवकर पैसे! जाताव् आम्ही."

"अहो, पण पैसे तरी कसलं ते सांगा."

पाठीमागचा पैलवान बोलू लागला. "पांच माणसं रातभर मोटारीला ढकलत होती त्येचं पाच रुपयं. आणि फुडं एक बैलजोडी लावली हुती; त्येचं लई काय न्हाई-पाच रुपयं धरल्यात. असं मिळून रातच्या वरातीचं धा रुपयं धरल्यात."

"म्हंजे वरात कुणाची?"

"मोटारीची!" हैबतराव रेकला.

पैलवान पुन्हा बोलू लागला, "आणि आता सकाळचं दोन बैलजोडीचं धा रुपयं. आणि आम्हा पाच माणसांचं पाच रुपय्."

"– शिवाय ड्रायव्हरला विडी-काडी, जेवण-पाणी फुकट दिलं त्येंच काय धरलं न्हाई; काय ड्रायव्हर?" दुसरा पैलवान.

"व्हय."

"काय व्हय?"

"न्हाई; बिडी-काडी फुकट दिली हुती."

"मोंगलाई हाय वाटतं ही? वरातीचं विसाच्या ठिकाणी पंधरा रुपय ठरवून, तेबी बुडवू बघतासा आणि उलट आमच्याकडनंच पंचवीस रुपये मागता व्हय? म्हजे कसं पडलं हे आम्हाला?" शामराव जरा खवळल्यासारखा झाला.

"ते आता तुमचं तुम्ही बघा कसं पडलं ते. ही बैलं नि ही माणसं मी भाड्यानं रोजवारी आणल्यात. त्येचं पंचवीस रुपयं भागवून टाका म्हंजे झालं."

"येडं का खुळं?"

"कोण? तू का मी?"

"तुम्ही तुम्ही! पैसा मिळणार न्हाई. गप मोटार सोडा नि जावा."

"असं व्हय? बरं. ईश्वरा, बैल फिरीव पाठीमागं. मोटार न्हेऊन टाकू या गावाकडं. कसं देत न्हाई बघू या पैसं."

ईश्वरानं खरोखरच बैलं आल्या वाटेला परत वळवली आणि शामराव मध्ये पडला. शेवटी होय नव्हे होता होता काम वीस रुपयांवर भागवलं आणि मोटार सोडवून घेतली. जाता जाता हैबतरावानं सांगितलं; "आणि आता हितनं फुडं मोटार कुठंबी जायची झाली तर आदूगर बैलं फुडं लावून देत चला. म्हंजे अधी-मधी मोटारीचा खुळंबा हुणार न्हाई."

देसायांची मंडळी गेल्यावर शामराव मोटारीच्या भोवतीनं सहज फिरला. पाठीमागच्या बाजूवर मोठमोठ्या दगडांचे वण दिसत होते. "हे कच कशानं पडल्यात रं?"

"काय इचारू नका मालक. माणसं लई वंगाळ हाईत त्या गावची. गावच्या शिवंवर येईपतर तिथल्या पोरांनी मोठमाठी दगडं उचलून गाडीवर टाकली. लाथा मारल्या. आतला ज्याक पळवला. मोटारीचा हॉर्न काढून घेतला."

शामरावचं तोंड मोटारीच्या चेपलेल्या मडगारागत झालं होतं.

■

गुणकारी औषध

दुपारी अचानक गौराच्या शाळेतली शिक्षिका आणि तिच्याबरोबर एक बाई आल्या. शिक्षिकेनं गौराबाईंची ओळख करून दिली... बोलता बोलता बोलणी निघाली.

"मुलं किती तुम्हांला?"

"चार ल्याक नि एक लेक... तुम्हांला किती?" गौरा तान्या बाळाला मांडीवर घेऊन बोलत होती.

"मला दोन मुली आहेत." बाई. शिक्षिका गप्पच.

"पोरगा हुईल आता."

"लग्न होऊन किती वर्षं झाली?"

"सात वर्सं झाली बघा मिरगाला."

"सात वर्षांत पाच मुलं?"

"पाळणा जवळचा हाय माझा. दीड दीड वर्साच्या अंतरानं हुतंय. अऽ तुमचं लगीन होऊन किती वर्सं झाली?"

"नऊ!"

"नऊ वर्सांत दोनच पोरी?"

"हो!"

"काय करायचं बाई." गौरानं मग तिला सुनवलं; "डाग्डरीणबाई, असं नोकरीच्या मागं सारखं वनवाशागत हिंडत जाऊ नका. म्हैन्यापंधरवड्यातनं घराकडं जाऊन येत चला... पोरंबाळं असत्यात. बापई माणूस गावाकडं वाट बघत असतंय."

संततिनियमनाचा प्रचार करणाऱ्या बाईंनी तिच्या ह्या अडाणी बोलण्याकडं दुर्लक्ष केलं, त्या शांतपणानं तिला म्हणाल्या; "गौरीबाई, आता मुलं बंद करा."

"का हो? देव देतोय. त्येचं दार का माणसानं बंद करून झाकतंय?"

"स्त्रीचं एकएक बाळंपण म्हणजे पुनर्जन्म. इतकी मुलं होऊ देणं धोक्याचं

असतं.'' बाईंचं पालूपद.

''माझं तरी काय धोक्याचं न्हाई बघा. माझं बाळंतपण लई सोपं. सुईण न्हाई का डाग्डर न्हाई. येलावरचं वाळूक खुडून आणल्यागत सजासजी.''

बाईंची मती खुंटली.

''निदान तुमच्या नवऱ्याला दवाखान्यात पाठवून द्या.'' त्या शेवटचं बोलल्या.

''येऽ बया! दीड दीड वर्सातनं ते कुठं एक-दीड म्हैना रजेवर येत्यात. त्यांस्नी नि औशीद देऊन रिकामं करून ठेवता व्हय?''

बाई हतबुद्ध होऊन निघून गेल्या... सोपान आत पडल्या पडल्या बायकोचं हे बोलणं ऐकून खूष झाला. मिलटरीतनं तो दीड-एक महिन्याच्या रजेवर आला होता. सात-आठ वर्षांत त्याला नेमानं दीड-दीड वर्षांनं दीड-एक महिन्याची रजा मिळाली. पाच वेळ मिळाली. नि त्याची ही पाच फळं पोटाला आली. पहिले दोन पोरगे, मध्ये एक पोरगी आणि नंतर दोन पोरगे... आता पुन्हा पोरगीची वाट बघायची होती. दिवस मजेत चालले होते.

त्या खुषीतच संध्याकाळी तो आत चहा करत बसला होता नि गौरा पाण्याला गेली होती.

घागर नि बादली भरून परत येणाऱ्या गौराबरोबर तिची बहीण होती. पहिल्यांदाच ह्या गावाला येत होती. तीन वर्षांपूर्वी माहेरात भेटलेली. वाटेवरच्या आडावर पाणी भरतानाच तिनं तिला बघितलं. खूप आनंद झाला. त्या भरात गौरी घरी आली.

''अहो, गंगा आली.'' दारातनंच तिनं सोपानाला हाक दिली.

''गंगा आली तर हात धुऊन घ्या.'' मिलटरी टाईप विनोद करत मोठ्या आनंदानं तो बाहेर आला. गौरा नुसती हासली. त्याचं सगळं बोलणं तिला कळलंच नाही. तिनं बादली दारातच ठेवली.

''घ्या हात धुऊन तुम्हीबी घ्या नि तूबी हात धुऊन चूळ भरून घे ग. हात काळं कशानं झालं हो तुमचं?''

''च्या करत हुतो. आता आणखी एक कप जादा टाक.''

बाहेर येऊन त्यानं गंगाला बघितलं नि तो थक्क झाला. लग्न झाल्यापासनं ती त्याला बघायला मिळाली नव्हती. आता पाहताना त्याला सर्रकन काही वेगळंच जाणवलं... पहिल्या गर्भारपणात गौराचं कांतिमान रूप होतं; अगदी तश्शीच गंगा दिसत होती... दोघी सख्ख्या जुळ्या बहिणी. गौरा त्या मानानं आता थकलेली. पाच मुलांची आई. गंगाला अजून मूल नाही... लग्न गौराबरोबरच एकाच मांडवात झालेलं.

रात्री दोघी जेवता जेवता बोलत होत्या.

''बरी सय झाली गं आमची?'' गौरानं विचारलं.

''सय तर सदाच हुती.''

"ह्यॅंनी आलेलं कळलं वाटतं?"

"ते कुठलं? तू सांगितल्यावरच कळलं."

"मग बरी आलीस?"

"काय तरी कोडं पडल्याबिगर माणूस येतंय व्हय, गौरा?"

"व्हय की."

"तुला सांगीन सगळं मगशान सुधरून."

जेवणं होऊन पोरं आंथरुणात गडद पडली होती. नऊ महिन्यांचा अर्जुन दूध पिऊन सायीच्या तवंगाचं सुख भोगत पाळण्यात झोपला होता... सोपानानं नाइलाजानं बाहेरच्या सोप्यात आपलं घोंगडं-पटकूर टाकलं नि तो उपाशी माणसागत आडवा झाला... गौरानं बाहेरची चिमणी आत नेली.

सगळं निवांत. शेजारीपाजारीसुद्धा गडबड नाही... बहिणी बहिणी जिवाभावाचं बोलायला मोकळ्या झाल्या.

"बरं चाललंय तिकडं तुझं?"

"कसलं बरं चालायचं गं?"

"का गं? माप की मळा हाय, घर हाय, घरचं रान हाय, रानात हीर हाय."

"रानात हीर हाय की... पाणी हाय, पिकं भरपूर येत्यात, बाहीर सगळं इ्यागीरदाराचं वैभव हाय... पर घरात कायच पिकत न्हाई. सगळा खडखडाटच."

"कशानं म्हाणावं?"

"आता कशानं!... न्हवरा हाय का नुसत्या दाढी-मिशाच घेऊन जन्माला आलाय कुणाला ठावं?"

"पोरं बंद करायचं आपरीशन तरी सरकारी माणसांनी धरून केलं न्हाई न्हवं त्येचं?"

"नाही गं... पोरच न्हाई नि आपरेशन कशाला करतील?"

"एकदाबी कवा पोटुशी ऱ्हायली न्हाईस?"

"नाव न्हाई... पैली हुती तशीच आज हाय."

"हुईल मग अजूनबी."

"आता कवा हुयाचं?... सात सालं झाली की लगीन होऊन."

"काय तरी औशीद– पाणी बघायचं न्हाईस?"

"किती बघायचं?... देव-धरम केलं, चुकलंमाकलं बघितलं, नवसं केली; गावठी औशिदं जिथं जिथं मिळतील तिथं तिथं जाऊन खाऊन आली... तरीबी सगळं गपगार."

"आमच्या गावात एक औशीद देणारा हाय."

"तेच कानावर आलं म्हणून टांगड्या तोडत एवढ्या लांब आली... म्हटलं औशीदबी घेतल्यागत हुईल नि भणीलाबी बघितल्यागत हुईल... तसल्यात भाऊजी

आल्यात रजेवर; तेबी एक बरंच झालं. त्यास्नीबी बघितल्यागत झालं.''

''उद्याच आमुशा हाय. आमुशाला नि पुनवंला त्यो औशीद देतोय. गुण आला तर बघू या.''

''कोण औशीद देतोय?''

''औशीदवाला सुभाना गं... जख्ख म्हातारा हाय बघ नुसता.''

''आमुशाला नि पुनवंलाच बरं.''

''तेचं असं हाय; अमुशाला चंद्राचा गरभ ऱ्हातोय म्हणत्यात. नि त्यो वाढत वाढत पुनवला पुरा हुतो. म्हणून ह्या दोन दिशी औशीद द्यायचं.''

दुसऱ्या दिवशी म्हाताऱ्यानं गंगाला औषध दिलं. पुनवंला आणखी एकदा यायला सांगितलं. बरोबर पंधरा दिवसांनी.

औषध खाऊन घरी आल्यावर गंगानं विषय काढला.

''गौरा, उद्या जाती मी आता. आणि पंधरा दिवसांनी आलं पाहिजे परत.''

''आता कशाला जातीस?... ऱ्हा हितंच पंधरा दीस. बऱ्याच दिसांनी आलीयास.''

''वाद्या वाट बघंल की तिकडं.''

''बघू दे. त्येला ठाव हाय न्हवं मी हितं हाय ते, आणि तू औशीद खायला जाणार हाईस ते?''

''ठावं असंना तर... त्येनंच तर जा म्हटलं.''

''मग ऱ्हा तर. एखादं पत्तर टाकायला येईल. 'हे' लिवतील भाऊजीस्नी.''

सोपानची रजा नुसती दीड महिन्याची. त्यात गंगा आता पंधरा दिवस राहायची. त्याला ते अवघडल्यागत वाटलं.

''ऐकू आलं काय गं? जातीया तर जाऊ दे की. संसार हाय तिचा तिकडं... तिचा दादला काय म्हणंल तिला?''

''आलीया तशी राहू दे की आता.''

''पुन्ना येईलच की.''

''पुन्ना जा नि ये ये कशाला? गाव का थोडं लांब हाय व्हय?''

''जशी तुझी मर्जी.''

मेव्हणीपुढं त्याला जास्त बोलता येईना. शेजारी बिडी ओढायला म्हणून तो गेला. गौरा पाण्याला गेली. गंगा चुलीपुढं काही तरी करत बसली.

काड्याची पेटी न्यायला म्हणून तो परत आला नि सरळ स्वैपाकघरात घुसला. बारीक दिवा मिणमिणत होता.

''ऐकू आलं काय?''... त्याला एकच माणूस दिसू लागलं.

''काय?''

''गंगा कुठं गेली?''

"गंगाच न्हवं मी." ती लाजून चूर झाली.

"काय वळखू येत न्हाई बघ अंधारात. दोघीबी सारख्याच दिसता."

"... " ती गप्पच.

"काड्याची पेटी जरा दे."

तिनं हसऱ्या चेहऱ्यानं काड्याची पेटी दिली. मिस्किलपणानं त्यानं ती घेतली नि परत गेला.

गौरा पाणी घेऊन परत आली. चहा पिता पिता दोघी बोलत बसल्या.

"औशद तरी लागू पडतंय काय गं गौरा?" तिनं उगंच शंका म्हणून विचारलं.

"नशिबाचा भाग असतोय त्यात. कुणाला लागू पडतंय तर कुणाला पडत न्हाई."

"मग मला कुठलं गं लागू पडायला आलंय? सतरा ठिकाणची औशिदं खाल्ली मी... कसलं तरी गुणकारी औशीद मिळंल म्हणून आली हितं; तर ह्या म्हाताऱ्यानं नुसता केळात कुस्करून पालाच खायाला दिला."

"एखाद्या वक्ताला त्योच पडला तर लागू पडायचाबी."

संध्याकाळची वेळ. सोपाना अजून बाहेरनं आलाच नव्हता. दारात तिन्ही-चारी पोरं खेळत होती. बाजूला भिंतीकडेला बसून अर्जुना सोपानानं आणलेला खुळखुळा चोखत होता. चोखता चोखता भावडांचा खेळ बघत होता नि खदखदून हासत होता... पोरगी सोडली तर चारी पोरं बा ऽ च्या तोंडवळ्याची. गंगा खेळणाऱ्या पोरांना टक लावून बघत होती. बघता बघता तिचं डोळं तंद्रीनं भरून आलं... साताठ वर्षांत भणीला पाच पोरं... सोपान भाऊजी मिलटरीत. कवा तरी दीड वर्सानं म्हैना सव्वा म्हैना रजेवर येत्यात. तेवढ्यात तिला दीस जात्यात... काय एकाएकाचं नशीब तरी. एकाच आईबा ऽ च्या पोटच्या आम्ही सख्ख्या जुळ्या भणी. दोघी एकदम जन्माला आलेल्या... मला दडवावी नि गौराला काढावी. गौराला दडवावी नि मला काढावी. सारखं रूप. सारखा बांधा. कोण काय धंदा करती कुणाला वळखायचं न्हाई. सारं कसं एकटीच दोन जागी करत असल्यागत... माणसं बघाय आली तवा बाऽनं असंच केलं. कुणाला बघितलं सोपानभाऊजीनं अजूनबी ठावं नसंल.

गौराला दाखवायच्या वेळी तिच्या बापानं बेरकीपणा केला होता.दोन्ही लेकींची एकदम लग्नं करून देण्याचा त्याचा विचार. पोरींना माणसं बघून जात होती. कुणी आवळ्या-जावळ्या आहेत म्हणून विचार सोडून देत होते.

पाडवा झाला नि लगीनसराई जोरात सुरू झाली. कुणाला काही अडचणी होत्या. कुणाला ह्या सालात उरकून घ्यायचं होतं. त्या घाईत गंगाचं जमलं. देण्या-घेण्याच्या याद्या झाल्या. गूळभात झाला. तिचा बाप दारात लग्न करून देणार होता.

वैशाखातला एखादा मुहूर्त धरायचं ठरलंही.

"एकीचं ठरलं. आता दुसरीचं ठरलं की एका मांडवात दोघींचाबी बार उडवून देऊ या." गंगाचा बा.

"व्हय की. उगंच खर्चाला कार नगं... आवळ्या-जावळ्या हाईत. दोघींचीबी एकदमच लग्न झालेली बरी." तिची आई बोलली.

बायकोच्या भावाच्या गावचा सांगावा आला. हितं एक-दोन जागा हाईत. त्येंच्या घरात इचार चाललेला हाय. गौरीला हिकडं लावून द्या. सजावारी दोन्हीकडंबी दाखवून हुईल.

सांगावा आल्यावर मामाच्या घरला गौरी नि तिचा थोरला भाऊ लगबगीनं दुसऱ्याच दिवशी गेलं. आणि त्यानंतरच्या दुसऱ्याच दिवशी अचानक गौरीला बघायला इकडं सोपानाची माणसं आली. बा घटकाभर गडबडून गेला.

"आता काय करायचं गं?" तो आत जाऊन बायकोजवळ म्हणाला.

"पोरगी गावाला गेलीया म्हणून सांगावं."

"आणि तेवढ्यात दुसरी कुणाची तरी पोरगी त्येंनी बघितली नि फास केली तर? पळतेलंबी जायचं नि हातचंबी जायाचं."

"मग आता काय करायचं? पोरगी तर गावाला गेलीया."

"न्हाई तर असं करू–"

"कसं?"

त्यानं कुजबुजून तिच्या कानात सांगितलं नि तो बाहेर आला. पाठीमागच्या दारानं ती गंगाला बोलवायला मळ्याकडे गेली.

"पाव्हणं, बसा घटकाभर. पोरगी रानात गेलीया. आता येईल. बायकू बलवून आणायला गेलीया."

पाव्हणं पान-सुपारी, चिलीम, तंबाखू करत बसलं. पुढ्यात रानातल्या सूपभर शेंगा नि बचकभर गूळ पडला होता. त्यांचा फडशा पडत होता. घराण्याची चौकशी होत होती. इकडची तिकडची पीक-पाणी एकमेकाला सांगितली जात होती.

रानातनं मायलेकी आल्या. घोंगडी आंथरली. पाट मांडला. तयारी झाली. पहिल्या गूळभाताचं हिरवं लुगडं नेसून पोरगी बाहेर खाली मान घालून आली.

"नाव काय बाळ तुझं?"

"गौरी." आठवणपूर्वक नाव सांगितलं नि ती लाजली.

प्रश्न विचारून झाल्यावर उभी केली. आंगठ्याला आंगठं जुळवायला सांगितलं. बायकांनी कुंकू लावायच्या निमित्तानं जवळ जाऊन बघून घेतलं. नारळा-केळानं ओटी भरली.

सोपानानंही पोट भरून बघून घेतली.

पोरगी सर्वांना नमस्कार करून हळूच सोपानकडे नजर टाकून आत गेली... तिला सोपान जास्त उमदा वाटला. क्षणभर गंमतीचा विचार मनात चमकून गेला... आईबाला चकवून आपूणच त्येच्यासंगं लगीन करावं. पण नंतर तिच्या लक्षात आलं की तो मिलटरीत आहे. कधी तरी सटी-सहामासी महिनाभर रजेवर येणार. त्यापेक्षा गूळभात ज्याच्यासंगं झाला तोच बरा.

"कुणाला सांगू नगं बरं का हे?" आईनं तिला आत गेल्यावर काळजीनं सांगितलं. ती तोंडातल्या तोंडात हसत होती.

"हसू नगं. गप बस... अगदी तुझ्या दोस्तीणीलाबी सांगू नगं. न्हाई तर चारजणींच्या तोंडात गेलं तर दोघींच्याबी लग्नाचं वाटुळं हुयाचं... तुझा गूळभात झालेला असूनबी तुला दाखविलं म्हणून तिकडची माणसं मोडतील नि खोटी पोरगी दावली म्हणून ही माणसं चिडतील."

"न्हाई बोलत. उगंच तू जिवाला घोर लावून घेऊ नगंस." गुदगुल्या होणारं मन आवरीत ती परड्यात गेली.

बाहेर माणसं चौकशी करत होती. सोपाना, सोपानाचा भाऊ बाहेर जाऊन आलं. म्हातारी माणसं वळचणीला उभी राहून कुचूकुचू बोलून आली. गौराचा बा गंभीरपणानं सोप्याजवळतच्या उंबऱ्यावर बसला होता.

चहा पिऊन झाल्यावर एका म्हाताऱ्यानं मूळ मुद्याला तोंड फोडलं. "पाव्हणं, आत जाऊन तुमच्या बायकूचा इचार घेऊन या जावा."

गौराचा बा आत गेला नि विचार घेऊन एकटाच बाहेर आला.

"पोरीचा इचार घेतलासा?"

"तिचा इचार घेटल्यागतच की."

"तसं न्हाई, तिचा इचार आदूगर घेटला पाहिजे." सोपानाचा भाऊ गंभीरपणानं म्हणाला.

तोंडावरची रेषाही ढळू न देता गौराचा बा आत उगीचच जाऊन आला.

"घेटला इचार?"

"घेटला."

"मग आता फुडचं बोलायचं?"

"बोला की."

"थांबा गणू दा, पोरीच्या आईला बाहीरच बलवा. म्हंजे आपलं समोरासमोर सगळ्यांच्या इचारानं चालायला बरं." एका म्हातारीनं विचार मांडला.

गौराची आई बाहेर आली.

"हं ऽ! आता बोला." म्हातारी.

"पाव्हणं, पोराचा बा यंदाची दिवाळी झाल्यावर वारलाय. तवा पोराचं लगीन

ह्याच वर्सात आम्हाला आटपायचं हाय.''

''आमचीबी तीच गडबड हाय बघा... म्हणून तरी ह्यो घोळ केला.''– बा.

''पोराची आई म्हणणारी कुठं हाय?'' पोरीची आई.

''पोराची आई जाऊन आता चार-पाच सालं झाली. हे दोघंजण भाऊ. दोन भणी. भणींची लगनं होऊन आपापल्या संसाराला लागल्यात. पोरगा मिलटरीत हाय. हिकडं तिकडं पंधरा-ईस वरसं ह्येची नोकरी. मग पेन्सूल. तवा...''

''पर पोराला पोरगी पसंत हाय का? त्येचा इचार तरी घ्या.'' पोरीचा बाप.

''पसंत हाय... काय रं सोपाना, पाव्हणं काय म्हणत्यात ते कळतंय न्हवं?''

''कळंना तर. माझा कान बोलण्याकडं हाईच की.''

''कान बोलण्याकडं असू द्या; अरं मगाशी पोरीवर डोळा हुता का?''

माणसं सोड्याच्या बाटल्या फुटल्यागत हसली.

''बघितली की.''

''नीट न्याहाळली?''

''हां!''

''पसंत हाय?''

''हाय की.''

''मग बोला आता पाव्हणं फुडं... हितल्या-हितं आटपून टाकू. आम्हांस्नी गडबड हाय.''

मग एका मांडवात दोघींची एकदम लग्नं... कुणाला काहीच ओळखू आलं नाही. सोपानानं गंगाला पसंत केली नि गौराशी लग्न केलं... गंगाच्या नवऱ्याला कोडं पडलं होतं; हिला पाह्यलं का तिला? पण गाठ एकएकीबरोबरच बसली.

गावातली माणसं गर्दीत घसघसून बोलून घेत होती.

''आपआपल्या बायका ध्येनात ठेवा हो जावईबापू.''

''नुसत्या ध्येनात नका ठेवू. एकदा धरल्यावर सोडू नका. न्हाईतर मागनं घोटाळा उडायचा.''

''आपआपल्या बायकांस्नी आपली नावं सांगून ठेवा.''

''गौरा-गंगा, आगं न्हवऱ्यांची तोंडं नीट पारखून ठेवा गं. न्हाईतर वरातीच्या वक्ताला घोटाळा उडंल!'' बायकांची खसखस.

''वरातीला कसला घोटाळा? घोटाळा खरा वरात झाल्यावर हुईल... अंधार असतोय; काय सांगाय यायचं न्हाई बाई.''

धूमधडाक्यानं लग्नं झाली... काहीच घोटाळा झाला नाही.

... लग्नाच्या ह्या आठवणीनं गंगाला आतल्या आत क्षणभर गुदगुल्या झाल्या.

लंगडी घालता घालता थोरला आत्माराम ठेच लागून पडला नि सोपाना हळूहळू घराकडं येत होता ते धावत आला.

"काय रिकामा वणवा मांडलाईसा लेकानू. मावशी काय म्हणंल ती... गप बसा; न्हाईतर तुमच्यातल्या एकाला घेऊनच जाईल बघा."

"खरंच भाऊजी, द्या ह्यातलं मला एकादं."

"न्हे जा. हितं काय ह्या पिकाला कमतरता न्हाई."

दुकानाला गेलेली गौरी तेल-मीठ घेऊन परत आली. भणीसाठी तिनं पाव-भटारंही आणली.

रात्री गंगानं पोरांना तहान लाडू, भूक लाडूची कहाणी सांगितली. पोरं झोपली. एका ओळीत तिनं त्यांना उचलून झोपवलं. सोपाना पोरांबरोबरच जेवून बाहेर जमखाना आंथरून पडला. मग दोघी जेवायला बसल्या.

... एका रांगेत झोपलेली चारी पोरं नि पाळण्यातल्या अर्जुनाचे हलणारे हातपाय बघून पुन्हा गंगाचं मन उदास झालं... काय हे गौराचं वैभव! मी अशीच नारळीच्या झाडागत बिनफांद्यांची... सोपानभाऊजीसंगं लगीन केलं असतं तर बरं झालं असतं. मलाच त्यांस्नी खरी दावली... मी हट्ट धरला असता तर एखाद्या वक्ती माझं त्येंच्यासंगं लगीन झालं असतं...

"गौरा, तुझं नशीब थोर बघ." पाण्याचा तांब्या बाहेर ठेवून आलेल्या गौराला गंगा आंथरूणावर लवंडता लवंडता म्हणाली.

"ते कसं गं?"

"आता तूच बघ की. लगनाचं कसं कसं झालं तुला ठावंच हाय. तिकडचं हिकडं नि हिकडचं तिकडं झालं असतं तर कुणाला कायसुद्धा कळलं नसतं."

"व्हय बाई."... ती हसली.

"आतासुद्धा एखाद्या वक्ताला काय कळायचं न्हाई."

वरच्या सुरात ती हासत म्हणाली.

"काय तरीच काय बोलतीस गं."

"खरंच की गं. तुझं माझं एका मांडवात लगीन. आणि तुला ही पाच पोरं... मी अजून तशीच एरंडासारखी एकांडी."

"न्हवरा मिळायलाबी नशीब लागतं गंगा... माझ्या नशिबात ह्योच हुता नि तुझ्या नशिबात त्योच हुता."

"कसलं नशीब घेऊन बसलीस? भोग म्हणायचा एकाएकाचा... आता तुझं पोरगं दे मला ह्यांतलं एक. फुडच्या वर्सी तुला हुईल आणखी एखादा पोरगा."

गौरा लाजली. तिच्या चेहऱ्यावर प्रसन्न हासू फुटलं.

"फुडच्या वक्ताला पोरगी हुईल."

"ते गं कसं?"

"दोन पोरांवर एक पोरगी असा पाळणा दिसतोय."

गौरा त्या तंद्रीतच झोपली. गंगाला चमत्कारिक विचार सुचत गेलं. विचार करताकरताच तिचा डोळा लागला. झोपेतही आडवेतिडवे विचार येऊ जाऊ लागले.

मध्यरात्रीची एक सावली आतल्या सोप्यातनं अंधारातच बाहेरच्या सोप्यात आली. क्षणभर बाहेरच्या सोप्यात घोंगड्याची हालचाल झाली. पुन्हा शांत. मग एक तृप्तीची ढेकर. सावली पुन्हा आत आली. सोपानानं अंधारात उठून बिडी पेटविली नि दोन-तीन झुरके घेऊन ढिल्या अंगानं तो पाय पोटात घेऊन झोपला.

पोरांचा पंधरावा दिवस मजेत गेला. मावशीनं त्यांच्या हातावर चार चार आणे ठेवलं. ती जायला निघाली. औषध खाल्ल्याचं समाधान तिच्या चेहऱ्यावर त्या क्षणी तरंगत होतं.

"बरं येती मी गौरा."

"ये." गौरा कंटाळल्यागत दिसत होती.

"लगीच चाललीस गंगा? ऱ्हा की दोन-तीन दीस आणखी." सोपाना बिडी ओढत ओढत आत आला.

"नगं. आता पंधरा दिस झालं की. औशीद खाल्लं; आता किती दीस ऱ्हायचं?"

"न्हवरा वाट बघत असंल तिकडं."

गौरा हसत हसत सोपानाचंच पूर्वीचं वाक्य म्हणाली.

"व्हय बाई. जाती. तू ये कवा तरी तिकडं."

"येईन की."

गंगा गेली.

दीस कामा-धामात जाऊ लागले. सोपाना रजा संपवून गेला तेव्हा उन्हाळा सुरू झाला होता. उन्हाळा जाऊन पावसाळाही संपला. थंडीच्या दिसांत गौराला गंगाचं दुसरं पत्र आलं. पोरगी झाली. आणि आठ दिसांनी म्हंजे येत्या बेस्तरवारी पोरीचं बारसं हाय. सगळ्या पोरांस्नी घेऊन ये. भाऊजीस्नींबी तिकडं पत्तर घाटलंय.

सुदैवानं गौराला ह्यावेळी दीस गेले नव्हते; म्हणून ती मोकळ्या अंगानं गंगाच्या लेकीच्या बारशाला, पोरांना घेऊन गेली.

बारशादिवशी ती पोळ्या लाटत होती नि बाहेरच्या गल्लीतली माणसं पोळी-जिलेबी पोट भरून जेवत होती... गंगाचा नवरा धोतर खोचून लोकांच्या पंगतीतनं 'ह्येला वाढ रं, त्येला वाढ रं–' करत हिंडत होता. त्याची छाती बापईपणानं उगीचच फुगून आली होती.

पोळ्या करणाऱ्या गौराजवळ गंगा येऊन पोरीला पाजवत बसली.

“गौरा, तुला ह्येनी तीस रुपयाचं लुगडं आणून ठेवलंय, वर पुणेरी चोळीचा खण... भाऊजी आलं असतं तर त्यांस्नीबी धोतरपटक्याचा आहेर करायचा त्येंचा इचार हुता... पर ते आलंच न्हाईत.”

“त्यांस्नी कुठली लगीच रजा मिळंल?... आणि एवढं कशाला घ्यायचं? खरं तर मीच तुला आणायचं ठरविलं हुतं पर ह्येंची अजून मनिआर्डरच आली न्हाई, म्हणून मग पोरीला नुसत्या बिंदल्या आणि तोरड्याच आणल्यात.”

“रग्गड झालं. कशाला उगंच आणायचं. उगंच पैल पोरं सटी-सा मासानं झालं म्हणून ह्यो सगळा सण-सोआळा करायचा.”

“केलास ते बरं झालं. तेवढाच आशीर्वाद मिळतो पोराबाळांस्नी.”

“खरा आशीर्वाद तुझाच म्हणायचा.”

“माझा कसा?”

“तर काय, तुझ्या गावाला मी आली नि गुणकारी औशीद मिळालं... नसतीच आली असती तर कुठलं गं काय मिळालं असतं?”

“औशिदाबरोबर नशिबातबी असावं लागतं? तू त्याच वक्ताला आलीस म्हणून बरं झालं. न्हाईतर फुडं आली असतीस तर काय उपयोग झाला नसता.”

“का गं?” संशयानं गंगानं विचारलं.

“आगं, तुला औशीद दिलं नि चार म्हैन्यानं त्या म्हाताऱ्यानं राम म्हटला.”

“आगं गं ऽ!”... तिला विषय बदलावा असं वाटलं.

बारसं आटपून दहा-बारा दिवसांनी पोरा-बाळांच्या अंगावर नवी अंगडीटोपडी आणि आपल्या अंगावर हिरवं लुगडं नेसून ती परतली... जाता जाता तिच्या मनात उगंचच विचार आला... आपूण कसं ह्या डावाला पोटुशी ऱ्हायलो न्हाई? का ह्यांस्नी त्या डाग्डरणीनं पोरं बंद हुयाचं औशीद दिलं... काय नेम, त्येंनीबी पोरं लई झाली म्हणून कट्टाळून खाल्लं असंल.

गावी येऊन दार उघडून बघती तर दारात सोपानानं पाठवलेलं कार्ड पडलेलं. चटकन शेजाऱ्याकडं जाऊन तिनं ते वाचून घेतलं– ‘नऊ तारखीला मनिआर्डर करतोय. अकरा-बारा तारखीला घरात ऱ्हा. बाहीर जाऊ नगं. बाकी माझं झेकास चाललंय. गंगाच्या गावाकडनं पत्तर आलंय. पोरगी झाल्याचं कळलं. तिच्या बारशाला जा, खरं म्हणजे तिला पोरगा व्हायला पाहिजे हुता. आठ-नऊ महिन्यांनी मी रजेवर आलो म्हणजे तिला पुन्ना औशीद खायला लावू. तेवढंच सगळ्यांचं दीस मजेत जातील. आणि असंल देवाच्या मनात तर तिला पोरगाबी हुईल.’

“... पर बाई! आता तर त्यो म्हातारा मेला.” गौराच्या मनात चटकन विचार सरकून गेला.

■

सोनाची हौस

"माझं चिताक गं ती. माझी वाकी गं. माझी पुतळी गं. पुतळे, तुला भरडा खायला पाहिजे. आँ? घमेलं भरून देईन हं सरक्या माझ्या बर्फीला. ऑ! हां." सोना आपल्या म्हशीच्या गळ्यात गळा घालून हातांनी कुरवाळत होती. आज तिनं थोरली कासंडी भरून सोनाला दूध दिलं. सोनानं ती कासंडी दोन दिसांच्या मुक्कामाला आलेल्या मामलेदाराच्या शिपायाला महागानं विकली. चांदीचे अडीच रुपये छनाछना वाजवून त्यांच्याकडून घेतले... म्हशीच्या धारेतनं दूध पडताना चवल्या-पावल्यांचा खुर्दाच कासंडीत भरतोय असं तिला वाटायचं.

तिनं म्हशीच्या गळ्यात घसाचं डोरलं बांधावं तसा लोढणा बांधला. दावं सोडून तिला घेऊन ती मळ्याला निघाली. डोक्यावर शेणाची पाटी... त्या पाटीत मळ्यापर्यंत जाईस्तवर पाटीतलं शेण भरपूर साठायचं. ते शेण सवतंच लावून त्याचा ती पैसा करायची नि भिशीत टाकायची. नवरा धोंडबा या बाबतीत तिला काही बोलायचा नाही. बोलला तर बायको पळून जायची भीती म्हणून आपला माळावरच्या धोंड्यागत डोईवर शेण थापलं तरी गप्प बसायचा.

सोनाचं हे दुसरं लग्न. पहिल्या नवऱ्याजवळ ती पाच-सहा वर्सं नांदली. त्यातले चार-सहा महिनेच ती सासरला. एरवी तिचा मुक्काम माहेरात. अडाणी आई-बाऽला तेवढी लाडाची एकच लेक. त्यांनी तिला पोट भरून माहेराला ठेवून घेतलं. सासरला गेली आठ-पंधरा दीस राहिली की माहेराला पसार.

"सोना, का गं आलीस?"

"आले बाई. कट्टाळा आला तिथं."

"कशाचा?"

"अगं, न्हवरा का भवरा त्यो? सारखा कामाभंवत्यानंच फिरतोय आणि एवढा कामाभवत्यानं फिरतोय खरं, जवळ फुटका मणीबी बाळगून न्हाई. सदा नि कदा

भिकाऱ्यागत तऱ्हा.''

''नशिबात हुता तसा मिळाला म्हणायचं. आई बाऽनं ज्या घरात दिली त्या घरात नाण्णं घालवाय नगं?''

''कुठलं नाण्णं नि कुठलं चाण्णं. समदा वसाड उन्हाळा हाय तिथं. मारुतीला त्याल घालाय म्हटलं तर खोटा पैसाबी घरात नसतोय. एकची एक बायकू. तिचीबी हौस त्येला भागवाया येत न्हाई. योक दागिना म्हटलं तर आंगावर न्हाई. लंकेच्या पार्वतीगत माझी कळा.''

''बघ बाई, तुझं नशीब तुझ्यासंगं. दाल्ल्यासारखा दागिना न्हाई नि कुंकवासारखी शोभा न्हाई.'' असं म्हणून बाई दाल्ल्याचं जेवण घेऊन लगालगा पुढं जायची.

सोना आई-बाऽच्या घरात गादीवर गोलांट्या मारायची. पाच-सहा वर्षं अशी गेली. नवरा कंटाळला. मूल नाही, बाळ नाही. बायको नाही, प्रपंच नाही. मग कशाला संसार करायचा; म्हणून त्यानं बायकोला नाक कापून सोडचिठ्ठी द्यायचं ठरवलं. पण नाक कापायला मिळालं नाही. सारखं माहेरातच असायची म्हणून तोच एक दिवस नाक मुठीत धरून तिकडं गेला आणि सोडचिठ्ठी गळ्यात बांधून मोकळा झाला... फळकर रेडीगत उड्या मारायला सोना मोकळी झाली. आई-बाऽनंही तिच्या गळ्याचं दावं सोडून दिलं होतं.

दोन-तीन सालं अशीच वावंडी गेली. सोना भरात आलेली. घराघरातनं फिदीफिदी करत हिंडायची, हे बघून गावातल्या चार शहाण्या-सुरत्या माणसांनी सोनाच्या बाऽच्या तोंडात शेण घालायला सुरुवात केली. मग कुठं वर्षभरात सोनाचं लग्न धोंडबासंगं केलं. धोंडबालाही मूल नव्हतं. त्याची पहिली बायकोही तशीच रोग येऊन मेली म्हणून त्यानं दुसरं लग्न करून घेतलं.

सोनाच्या गळ्यात धोंडा बांधला. धोंडबाच्या गळ्यात सोनाचं कथिल बांधलं. कारण दोघंही दुसऱ्या लग्नाचे.

दुसरा नवरा तरी हौस भागवील म्हणून सोनानं लग्न केलं. पण तोही तसाच निघाला. दीसभर मळ्यात राबायचा, पोटापुरतं खायचा नि रातचं पटकूर टाकून धोंड्यागत पडायचा.

त्याचा बिनहौशी स्वभाव बघून सोना कंटाळली. ज्या वयात दोन-पाच मुलं व्हायची त्या वयात एकदा पळूनही गेली. पण ह्या वेळी आई-बाऽनी तिला थारा दिला नाही. लाडाची लेक म्हणून एक म्हैस मात्र घेऊन दिली.

''हिचं दूध ईक आणि तुझी दागिन्याची हौस भागवून घे.'' आई म्हणाली.

सात-आठ दिवसांत नवरा न्यायला आला.

''जावईबापू, हिच्या अंगावर एखादा दागिन्याचा तातू घ्या की.'' सासऱ्यानं जावयाला विनंती केली.

धोंडबानं कमरेत खोवलेल्या चंचीतनं चकचकीत चांदीचे जोडव्या-मासोळ्यांचे जोड बाहेर काढले. सासऱ्यापुढं मांडले. तोंडातलं पान बाहेर काढून थुंकून येऊन तो म्हणाला, "ह्यो घ्या. पर तुमच्या लेकीनं पडला पाऊस की पूर आला पाहिजे अशी भाषा बोलू ने. जरा दमाधीरानं घ्यावं. मी काय तालेवार न्हाई. पोट पाणी बघून मग हे बघाया पाहिजे; का उठलं-सुटलं दागिनंच घे. चिच्चूकं देऊन का दागिनं मिळणार हाईत?"

धोंडबानं जावईपणा दाखविला. दुसरे दिवशी सोना, सोनाची म्हैस आणि धोंडबा आपल्या गावाच्या वाटंला लागले... मनातल्या मनात सोना हरखली होती. सोनं नाही निदान चांदी तरी अंगावर मिळाली. तिच्या जिवात सुखाच्या चांदण्या फुलल्या.

लग्नाच्या सराईतली गोष्ट, गावात गल्ली-गल्लीला धूमधडाक्यानं लग्नं चालली होती. बोळा-बोळाला मांडव घातले होते. खीर-भाताचा वास दरवळत होता. केळवणी ताटं इकडं तिकडं जाताना दिसत होती.

रात्री दहा-अकराच्या सुमाराला सोनाच्या घरावरनं कुणा तालेवाराच्या पोराची वरात चालली. सोना लगालगा उठली.

"का गं?" घोंगड्याच्या पटकुरात पडलेला दाल्ला म्हणाला.

"काय न्हाई. कुणाची वरात आलीया. गूळ-पाणी तरी देते वाईच."

"आगं, आपली वळख का पाळख? का लागलीस आपली गूळ-पाणी द्यायला कुणाच्याबी वरातीला!"

"नसंनात का वळखीचं. दारावरनं वरात चाललीया. द्यायचं. तेवढंच पुण्य पदरात."

"कर जा काय तरी." धोंडबानं घोंगडं कानावर ओढून घेतलं.

सोना गूळ-पाणी घेऊन बाहेर आली. वरातीला कुणाची तरी टूरिंग उसनी आणलेली दिसत होती. तिच्यावरचा टप काढला होता. सोना नवऱ्याला ओलांडून नवरीकडं गेली. आणि नवरीला तिनं पहिल्यांदा गूळ पाणी दिलं. पण करवलीनं नवऱ्याकडं ते अगोदर दिलं.

सोनानं नवऱ्याकडं आणि करवलीकडं ढुंकूनही पाहिलं नाही. नवरीचा बुरखा मात्र तोंड बघण्याच्या निमित्तानं बाजूला काढला. आणि तिच्या गळ्यातलं दागिनं डोळं भरून बघून घेतलं. त्यांना हात लावला आणि त्यात विरघळून गेली.

करवलीनं रिकामा झालेला तांब्या सोनाच्या हातात दिला तेव्हा सोना भानावर आली. "चांगली हाय गं बायकू! सोन्यासारखी पिवळी हाय बघ. बरं झालं बाबा नशीब उघाडलं नवऱ्याचं." असं म्हणत घरात गेली. वरात पुढं निघून गेली.

"कुणाचं गं लगीन?" धोंडबाचं घोंगडं बोललं.

"कुणाला दखल?"

"इच्याभणं! चौकशी तरी करून यायची का आपलं गूळ-पाणी फुकटच."

"न्हाई त्येची चौकशी कशाला करायची? करायची त्येची माणसानं चौकशी करावी." सोनानं वाकळ अंगावर ओढून सोनं बघितलेलं डोळं स्वप्नासाठी मिटलं.

गौर तोंडावर आली. म्हशीच्या दुधाचे पैसे लोण्यासारखे हळूहळू साटत होते. उतरंडीला गठळी पडायची. आठवड्याचा बाजार आला की भिशीत गठळं मोकळं व्हायचं. गौरीच्या अगोदर निदान आठ-दहा दिवस तरी टिक्का घ्यायच्याच असा तिच्या मनाचा हट्ट होता. पैसे कमी पडलेच तर दाल्ल्याकडून थोडे काही तरी करून मागून घ्यायचे असं तिनं ठरवलं होतं. सकाळपासून कडोसं पडेपर्यंत ती आपली म्हस माळाला जास्तीत जास्त चारायची. तेवढंच पावशेर दूध जास्त निघंल अशी तिची हावरी भावना.

एक दिवस दुपारी ती अशीच मळ्याकडंच्या माळाला म्हैस दड्डाला लावून बसली होती. टिक्कीची बरीच लांब देठाची फुलं तिनं गोळा केली. शेजारी शेणाची अर्धी पाटी आणि काठी पडलेली. फुलांचे लांब देठ गुंफण्यात ती रंगून गेली. गौर तोंडावर आलेली. सोना गाणं गाऊ लागली–

"चल गं रंगू खेळायला."
"मी न्हाई येत खेळायला."
"का न्हाई येत खेळायला?"
"टिक्का न्हाईत लिय्याला."
"टिक्का घडवितो, घडवितो,
रंगूचा गळा मढवितो."
"चल गं रंगू खेळायला."
"चिताक न्हाई लिय्याला."
"... ..."

सोनाची म्हस वसावसा करीत पळत सोनाच्या पुढ्यात आली. सोनाचं ध्यान तिच्याकडं गेलं. तिच्या तेल लावलेल्या काळ्याभोर पाठीवर काठ्यांचे चार-पाच वळ उठलेले होते. सोनाचा जीव डिवचल्या नागिणीगत झाला. तिनं माळ्याच्या शिवेकडं बघितलं. जिऊ मुटारीण हातात काखवाव लांब काठी घेऊन आपली म्हस चारत होती. अधून-मधून सोनाकडं मारक्या म्हशीगत बघत होती.

"का गं ए ऽ कोल्हाटणे; म्हशीला का मारलंस?" असं म्हणत सोना तिच्याकडं धावली.

"आगं डोंबारणे, तुझी म्हसं हिकडं माझ्या माळात आली हुती."

दोघींची भांडणं दीस खाली जाईल तशी सावल्यागत वाढत चाललीया. इकडं म्हशींच्या टक्करी लागल्या, तेव्हा भांडणं आवरती घेतली. सोनाला भिकारीण,

डोंबारीण, कैदाशीण अशा बुटीभर शिव्या मिळाल्या. भांडताना जिऊच्या डोक्यावरचा पदर सारखा खाली पडायचा. आणि तिच्या गळ्यातली पंधरा पुतळ्यांची माळ उन्हानं चकाकायची. गळ्याबरोबर असलेलं चिताक पिवळ्या नागाच्या पिल्लागत वळवळायचं. डोरलं, एकसराचे मणी अधनंमधनं मिचकायचे. भांडताना जिऊ सारखा हात पुढं करायची आणि मग पाटल्या दिसायच्या. तोच हात ती "आगं, मला काय करणार हाईस तू भिक्कारणे?" म्हणून छातीवर मारून घ्यायची. सोनाला मग शिव्या वेचून वेचून द्यायला सुचायचं नाही. ती आपली दागिने बघायासाठी हळूहळू एक एक पाऊल उचलत पुढं जायची. कधी तरी आपटबार फुटल्यागत एखादी शिवी द्यायची.

म्हशीच्या टक्करीबरोबर भांडणं सुटली. सोनीनं आपली म्हस एका बाजूला नेली. थुंकी लावून तिच्या अंगावरचे काठ्यांचे वळ पुसले. घटकाभराने तिच्या गळ्यात "माझी पुतळी गं ती." म्हणून टिक्कीच्या फुलांचा हार बांधला. दीस बुडताना म्हशीला तुडूंब करून ती घरच्या वाटेला लागली.

पाच-सात दिवस गेले. बाजाराचा दीस म्हणून सोना घरात राहिली. आसपासच्या चार-पाच गावची माणसं तिच्या गावच्या बाजाराला यायची. डोंबारी आपली पोरं नि झोळ्या घेऊन तुकडे गोळा करायचे.

सोनाच्या दारात एक भिकारीण आली. तिच्या अंगावर पांढरे अनेक प्रकारचे दागिने होते. जड, रुंद. "सुया घे ऽ बिबं घे, डूल घे ऽ बिलवर घे ऽ बाई ऽ य. काय तरी वाड ए ऽ मावशे."

सोना दारात आली, "काय हाय गं तुझ्याजवळ?"

भिकारणीनं आपली टोपली खाली उतरली. वाकळंची पिशवी उलगडली. घालण्यासाठी घेण्यासारख्या अनेक वस्तू होत्या; त्या दाखवल्या. सोनानं भिकारणीला दोन भाकरी, एवढं दही, एवढी उसळ घातली. ती तिथंच बसून जेवली. आड-कुडच्यानं पोटभर पाणी प्याली. आणि 'सूया घे ऽ' म्हणत निघून गेली.

दोन दिवस सोना म्हस घेऊन गेलीच नाही. नंतर त्याच दिवशी बाजारात जाऊन आली. कोण तरी सखी भेटली.

"बाजाराला आलीस रकमा?"

"व्हय. तू?"

"मीबी. गळ्यातला साज नवा घेतलास काय गं?"– सोना

"न्हाई बाई; जुनाच हाय."

"त्या जिऊ मुटारणीजवळ काय दागिनं हाईत गं?"– सोना

"आसू द्यात तिकडं. दाल्ला, चार ल्याक नि चौघी सुना घसाघसा राबत्यात आणि ही दुधात निम्मं पाणी घालून धंदा करतीया. पैसा साठंना तर काय हुईल?

पर एक दीस पाण्यातला पैसा पाण्यात गेल्याबिगर -हायचा -हाई.''

''व्हय बाई! रांड भांडती तरी किती गं, तोंडाला कुत्रं बांधल्यागत भुंकती बघ आणि चोरटीबी हाय म्हणं.''

''आसंल बाई. त्या बिगार का सोन्याची पेंडकीच्या पेंडकी घालतीया?''

''मीबी टाकल्यात पाटल्या करायला.''

''काय सांगतीस?''

''तर. दोन-दोन तोळ्याच्या हाईत. म्हशीनं लई धन दिलं माझ्या. आता गौरीत टिक्काबी घ्यायच्या म्हणत्यात त्येनी.''

''काय करावं बाई!''

''आगं, मीबी काय भिकारीण डोंबारीण हाय व्हय.?''

''-हाई की.''

''ती रांड म्हणत हुती.''

''कोण?''

''ती जिऊ कोल्हाटीण. दोन दिवसांत पाटल्या येतील आता.''

''येऊ द्यात बाई. उदंड पिकू देत तुझ्या घरात.''

सोना बाजारात फिरून फिरून असा बाजार करून आली. भेटेल तिच्यापाशी पाटल्यांचा विषय निघाला. दुसऱ्या दिवशी तर नदीवरचं पाणी तिनं दुपारपर्यंत भरलं. सगळ्या गावातनं बातमी पसरली. जे ते सोनाला विचारायचं, ''सोना, पाटल्या करणार हाईस म्हणं?''

''व्हय, तुला कोण म्हणालं?''

''म्हणालं कोण तरी. हौशी हाय बाई तुझा दादला.''

''आगं, माझ्या म्हशीच्या दुधाच्या पाटल्या हाईत त्या. आणि गौरीला टिक्का घेणार हाय त्याच दुधाच्या लोण्यावर.''

''आगोऽऽबाऽई!'' पाणीवाली सगळी बोटं तोंडात जावीत एवढा आऽ वासायची. चार दिसांत सोनाच्या हातात पाटल्या आल्या. चकचकीत पिवळ्या हाडूळ. हळकुंड ओतल्यागत. सोना त्या वेळी कधी नाही ते भाकरीवर कोरड्यास मागून आणायला लांब लांब गेली. विरजणाचं आंबट पिऊन टाकून ती शेजाऱ्यापाजाऱ्यांच्या घरात मागायला घुसली. भांडं घेतलेला हात पुढं.

''व्हंजी, जरा मुरवणाचं द्या हो.''

''आणि तुझ्यातलं काय झालं गं? कायम दुभतं हाय की तुझ्या घरात.''

''हाय खरं. त्येनी आज अवस्थी सगळंच भातात वतून घेऊन खाल्लं न्हवं. आणि आता इरजणाला आंबट न्हाई. काय बाई घाम तरी ह्यो. हुशऽऽ'' असं म्हणून ती अगोदर हाताचा घाम पुसायची.

हाताचा घाम पुसता पुसता पाटल्या वाजवल्या. व्हंजीच्या पुढंही दोन्ही हात पुढं धरून बसली.

"पाटल्या आणल्या वाटतं?" व्हंजी.

"व्हय."

"बघू, बघू."

सोनाच्या अंगावर सुखाची रास सांडली. मग ती दोन्ही हात हातात देऊन म्हणाली, "दोन दोन तोळ्याच्या हाईत." दागिन्याचं पोटभर बोलणं करून मग टाकभर मुरवणाला घेऊन ती परत आली... हा हा म्हणता गावात बातमी पसरली.

रात्र झाली होती. देवा, म्हणून धोंडबा मळ्याकडनं घराकडं तुकडा चघळायला आलेला. ईळभराच्या कामानं अंग ठणकत होतं. सोना चुलीपुढं बसून भाकरी थापटत होती.

"सोनामावशी," कोणी तरी बाहेरनं हाक मारली.

"काय गं किसने?"

किसना आत आली. "आगं जरा पाटल्या दाखीव बघू. लेकीला लग्नात घ्यायच्या हाईत, लगीन ठरलंय गं तिचं."

"उद्या ये." सोना गडबडीनं म्हणाली. धोंडबाचं डोळं तळ्याएवढं मोठं झालं. सोना गोरीमोरी झाली. किसनाला काहीच कळेना. सरळपणानं ती आपली म्हणाली, "उद्या गावाला जाणार हाय गं म्हणून तर रातचं बघाया आले. दाखीव की, अर्ध्या घटकेचं तर काम हाय."

सोनानं मन घट्ट केलं. जिवाचं नाव पालापातेरा ठेवून ती मनावर उदार झाली आणि आरशाच्या पेटीतनं तिनं पाटल्या काढल्या. पाटल्याकडं बघत किसनाच्या हातात दिल्या. धोंडबा टपलेल्या मांजरागत सगळं बघत होता.

"झेकास हाईत की ग. किती तोळ्याच्या ह्या?"

सोनानं आणखी एकदा धोंडबाकडं बघितलं आणि म्हणाली,

"दोन दोन तोळ्याच्या हाईत."

"धोंडबानं घुशीच्या भोकाएवढा तोंडाचा आऽ केला.

"कवा घेतल्यास?"

"घेतल्या पाच-सा दीस झालं."

... इंगळ्या डसल्यागत धोंडबा ताडकन उठला आणि त्यानं हातरलेलं घोंगडं झडाझडा झाडलं.

"बरं झालं बाई. म्हशीच्या दुधातनंच घेटल्यास न्हवं?"

"व्हय. जा आता. मी जरा कामात हाय. उद्या भेटीन म्हणं तुला."

... धोडबा डोक्याला गपागपा पटका गुंडाळत होता. किसनाला काही कळेना.

कावरी-बावरी होऊन तिनं सोनाच्या हातात पाटल्या दिल्या नि ती बाहेर पडली.

"पावसाळी बेडकागत धोडबानं नाकपुड्या फुगवल्या. ओठावरच्या डंगरी मिशा हालवत तो म्हणाला, "पाटल्या घेतल्यांस?"

"न्हाई बा." सोना जरा गांगरली.

"मग त्या कुठल्या पाटल्या?"

"अशाच कुठल्या तरी." लाडात येण्याचा प्रयत्न.

"कुणाच्या मागून आणल्यास?"

"न्हाई."

"आगं. मग पाटल्या कुठल्या त्या?" आवाज चढला.

"आता तुम्हांस्नी काय सांगायचं."

"सांग सांग लवकर."

"सांगीन कवा तरी."

"आत्ताच्या आता सांग. न्हाई तर धोंडा घालतो बघ डोसक्यात. तुझ्या भणं, इसकोट करतीस व्हय माझ्या घराचा? गऽप मुकाट्यानं कुणाच्या चोरल्यास त्याच्या त्याला दे जा परत."

"अहो, चोरीच्या न्हवंत त्या."

"मग कुठल्या"

"असं वायद्यावर येऊ नका." म्हणत सोना जरा धोंड्याजवळ सरकली. "भिकारणीला दोन भाकरी देऊन घेतल्यात, पितळंच्या हाईत त्या."

"आयला!" धोंडबाचं तोंड दोन घुशीच्या भोकांएवढं झालं.

"अहो, ती जिऊ मुटारीण ऊर बडबडवून आपलं दागिनं मला दावत हुती. काय दिमाख करतीया. म्हटलं, "बरं हाय भाद्दरणी" ... सोनानं सगळा मामला सांगितला.

पण भिंतीला कान हुतं. दोन दिवसांत सोनुबाईच्या हातात पितळेच्या पाटल्या असं जे ते तोंड नदीवर, शेतावर, उठता-बसता निजेत जाबडू लागलं. सोनाला मात्र आपलं तोंड दाखवायला लाज वाटू लागली. सोन्याचे पाणी उडून गेलेल्या पितळेच्या अलंकारागत तिची दशा झाली.

गावात अब्रू गेली आणि गौर सात-आठ दिसांवर आली. सोना मनावर उदार होऊन दाल्ल्याबरोबर लढू लागली. काही जरी झालं तरी सोन्याच्या पाटल्या, टिक्का आणि मोठ्या मोठ्या मण्यांचा सर घ्यायचा. गावाचं डोळं आंधळं होतील एवढं दिपवून टाकायचं, असा तिनं हिय्या केला. भांडणं कडाक्याची झाली. पळून जायचा आणि कधीच न यायचा सोनानं धाक गातला. आणि दुसऱ्या दिवशी तिनं चोळी-लुगड्याचं गठुळं बांधलं.

"गप, माझं ऐक. एवढी सुगी होऊ दे. काय म्हणशील ते तुला घेतो." दुसरी

बायको नसलेला धोंडबा काकुळतीला आला.

"काय न्हाई. एरवी मी गप बसले असते. पर गावातनं अब्रूचं खोबरं झालंय ते भरून काढलं पाहिजे. आत्ताच्या आत्ता. तरच आपल्या संसाराला इरं न्हाईल."

"एवढं दोन महिने जाऊ द्यात."

"दोनच म्हयनं का; चांगला जलम असाच जाऊ दे. तुम्ही बसा हितं, मी जाते माझ्या आई-बाऽकडं." सोनानं म्हशीचं दावं सोडून हातात घेतलं. गठळं काखेत मारलं.

"थांब जाऊ नगं... चल तालुक्याच्या गावाला जाऊन येऊ या." धोंड्याचा कातळ पाझरला.

दुधाचे पैसे मोजले. दागिन्यांसाठी म्हस विकली. पिकाच्या सल्फेट खतासाठी ठेवलेला पैसा बाहेर काढला. बांधाचं गवत जनावरांची वैरण तोडून आगाऊ विकलं. अनेक अडचणींना तोंड दिलं नि सोनाला पिवळी केली. टिक्का, पाटल्या नि एकसरानं तिचा गळा भरला. नि धोंड्याच्या गळ्याला फास आला. कर्ज काढून मशागत करायचं त्याच्या नशिबात आलं.

सोनाचं नशीबही फिरलं होतं. त्याचं उशाकडं पायसं नि पायशाकडनं उसं झालं होतं. गल्लीभर नि गावभर ती सोनं घालून हिंडली. भर उन्हात उरावरचा पदर बाजूला सरकवून तिनं नदीचं दहा-पंधरा खेपा पाणी आणलं. मीठ उसनं आणण्यासाठी लांब-लांबच्या घरांना जाऊन बघितलं. दुधाचा हिशेब येईना म्हणून जिला तिला तो विचारला. घाम आला म्हणून डोईवरचा पदर काढून माणसादेखत वारा घेतला, पण तिला कोणी काहीच विचारीना.

ती पुढं गेल्यावर पाठीमागं बायका मोठ्यानं बोलायच्या.

"काय बघायचं तिचं दागिनं. पितळेचंच हाईत. लई लई सोन्याचं पाणी दिलं असंल त्यांस्नी."

"तर काय. पाच-सा भाकरींची ती कमाई."

खिदीखिदी सगळ्या बायका हसू लागल्या. सोनाला टिक्कंची सुरी झाल्यागत वाटायचं. सगळ्या गावाला बोलावून सोनाराकडं न्यावं आणि आपल्या दागिन्यांची परीक्षा सोनाराला करायला सांगावी, असा विचारही तिच्या मनात चकाकून जायचा. चारपाच दिवस असेच गेले. सोना पाण्याबाहेरच्या माशागत तळमळत होती. डोकं ऐरणीगत सुन्न होऊन गेलं होतं.

एके दिवशी सकाळीच सोनानं बायकांच्या समोर भरल्या नदीत उडी घेतली. ती वैतागून गेली होती. अलीकडं सगळ्याच बायका तिच्या तोंडावर दुसरीकडं तोंड करून तिच्या दागिन्यांविषयी बोलत होत्या. सोनाला ते सहन होईना म्हणून तिनं जीव द्यायचा ठरवलं नि पाण्यात उडी मारली.

पण जीव काय बायकांनी जाऊ दिला नाही. त्येला सोनासकट वर काढायचा, असं ठरवून बायकांनी आरडा-ओरडा केला. खालच्या पाणवठ्यावरचे बापय-गडी धावून आले नि बायकांनी सोना पाण्यात पडल्याचं सांगताच त्यांनी जिवाचा घडा करून जोडीजोडीनं उड्या मारल्या. कदाचित सोना घाबरून गळ्याला मिठी मारायची नि दोघांचाही जीव जायचा. म्हणून दोघादोघांनी मिळून पाण्याच्या तळात धाव घेतली होती. एका घटकेच्या आतच सोनाच्या झिंज्या वर आल्या. गटागंळ्या खात खात ती वर-खाली करत होती. लुगड्यात हवा भरलेली होती. म्हणून देह लवकर बुडत नव्हता. एकानं शिताफी करून सोनाच्या झिंज्या धरल्या नि काठाकडं तिला ओढत आणलं. वर काढून करंजीच्या झाडाखाली नेलं.

हाका मारल्या, हालवून बघितलं, पण ओ काही देईना. पाणी पिऊन पिऊन पोट तुडूंब भरलं होतं. कुणाला तरी अचानक गिरमल कुंभाराची आठवण झाली नि दोघांनी उचलून सोनाला कुंभारवाड्याकडं पळवलं.

गिरमल कुंभारनं चाकावर घातलं. गरागरा फिरवून पोटातलं पाणी बाहेर काढलं... सोनाचा श्वासोश्वास होऊ लागला.

गाव फुटलं, कुंभारवाड्यात जत्रा भरल्यागत झालं. पोरं आरडूनओरडून एकमेकाला हाका मारत कधी न पाहिलेली गंमत बगायला जमू लागली. माणसांच्या सांदरीतनं, तंगडीतनं पुढं जाऊ लागली. बायकांनी सोनाभवतीनं गराडा घातला. धोंडबाही खुळ्यागत येऊन उभा राहिला होता.

सोनाच्या तोंडाला फेस आला. म्हाताऱ्या-कोताऱ्या बायकांनी तिला कुणाच्या तरी घरात उचलून न्यायला सांगितलं. सुपानं वारा घातला. सोना सरळ उताणी पडली होती. पायातल्या जोडवी-मासोळ्यांना नुकतंच सोनाराकडून पाणी देऊन आणलं होतं. त्या चकचकीत झालेल्या होत्या. कमरेचा मासपट्टा बायकांनी ढिला केला. कानात बारक्या बारक्या बुगड्या नि फुलं होती. पण ती जुनी होती. बेलपानाच्या चक्काकत्या टिक्का, मोठ्या मण्यांचा एकसर, सोन्याच्या मण्याचं डोरलं गळाभरून दिसत होतं. हातातल्या पाटल्या पिवळ्या हडूळ हळकुंडागत वाटत होत्या.

सोना शुद्धीवर आली. हळूच तिनं डोळं उघडलं. धोंडबाला बघून घेतलं... त्याला धीर आला. सोनाचा हात हलला. हातातल्या पाटल्या डोळ्यांना दिसल्या. हात गळ्याकडं गेला. गळ्यात सारं दागिनं होतं तसं होतं. उघडी उताणी ती तशीच बोलू लागली.

"अशा भोवतीनं बसा. हुब्या ऱ्हाऊ नका. माझ्याजवळ या."

"उठा गं. व्हा बाजूला. वारं येऊ द्या बिचारीला," कोणी तरी पांढऱ्या केसांची बोलली.

सोना तिच्याकडं बघत म्हणाली, "हिरामावशी, तू देवमाणूस हाईस, गावातल्या समद्या बायका हितं जमल्यात न्हवं का?"

"व्हय बाई. तू हे इप्रित करून बसलीस न्हवं?"

"जीव गेला असता तर बरं झालं असतं."

"का गं बाई एवढं जिवाला कष्टाळलीस?"

"सगळं गाव मला खोटं म्हणतंय, तर जगून काय करू मी?"

"खोटं का म्हणतंय?"

"हिरामावशी, बस अशी जरा जवळ. हे बघ." सोनानं आपलं दागिनं हातात धरलं, "खंडुबाची आन घेऊन सांगते तुला, हे समदं दागिनं खऱ्या सोन्याचं हाईत. आईच्यान गं हे खोटं न्हाईत."

"आगं असू दे. खोटं कोण म्हणतंय त्यांस्नी? मला का वळखत न्हाई; खरं कोणचं नि खोटं कोणतं ते? काळ्याचं पांढरं की माझं."

"व्हय न्हवं? ह्या समद्या बायकांस्नी इचार की."

"आम्ही गं कशाला खोटं म्हणावं?" आधीच भांबावून गेलेल्या बायका म्हणाल्या.

"आगं, ह्या पाटल्या तर पाचशे रुपये किंमतीच्या दिसत्यात!" एक जण तिला बरं वाटावं म्हणून म्हणाली.

"व्हय न्हवं?"

"तर, आणि हिरामावशी तर कवा खोटं बोलायची न्हाई."

"आगं, मग हे आदुगर तर बोलायचं न्हाई. माझा हाकनाक जीव गेला असता." म्हणून तिनं उजवा हात उरावर मारून घेतला... त्यासरशी तिच्या हातातल्या पाटल्यांचा काकणांवर आपटून सोन्यासारखा आवाज झाला. ■

टग्यांचं गाव

त्याचं लग्न होऊन तीन वर्षं पार पडली, तरी त्याला बायकोपासून काहीच सुख मिळालं नव्हतं. गावात दरवर्षीप्रमाणं पुन्हा लग्नाची गडबड उडाली नि तो जास्तच येडबडून गेला... त्याला वाटलं आता हे रग्गड झालं. आपल्याबरोबर लग्न केलेल्यांस्नी दोन दोन पोरं झाली. हिकडं-तिकडं आज उद्या त्येंच्या पोरांची लग्नं करण्याचं दीस येतील... तवर आपून असंच. फुरं झालं आता. काय तरी खटपट करून बायकोला आणलीच पाहिजे. पोरं गपागपा झाली पाहिजेत नि संसार थाटला पाहिजे. येळूगड्याचा शाम्या आपल्या बरोबरचा. त्येला पाच पोरं. आपरीशन करून घेऊन सरकारचं पैसं खाऊनबी मोकळा झाला. एवढा पल्ला आपूण गाठायचा कवा?...

त्याला हुरहूर लागून राहिली. आई-बाप जातिवंत रोजगारी. रोजगार करता-करताच दोघांनी राम म्हटला नि सख्या मळ्यात कामाला राहिला तो कायमचाच. मालकानं त्याला सातशे रुपये लग्नाला म्हणून कर्जाऊ दिलं. चार वर्षे राहून व्याजासह पैसे फेडायचा करार करून घेतला. मोठ्या आनंदानं सख्यानं त्यावर अंगठा केला. सोन्या कोगल्या त्याच्या घराजवळचा दोस्त. त्यानं रानगावची पोरगी काढली, त्यामुळे पैशांची बरोबर वाट लागली.

पाहिल्यांदा त्याला पोरगी द्यायला कुणी तयारच होईना. पण ह्या पोरीचं आई-बा कसं तयार झालं कळलं नाही. एरवी सख्याला ना आई ना बा. ना जमीन, ना वतन. पोरीनं बाशिंग उतरून त्याच्याबरोबर रोजगारालाच जायला पाहिजे. तरीही त्याला पोरगी मिळली... रूपानंही काही वाईट नव्हती. एका पायात जराशी लंगडी होती एवढंच. आई-बांनी सांगितलं, तिचा एक पाय जरासा घारा हाय एवढंच. बाकी चालायला-पळायला ती कुणाला ऐकत न्हाई. टुन्टुन् उड्या मारत कोकरागत पळती.

लग्न झाल्यावर पाच दिवस बायको इकडं राहिल्यावर पंधरा दिवस तिकडं गेली.

लगेच नवऱ्याला तिकडचं बोलावणं आलं. परत एकटाच आला. बायकोच्या घरात तिच्या भावाचं लग्न निघालं म्हणून ती माहेरातच राहिली. भावाचं लग्न झाल्यावर परत येणार. इतक्यात आषाढ तोंडावर आला म्हणून जा-जा नि पुन्हा परत ये-ये असं नको, ह्या हिशेबानं आठ-दहा दिवस आईनं तिला तिकडंच ठेवून घेतलं. दहा दिवसांनी आषाढ लागला. तो आषाढ संपण्याची वाट बघत एकटाच राहिला.

आषाढ संपल्यावर लगेच तिला आणायला गेला. ती आजारी असल्याचं आईनं अतिशय गंभीरपणानं सांगितलं.

"कुठं हाय ती?"

"पाण्याला गेलीया... नाक नुसतं तिकडनं आल्यापासनं सारखं गळतंय नि डोसकं दुखतंय बघा."... तिकडनं येऊन तिला जवळजवळ अडीच महिने झाले होते. "एवढा पावसुळा होऊ दे, मग लगीच न्ह्या. तिकडची हवा मानवत न्हाई असं दिसतंय."

"एवढा पावसुळा?"

"त्येला किती उशीर हाय? हिकडं-तिकडं दोन-चार म्हैनं."

नाइलाजानं बायकोनं आणलेलं पाणी पिऊन त्याला परत फिरावं लागलं.

पावसाळा संपेपर्यंत त्याला जीव गेल्यागत वाटलं. मग एक दिवस जाऊन तिला आणली. घरात कोणच नाही. सासू नाही सासरा नाही, म्हणून तिला पंधरा दिवसांतच कंटाळा आला.

एक दिवस सोन्याजवळ निरोप ठेवून चंदा सरळ आईच्या गावाला निघून आली. एक-दोन महिने कंटाळा घालविला नि मग परत सख्याबरोबर आली... परत आल्यावर तिनं गल्लीत चांगलीच माणसं जोडली. ती माणसं सखाराम घरात नसताना 'हाय का सख्या घरात' करत येऊन तासतासभर बसू लागली. गप्पा, चहा-पाणी होऊ लागलं. चंदा माणसं धरून घरात होती. आणि सख्या मळा धरून रानात होता. लग्नाचा बोजा मन लावून फेडत होता. खर्चासाठी पुन्हा थोडा थोडा काढत होता.

त्याच्या घरातील वाढलेली पोरांची वर्दळ बघून गल्लीतल्या एका म्हाताऱ्यानं विश्वासात घेऊन सांगितलं; 'सखबा, आरं आधनंमधनं घरात झोपायला ऱ्हात जा. बायकू काय म्हणत असंल मनातल्या मनात?"

"बायकू येती की जेवण घेऊन मळ्याकडं रोज."

"तरी आपूण घरात झोपायला असावं."

"आणि मळ्यात कोण? मालकाचं लग्नाच्या बोलीनं पैसं काढल्यात. ते फेडलं तर पाहिजेत."

"सकाळी पुन्ना मळ्यात जायचं."

“रोज जा-जा नि ये-ये कशाला? कवा तरी चार दिसांतनं घरात ऱ्हातोयच की.”

“घरात मग कोण रं तिच्या सोबतीला?”

“हाईत की दुसरी माणसं.”

“दुसरी माणसं?”

“हा. शेजारची भागा म्हातारी तिच्या सोबतीला असतीया. तिला मी सांगून ठेवलंय. रोज च्या देतावं तिला आम्ही.”

खरं म्हणजे त्याच्या मनाला रोज झोपायला जावं असं वाटत होतं. पण मालक त्याला रोज असं जाऊ द्यायला तयार नव्हता. मालकालाही घर होतं, मुलंबाळं होती. बायको होती. म्हणून मालक त्याला मळ्यात वस्तीला ठेवून आपण गावात राहत होता.

चंदा मग इष्ट मैतरांचं खाऊन भोपळ्यागत झाली नि घरावर चढून बसली. रानगावची माणसं बानग्यावरनं पुढच्या गावाला कामासाठी जायची ती हळूहळू रात्री बानग्यालाच मुक्काम करू लागली... सख्या चिकाटीनं कर्ज फेडू लागला.

“एवढं कर्ज काढूस्तवर सख्या, बायकू कशाला करून घेतलीस?”

“पोरापायीच की हो.” त्याचं सरळ उत्तर.

“आरं, पर तरास किती?”

“आपल्याला कायबी तरास न्हाई नाना. झकास चाललंय.”

रानगावची माणसं जास्तच येऊ लागली आणि एक दिवस चंदा कुणालाच न सांगता गावाला निघून गेली.

सख्या येडबडला. दुसऱ्या दिवशी लगेच तिच्या मागोमाग रानगावला गेला.

“का आलीस पळून? काय चुकलं-बिकलं असलं माझ्याकडनं तर सांग तरी.”

“पळून कुठं आली? सावकाश चालत चालतच आली.”

“पर का आलीस?”

“कट्टाळा आला त्या गावचा. तुम्हीच हिकडं येऊन ऱ्हावा आता– काय गा बाबा?” तिनं जवळ असलेल्या बाबालाच प्रश्न टाकला... बाबा आतनं पार हबकला. चंदानं लग्नापूर्वी रानगावतल्या पोरांना खूळ लावून टाकलं होतं. म्हणून तिला बघायला येईल ते घर मोडलं जात होतं. पोरगी देखणी असली तरी कुणी पदरातच बांधून घ्यायला तयार होईना झालं होतं. आता पुन्हा इथं नवऱ्याबरोबर आली तर आई-बाऽची अब्रू खोबऱ्यागत वाटत हिंडंल असं त्याला वाटलं नि त्यानं सरळ सख्याच्या हातात हात देऊन तिला आल्या वाटंनं परत पाठवली.

दीड-दोन महिने कसे तरी गेले आणि चंदा पुन्हा ढगाआड झाली. सखारामाच्या घरात अंधार पडला नि डोळ्यांपुढं काजवं चमकू लागलं... आता काय करायचं ह्या

बायकूला? आयला, एकची एक बायकू. काय राबावं लागत न्हाई काय न्हाई. कर्ज झालं तरी पत्करलं, पर घरात ठेवतोय. कसला तुसास न्हाई का रोजगाराला न्हेत न्हाई. राजाच्या राणीगत बसून खाती नि शेवटाला अशी टांग देती.

तो तसाच पुन्हा रानगावला आला... वाटेवरच त्याचे दिवस चालले होते.

"का हो?" चंदाचा बाप आ ऽ करून विचारतेला.

"बायकू आली न्हवं पळून हिकडं?"

"हिकडं?"

"हां."

"हिकडं न्हाई आली. कवा गेली गावातनं?" त्याच्या तोंडचं पाणी पळालं.

"जाऊन आता पाच-सात दीस झालं. म्हटलं, खरोखरच कट्टाळली असंल तर ऱ्हाऊ दे चार दीस. मग जाऊन आणावी."

"घ्या आता! अहो, कुठं गेली मग?"

"तेच म्हणतोय मी."

दोघं बेशुद्ध पडायची पाळी आली. चंदाच्या आईनं वेळंवर पाणी आणून दिलं. चहा करून दिला, म्हणून दोघांना बरं वाटलं. दोन दिवस सासरा-जावई एकमेकांच्या गळ्यात गळा घालून एकमेकांची समजून काढल्यावर सखाराम परत आला.

... बायकू दुसऱ्या कुणाचा तर हात धरून गेली. चार लोकांत बोलायचं कसं आता? गप बसायचं नि मूग गिळायची पाळी आली.

तीन-चार महिने गेले तरी दूम लागलाच नाही. एकदा-दोनदा चंदाचा बापही चौकशी करून गेला. शेजारचा सोन्या वनवासाला गेलेल्या धर्मराजागत तोंड करून बसला. गल्लीतली पोरं सख्याजवळ उत्सुकतेनं चौकशी करू लागली.

"सख्या, बायकू कुठं दिसत नाही?"

"म्हायारला गेलीया." त्यानं उगाच कुणी खोलात शिरायला नको म्हणून सांगून टाकलं.

"अजून?"

"कट्टाळलीया रे. म्हणून ऱ्हायलीया."

"कवा येणार आता?"

"येईल की चार-आठ दिसांत."

"चार-आठ दिसांत?" खरंच वाटून विचारलं.

"व्हय. न्हाई तर दोन-चार म्हैन्यांनी येईल." बोलणारा मग वरवर गंमतीला येऊन बोलला.

"काय तरी भानगड हाय लेका."

"भानगड कसली?"

"बाळतपणाला गेलेली दिसती."

सख्या आतनं गॅसबत्तीगत फुलून आला. क्षणभर त्याला खरंच वाटू लागलं किंवा इतरांचा तो समज तसाच ठेवावा असंही त्याला वाटलं असणार.

"तू रं कसं वळीकलंस?"

"लेका, तुला ठावं नसलंतरी आम्हांला ठावं हाय की ते."

"मला ठावं नसायला मी का खुळा हाय व्हय रे?"

"मग आदूगर सांगितलं का न्हाईस?"

"गमतीनं."

"धान्य टाकायला आलेली गाडी तो घेऊन गेला. आता तो फारसा गावात येतच नव्हता. आपलं पोट मालकाकडं करून घराला कुलूप लावलं होतं. कधी तरी तासरातीला यायचा नि मालकीणबाईच्या हातची भाकरी खाऊन वस्तीला जायचा.

एक दिवस रामाच्या देवळात तो दिसला.

"काय सख्या, देवाला नवास केलंय वाटतं?"

"कसला नवस मर्दा! सजावारी आलो हुतो."

"पोरगा का पोरगी अजून काय कळलं का न्हाई रे?"

"छे! अजून पाच-सात म्हैनं आवकास हाय."

"लेका, आता बायकूला जाऊनच आठ म्हैनं झालं की."

मग त्याच्या लक्षात आलं, की चंदाला जाऊन बरेच दिवस झाले... रामाची सीता रावणानं पळवून न्हेली. तिचा दूम रामानं सा म्हैन्यात लावला म्हणं. आता कवा रामराया आपल्याला पर्सन्न हुतोय कुणाला दखल?... कुठं गेली काय पत्त्याच लागत न्हाई.

"काय रे?" समोरच्यानं डिवचलं.

भानावर येऊन तो म्हणाला, "त्येचं असं हाय जानबा, बायकू गेली तवा म्हैन्याचीच पोटूशी हुती. पर पोट एवढं आलेलं. मला वाटलं चार म्हैनं होऊन गेलं वाटतं. म्हणून आपलं लावून दिलं झालं."

"असं झालं व्हय?"

"हां!"

गावात हे सगळं पसरत होतं. माणसं त्याच्या बोलण्यावर मजा मारून घेत होती. दोन-तीन महिन्यांनी रामाच्या देवळात तो पुन्हा दिसला. रामा मिसाळ नि हरबा देशमुख त्याच्या आडवं आलं.

"नवास फेडलंस का काय रे!"

"छ्या! सजावारी आलो हुतो."

"काय पोरगा का पोरगी?"

'पोरगा!'' फाटकरून त्याच्या तोंडातनं निघून गेलं... बायको जाऊन वर्ष होऊन गेल्याची त्याला जाणीव झाली होती.

''लेका, पेढं वाट. रामाचं म्हातम हाये हे.'' हरबा रामाकडं बघून डोळं मिचकत म्हणाला.

'तेबी खरंच. बायकू हिकडं आल्यावर पेढं वाटायचं की आता. पर काय रं हरबा, राम नवसाला पावतो का?''

''तर. बायकू आण आता. गाव सगळं वाट बघाय लागलंय.''

''कशाला?''

''आता कशाला?... बायकू येईल. पोरगा कुणासारखा झालाय ते बघायला मिळेल. बारसं जोरात केल्यावर गावाला दोन दोन लाडू खायाला मिळतील.''

''छ्या! बारसं तिकडंच करणार हाईत.''... तो तरंगत चालला होता. आपल्या घरात पाळणा हलल्याचा त्याला भास होत होता.

''का रं?''

''पैला पोरगा! पोराचा आजा म्हणणारा हौशी हाय.''... आयला! बायकू असती तर खरंच आतापतोर पोरगा झाला असता. खांद्यावर घेऊन गावभर मिरवत हिंडलो असतो.

आतनं कुठं तरी उदास होत तो मळ्याकडं गेला... ''कायबी करून बायकूचा छडा लावला पाहिजे. गावाचा जीवबी तिला बघायला वर आल्यागत झालाय. सगळ्यांस्नी वाटतंय ती म्हायारलाच गेलीया. कायबी करून दूम लावलाच पाहिजे.''

दोन-तीनदा तो रानगावला जाऊन आला. पण सासऱ्यानं आपण रडता रडताच त्याचंही डोळं आपल्या धोतरानं पुसलं. यापलीकडं तोही काही करू शकला नाही.

''काय करायचं, जावईबापू? पोरगीच इदरकल्याणी निघाली. तिचा मलाबी अजून दूम लागत न्हाई. जमलं तर तुम्ही दुसरं लगीन करून टाका. तांदूळ टाकायला मी येतो.''

निराश होऊन तो परत आला... दुसरं लगीन हुणार कसं? पैल्या लगनाचंच अजून साडेतीनशे रुपये फिटायचं हाईत.

''काय सखाराम, काय झालं?... रानगावला जाऊन आलास न्हवं?''

''आलो की.''

''बायकू पोरगं ते बरी हाईत?''

''बायकू बरी हाय. पर पोरगं मेलं हो.'' त्याच्या ओठावर आलं होतं की; बायको मेली म्हणून सांगाव आणि ह्यातनं मोकळं व्हावं. पण तोंडातनं बाहेर पडलं ते असं... कुठं तरी कशी का असंना; पर बायकू परत यावी. रूपानं किती देखणी! अशी बायकू रोजगाऱ्याला जन्मात मिळायची न्हाई. एकाएकाच्या बायका काळ्या घुशीगत

दिसत्यात नि पोरं डुकरागत. आपली बायकू पद्‌मिणीगत देखणी...''

''आरं, मग बायकूला घेऊन यायचं न्हाईस काय? तेवढंच तिला बरं वाटलं असतं.'' पोरगं मेलेलं ऐकून शेजारच्या कमी ऐकू येणाऱ्या भागा म्हातारीनं विचारलं. जवळच दोघीजणी बसल्या होत्या.

''आता कुठली येती ती?'' त्याची जीभ अचानक बेसावध होऊन तोंडातनं बाहेर पडलं.

''आता मग कवाच येणार न्हाई?''

''तसं न्हाई. तिला अपरंपार दु:ख झालंय, भागामावशी. ते कमी झाल्या बिगर ती येणार कशी?'' त्यानं एक उसासा टाकला.

ह्यात दोन वर्षं गेली. 'पहिलं एक वर्ष असंच गेलेलं. लोकांनीही आता विषय सोडून दिला. पण एक दिवस सोन्या आपल्या पाव्हण्याच्या गावासनं आला नि त्यानं सख्याला मळ्यात जाऊन एक बातमी दिली.

''सख्या तुझी बायकू हाय.'' सोन्यानं मनापासून सांगितलं.

''कुठं?'' त्याच्या तोंडातनं अनावर प्रश्न बाहेर पडला.

''तांदूळवाडीत. कडगावला गेलो हुतो; तथं पाव्हण्यांनी सांगितलं. म्हणून तसाच तांदूळवाडीला जाऊन हळूच बघून आलो. कुणाला तरी घेऊन तिथं ऱ्हायलीया.''

''कुठं बोलू नगंस हे.''

''न्हाई... जाऊन आणायला पाहिजे तिला.''

''आता आणणं अवघड हाय.''

''अवघड कसलं? दुसऱ्याचा हात धरून गेली म्हणून?''

''तसं न्हाई... पर दुसऱ्याच्या गावात जाऊन तिचा हात धरायचा म्हणजे... ''

''कुणाच्या बापाचं भ्या न्हाई. तुझी लग्नाची बायकू हाय ती.''

''असं म्हणतोस?''

''हां.''

सांगलीकडच्या भागाला साठ-सत्तर मैल लांब असलेल्या तांदूळवाडीला जाऊन त्यांनी तिला बघून खात्री करून घेतली. पण तिला हात घालणं खरोखरीच कठीण होतं. मिशांचं कंगाल ठेवून एकजण चांगला बैलाच्या वशिंडागत मान असलेला सोप्यात पान खाताना बसलेला दिसला. आसपासच्या घरातून रात्री त्यांनी हळूहळू चौकशीही केली. तिथली बरीच माहिती काढून काही बेत आखण्याच्या हिशेबानं परत आले.

गावात शिवा पवार बेरकी माणूस. त्याला सोन्यानं विश्वासात घेतलं. तयारी करून आणखी एकजण बरोबर घेऊन गेले. चौकशी करता करता शिवानं त्या गावातल्या चार-पाच लोकांना मदतीला घेतलं.

"दादू कळकाटे हितं कोण हाय?"

"हाय की, त्येच्याशिवाय ह्या गावात दुसरं कोण हाय? काय काम हुतं?"

"अहो, त्येनं बायकू पळवून आणलीया."

"चंदी काय?"

"हां हां! चंदा– चंदाच." सखाराम बोलला.

"ती पळवून आणलेली न्हाई त्येनं. तीच एक जणाला घेऊन हितं आली हुती. घेऊन येणाऱ्याला त्यो बाहीर गावचा म्हणून दादूनं दिलं हकलून."

"आणि?"

"आणि चंदाला घेतली ठेवून... कुणाची बायकू ती?"

"माझीच हो." सखाराम.

"लग्नाची का आपली अशीच?"

"लग्नाची. कर्ज काढून केलेल्या लग्नाची."

"अरं गप." शिवानं त्याला दाबलं, तरी सख्या बोललाच.

"आता येईल का आमच्या संगती?"

"खुळं का काय आणि दादू बरा लावून देईल?" एका दुमडलेल्या कानाच्या गाववाल्यानं सांगितलं.

बोलता बोलता बोलणी वाढली. डोळ्यांची मिचकामिचकी झाली. बायको काढून द्यायचं ठरलं. वार ठरला. जागा ठरली. कुणी कुठं थांबायचं तेही ठरून गेलं.

"गाडी घेऊन या."

"गाडीशिवाय तर कसं येऊ आम्ही?"

"चांगली खिल्लारी बैलं असावीत."

"म्हंजे पळायला बरी." दुसरा.

"माणसं किती आणता?"

"भरपूर आणतो."

"छ्या छ्या! गोमगाला हुईल. दोन-तीनच माणसं असू द्या... बाकीचं आम्ही हायच हितं."

"बरं."

"दोन चार ठेंगी बरोबर असू द्यात. दोन-तीन कासरं. म्हंजे चंदीला गाडीसंगं बांधून घालून झोडपतच गावाकडं न्ह्या."

"पुन्ना तिनं ह्या गावचं नावच काढू ने."

जमलेल्या पाच-सातजणांना हॉटेलात चहापाणी देऊन हे जायला निघाले. जाता जाता जरा लांब गेल्यावर पाठीमागनं पळत येऊन एकानं शिवाला जरा बाजूला घेतलं नि हळूच कानात सांगितलं, "येताना दोनशे रुपये घेऊन या. प्रत्येकाला तीस

तीस तरी भत्ता मिळाला पाहिजे.''

"दोनशाला अडीचशे घ्या. पर काम सोळा आणे झालं पाहिजे.''

"त्येची काळजी नगं.''

सगळे गावाला परत आले.

सख्यानं मालकाला सगळी हकीकत सांगितली. पुन्हा बायकोसाठी तीनशे रुपये कर्जाऊ मागून घेतले नि अंगठा करून दिला. जायच्या दिवशी गाडीही मागून घेतली. तीन-चार ठेंगी घेतली. दोन-चार कासरं घेतलं. ठरलेल्या वेळी पहाटे गाडी भिंगरीगत निघाली.

सांज करून तांदूळवाडीत गाडी दत्त. रात्री सामसूम झालं. माणसं जेवून दातात काड्या घालून, ढेकरा देत दारात बसली. काही बोलता बोलता आडवी झाली... बायकांच्या हगणदारीकडच्या एका बाजूला शेतात आठ-दहा माणसांची कुजबूज ऐकू येत होती. दबा धरून हातात दोऱ्या नि ठेंगी घेऊन माणसं बसलेली.

नेहमीच्या सवयीप्रमाणं चंदा जेवणभांडी आटपून तांब्या घेऊन लंगडत आली. तिची चाल सख्याने बरोबर ओळखली.

"घालू या का झडप?'' जवळच्या शिवाला त्यानं हळूच विचारलं.

"आताच नगं. तिचं आटपू दे. न्हाई तर गाडीत भलताच घोटाळा व्हायचा. उठल्यावर कासूटा नेसूस्तवर झडप घालायची.''

घटकाभर बसू दिली नि उठून जायच्या वक्ताला आठी बाजूंनी तिच्यावर झडप पडली.

... घटकाभर धडपड, तोंडात गच्च बोळा. झाडकांडात तिला घेऊन माणसं नाहीशी झाली.

सोन्या गाडीचं कासरं हातात घेऊन वाटच बघत होता. सगळीच माणसं धडपडणाऱ्या नि मुसमुसणाऱ्या चंदाला घेऊन गाडीत चढली नि गाडी अंधारातच वाऱ्यागत नाहीशी झाली.

"सख्या, घाल रांडेला लाथ आता.'' शिवा.

"अंधारातच एखाद्या वक्ती अवघड जाग्याला लागायचं. गावाकडं न्हेल्यावर तिला दावतो हिसका.'' सख्या वरवर बोलला. त्याला वाटत होतं आज मार खाऊन पुन्ना उद्या एखाद्या वक्ताला पळून गेली तर काय घ्यायचं? कशाला मारा?

"पायांत चांगला साखळदंड घाला, पाव्हणं गावाकडं गेल्यावर.''

"साखळदंड? चांगला दुसरा पायच मोडून ठेवतो. मग कुठं जाती बघतो.'' सखाराम.

मैलभर गाडी लांब आली. माणसांनी थोडा श्वास सोडला. गाडी बरीच लांब आलेली बघून शिवा पाहुणे मंडळींना म्हणाला,

"पाव्हणं आता तुम्ही जावा. आमची आम्ही न्हेतो गाडी. हे घ्या तुमचं." शिवानं अंधारातच दहाच्या पंचवीस नोटा मोजून दिल्या. काडी ओढून तिच्या उजेडात पाव्हण्यांनी त्या मोजल्या.

"ब्येस केलंसा बघा तुम्ही."... जणू आपली बायको सोडवून दिल्यागत सोन्या बोलला. पाव्हण्यांना उतरण्यासाठी त्यानं गाडी उभी केली... "

पाव्हणा म्हणाला, "गाडी उभी करू नका पाव्हणं, अजून धोका हाय. जाऊ दे अशीच मैलभर. दादू एखाद्या वक्ती दुसरी कुणाची तरी गाडी घेऊन येईल. बंदूक हाय त्येच्याजवळ."

"आं! हे ऐकून सख्याचं एकदम पाणी झालं."

"भिण्याचं काय कारण न्हाई. आम्ही हाय. गाडी हाणा तुम्ही जोरात."

सोन्यानं बैलांच्या शेपट्या पिरगळल्या. गाडी अंधारातच चौखूर पळू लागली. माळरान लागलं. आजूबाजूला एकही झाड नाही का वस्ती नाही. सगळीकडं काळोख. गाडी बेफाम सुटलेली. चढ संपून उतरणी लागल्यावर एक प्रचंड उतार लागला.

हूं ऽ म्हणून पाव्हण्यांनी, गाडीतल्याच ठेंग्यांनी सखारामसकट चौघानांही झोडपून काढायला सुरूवात केली.

"असं का? आर, असं का?" हुंबारा झाला.

"तसंच! भडविच्यांनो गल्लीतली बायकू पळवून न्हेता."

"मेलो ऽमेलो ऽ ऽ! ... ठो ऽ ठो ऽ ऽ ठो ऽ ऽ!"

"आं ऽ ई ऽ गं ऽ!"

"आरं मला सोडा! मी काय केलं?"

ओरडणं ऐकून घ्यायला त्या माळावर दगडधोंड्यांशिवाय कुणीच नव्हतं. घटकाभर झोडपाझोडपी झाल्यावर गाडीत टाकलेल्या कासऱ्यांनीच एकाएकाला बांधून घालून अंतरा-अंतरावर झुडूपाबरोबर बांधून घातलं. एकजीव होईपर्यंत आवळलं.

"जर का ह्या वाटेला पुन्ना आलासा तर फुडच्या डावाला एक-एकाचा पायच मोडून हातात देऊ."

"आता आम्ही पुन्हा कशाला येताव? आम्हाला सोडा."

"आता सोडाबी न्हाई नि पाणीबी मिळायचं न्हाई. उद्या दिवसा कोण वाटसरू आला तरच त्यो सोडवंल. तवर आम्ही येतो तुमची गाडीबैलं इकून."

"गाडी-बैलं?... आई गं ऽ! पाव्हणं गाडीबैलं नका हो विकू. ती मी भाड्यानं आणल्यात. मालक जीव घेईल माझा. पाया पडतो मी तुमच्या ऽ! आई गं ऽ!"

गाडी अंधारातच वाऱ्यागत सुटलीही. पाव्हणं चंदासह पसार झालं.

गाडी घेऊन गेलेलं बाळ्या-सोन्या, लंगडत, पाय ओढत चार दिवसांनी गावात

हजर झालं. त्यांच्या खांद्यावर कासऱ्याची फक्त एक एक कोपरी होती. चंदासकट गाडी गेलेली बघून मालकाच्या काळजाचं पाणी झालं.

"गाडी रं सख्या?"

"गाडी गेली नि बायकूबी गेली मालक. आमचं पाय मोडून हातात दिलं न्हाईत हेच रग्गड झालं बघा... गाव अगदी इरसाल टग्यांचं हाय ते."

"पैलांदा गाडी आण, तवा ह्या गावात पाय ठेव."

"आता कुठली हो गाडी मिळती? आता कुणी आम्ही गेलो तर जितं जिवानिशी काय परत येणार न्हाई... पाय मोडून हातात देईन म्हणालं."

"मग मीच आता दोन्ही पाय मोडतो तुझं."

"मालक, दोन्ही पाय मोडल्यावर तुमचं पैसं कोण फेडणार? वाटलंच तर गाडी बैलांची किंमत मी भरून द्यायला तयार हाय. धा वर्स तुमच्या मळ्यात बिनपैशाचा राबीन. मग दुसऱ्या लग्नाला इस्वास वाटला तर पैसं द्या." तो सरळपणानं बोलून पायरीवर पाठीवरनं हात फिरवत बसला. "वाईच पाणी आणा हो मालकीणबाई प्यायला." मालकीणबाईला त्यानं आत हाक घातली.

■

माळावरची मैना

सोपानराव बारा गावच्या पाण्यावर पोसला होता. त्यामुळं कागलच्या रूपचंद शेटजीला टांग मारायला त्याला उशीर लागला नाही. त्याच्या हातातनं बघता बघता त्यानं रूपवान सोना नायकिणीला काढून आणली नि आंबेगावच्या माळावर असलेल्या आपल्या खास दगडी घरात ठेवली. तीन-चार महिने मजेत गेले. सोनानं स्वत:बरोबर कागलच्या शेटजीनं घातलेले सोन्याचे बरेच दागिनेही आणले होते. त्यामुळं शेटजी सोपानरावाला पाण्यात पाहत होते. पण सोपानरावही हलका नव्हता. त्यानं जिल्ह्यात अनेक कारणांनी गाजलेल्या गुरव जमादाराला आणि त्याच्याबरोबर बंदुकीप्रमाणं नेम साधून काम करणाऱ्या चंद्या पोलिसाला हाताशी धरलं.

पण आता गावात अनेकांना पोटभर खाऊ घालणारा सोपानरावच उपाशी पडायची पाळी आली होती. तेल आणि तूपही जाऊन हातात फक्त धुपाटणंच राहतंय की काय, अशी वेळ आली होती... पोलीस जमादारांना आजपर्यंत चारलेला मलिदा फुकटच जाणार होता. कारण आता घरातल्या लोण्याच्या गोळ्यावरच ह्या बोक्यांनी डोळा ठेवला होता.

आंबेगावावर छापे घालायला म्हणून हे दोघेजण आरंभी येत होते. कारण गावच्या वस्तीकडच्या ओढ्यात बारके बारके साखर कारखाने चालल्यागत दिसायचे. सबंध दीड-एक मैलावर ओढ्याला धूरच धूर. पण इथं आंबलेला गूळ शिजायचा. गावापासनं दीड-एक मैलावर ओढा. भोवतीनं फडं नि घाणेरी भरपूर वाडलेली. शिंदीची झाडंही बनागत लागलेली. दोन जुनाट वड आणि पिंपळ कुठल्या काळात उगवले होते कुणास ठाऊक! भले प्रचंड होते. वडाचा विस्तार अर्ध्या एकरात झालेला. पिंपळाची उंची तर इतकी की त्याच्यावर साताठ आघ्यामोहळं गेली दहा-बारा वर्षं निर्धास्तपणानं वस्ती करून होती. ढोलीत इजटं नि खोकटं खॉय खॉक करून रात्रभर ओरडायची... सगळ्या गावातली आठ-दहा पिढ्यांची भुतं ह्या

झाडावर राहतात असा समज दहा-वीस मैलांवर पसरलेला. हा समज जास्तच पसरेल अशी लोकांनी सोयही केली होती. याचा फायदा घेऊन रॉकेलचे डबे, बॅरल, फुटबॉल, आणि सायकल-मोटारींच्या ट्यूब्स, आंबलेला गूळ, बाभळ-जांभळीच्या साली यांच्या आधारानं हे कारखाने पेटलेले. लांब लांब नळ्यांतून थेंब थेंब धरत बसलेले. सगळ्या जिल्ह्याला पुरं होईल इतकं कडक पाणी तयार होत होतं. बराच कामगारवर्ग ह्याच रातपाळीत मग्न होऊन गेला होता.

ह्यांच्यावर अचानक छापे घालण्यासाठी ह्या पोलीस– जमादारांची नेमणूक झालेली. दोघेही ह्या कामातले अर्क. हाग्या दम नि मार देऊन गुन्हे कबूल करून घेण्यात ह्यांचा हात कोणी धरू शकणार नाही. म्हणून नेमणूक केलेली. पोलिस-जमादार पाठीमागं नि हातभट्ट्या पुढं असा आट्यापाट्यांचा खेळ सारखा सुरू झाला होता... पण पुढं मतामत सुरू झाली. 'हातमे हात' मिळवले आणि 'तू पळाल्यागत कर मी धावल्यागत करतो.' अशी बोली झाली. दोघांशिवाय इतर कुठल्याही पोलिसाला याचा पत्ता नाही. ह्या कडक पाण्याचा 'जिल्ही एजंट' सोपानराव ह्यानं पोलीस-जमादाराला बरोबर दावणीला बांधून टाकलं होतं.

ओढ्यावर रात्री-दिवसा केव्हाही जीप अचानक येऊन थांबायची. पण फुटक्या डब्यांशिवाय नि जळणाशिवाय तिथं त्यांना काहीच मिळायचं नाही. माळानं जीप जाताना पिंपळावर खोकटं खॉय खॉक करून ओरडायची नि कामगारवर्ग आपले कारखाने सोडून पसार व्हायचा. ही खोकटं ओरडू लागली की चंद्या पोलीस नि गुरव जमादार यांच्या चेहऱ्यावर विजयाचं समाधान झळकायचं. पण बाकीचे पोलीस मात्र ओढ्यात एकही कुणी कसा दिसत नाही नि गावातही नाही म्हणून संशयानं म्हणायचे,

"आयला, कोण तरी सूचना देत असावं."

"सूचना कोण देणार? पर्तेक डावाला अचानक आपली धाड असती की."

– चंद्या पोलीस पोटातल्या पोटात हासत म्हणायचा.

"आपली जीप येताना माळावर कसला तरी नेहमी आवाज येतो."

चंद्या पोलीस बरोबर उत्तर देई.

"ती खोकटं आरडत्यात. पिप्पळावर लई खोकटं ऱ्हात्यात. शिवाय रातचं भुतं-खेतंबी अचकट-विचकट वरडत असतील."

भुतांचं रातचंच नाव काढलेलं ऐकून एक-दोन पोलीस आतल्या आत गारद होत जायचे.

मग आलेली पोलीसपार्टी फुटके डबे जप्त करीत निघून जायची. जमादार नि चंद्या पोलीस 'अधिक काय मिळतं की काय' म्हणून तपासण्यासाठी पाठीमागं राहायचे... दुसऱ्या दिवशी कोल्हापुरात दुपारपर्यंत हजर.

रात्रभर सगळा उद्योग व्यवस्थित पार करत होता. हप्त्यांनी खिसे गरम होत होते. पोटंही गरम व्हायची. डोळे रंगायचे. फक्त पिशव्या मोकळ्या राहायच्या.

ह्या पिशव्या सकाळी सोपानरावाच्या मळ्यात जाऊन भरायच्या... भेंड्या, बावच्या,शेंगा, वांगी, केळी, काय मिळेल ते आणि जाईल तेवढं घेतलं की सोपानरावाच्या खोपीत आकडी दुधाचा गरम गरम चहा व्हायचा. मग मस्तपैकी रात्रभर न झालेली झोप. चांगला दहा-आकरा वाजेपर्यंत. आणि झोपेनंतर सोपानरावाच्या घरात पोटभर जेवण. आणि मग कोल्हापुरची वाट. आंबेगावापासनं दररोज बैलगाड्या कोल्हापुरला जायच्या-यायच्या. ह्यातनं यांचा प्रवास व्हायचा.

हा कार्यक्रम बराच काळ अगदी व्यवस्थित चालला होता. सगळेजण पोटभर खात-पीत होते. निकामी झालेले फुटके डबं इमाने-इतबारे पोलीस खाते जप्त करून नेऊन टाकत होते. फायली रंगत होत्या. पोलीसखातं 'उद्योगी' आहे असं सरकारलाही मनापासनं वाटत होतं.

या कडक पाण्याच्या गरम उद्योगाला सोपानरावानं अनेक माणसं लावली होती नि गावातली बेकारी मनापासनं नष्ट करण्याचा प्रयत्न चालवला होता.

"सोपानदा, पोटालाच काय मिळत न्हाई. कामबी कुठं न्हाई." अडलानडलेला एखादा विचारायला यायचा.

"सांगंल त्या गावाला, सांगल तिथं बाटल्या पोचत्या करशील का?"

"करीन की."

"अगदी तोंडाला टाकं घालून जावं लागंल."

"आणि गावलो तर?"

"सोडवायची येवस्था मी करतो. पर आपून न्हाई तोंड उघडायचं."

"चालंल की."

"मग हो तर वरतीकडंच्या वड्याला. सुभान्याला सांग लिवून दिलंय म्हणून."

माणूस भन्नाट पळायचं. कामाला लागायचं.

सोपानरावाजवळ पैसा भरपूर. लोक हाताशी. एकट्या आंबेगावात तीस-चाळीस एकरांची बागाईत शेती. नदीकाठचं सुपीक रान. ह्या मळ्यात कायम भाजीपाला. पान कायम हिरवंगार. त्या तसरीला सोपानरावसारखा माळवं विकणारा दुसरा कोणी नव्हताच. हे सगळं माळवं आठवड्यातनं दोनदा कोल्हापुरला जायचं, गाडीवर एक गडी आणि सोपानराव बसलेला आहेच. तशात नवी नवी बैलं घ्यायचा, सोपानरावला दांडगा उत्साह. नुकतीच एक न वजवलेली अंडील जोडी चिंचली मायक्काच्या जत्रंसनं आणली होती. माळव्याच्या व्यापाराबरोबर भाजीपाल्याच्या त्याच गाडीत बाटल्या ठेवून कडक पाण्याचाही धंदा कोल्हापुरास त्यानं चांगलाच चालवला होता... तशात सोना नायकीण त्यानं गावात आणून ठेवली आणि सगळं

गाव ढवळून निघालं.

संध्याकाळच्या वेळी वडावर कावळे जमल्यागत गावातली तरणी पोरं नायकिणीच्या घराकडच्या बाजूला घुटमळायची. कारण संध्याकाळी सोनाबाई आपल्या दोन-तीन मुलांबरोबर माळानं दोन-तीन फर्लांग फिरून यायची. अंगावर पांढरशुभ्र पातळ. ह्या पातळातनं ती हवेतनं तरंगत गेल्यागत चालायची. आणि तरणी पोरं आतल्या आत ढासळून त्यांच्या काळजाचा चेंदामेंदा व्हायचा. रूप आणि बांधा संगमरवराचा पुतळा घडवल्यागत. तिच्याविषयी असं ऐकायला मिळायचं की तिचा बाप राजघराण्यातला होता आणि आई दरबारची नायकीण होती! बाप राजबिंडा, लांबसडक नाकाचा. लालसर गोरा उंचेला नि घाऱ्या डोळ्यांचा. आई तर दरबारची नायकीण. ह्या दोघांच्या पोटी तिचा जन्म झालेला. आणि संस्थान-दरबार गेल्यावर कागलच्या एका शेटजीनं सोनाबाईला ठेवलेली. पण त्याच्यावर जोरा करून सोपानरावानं तिला आंबेगावसारख्या एका खेड्यात आणून ठेवलं. सोपानरावची तशी हिंमत होती. सोनाबाईच्या सगळ्या अटी त्यानं मान्य केल्या.

गावाच्या एका बाजूला मोकळ्या हवेत तिला घडीव दगडांचा मोर-बंगला बांधून दिला. त्याच्यावर मंगलौरी कौलं गाड्या भरून कोल्हापुरास्नं आणून घालून दिली. बॅटरीवरचा फस्कलास रेडिओ आणून दिला. इंग्रजी बायांच्या उघड्या अंगाच्या तसबिरी. खिडक्यांना पांढरे शुभ्र पडदे. घराला आतनं आकाशी रंग, गाद्या-गिरद्या, बसायचा दिवाणखाना सजलेला. इनामदाराच्या वाड्यागत घर झालं. रोज सकाळी भाजीपाला येऊ लागला. दूधवाला वीस पैसे कमीनं दूध घालू लागला. पण त्यानं गिऱ्हाईक सोडलं नाही. दूध घालून आल्यावर त्याला पोट भरून पाच पक्वान्नांचं ताटं जेवल्यागत वाटायचं. अशा घरात सोनाबाई नि तिची तीन टवटवीत मुलं. रोज दाढी-मिशा गुळगुळीत करून जास्तीत जास्त पुरूषपण झाकणारा बाबुराव तबलेवाला. बाज्याची पेटी वाजवणारा लुकडा म्हातारा. आणि ह्या सर्वांच्या सेवेला एक बाई. असा सहा जणांचा संसार सोपानराव एका बाईसाठी संभाळत होता... पण इथंही अचानक छापा घालून दोन बोके लोणी खाऊन जातात असं त्याला दिसून आलं. म्हणजे ताक ढवळायचं ह्यानं नि लोणी खायचं बोक्यानं. हे त्याला सोसलं नाही. अचानक त्याला हे बोके मुद्देमालासह सापडले.

त्या दिवशी रात्री दहा-साडेदहाचा सुमार होता. जेवण करून सोपानराव पान खाऊन मन रंजवायला सोनाबाईकडं चालला होता. देवळासमोर पारावर चार-पाच टगी पोरं धुडगूस घालत होती. अंधार चांगलाच पडला होता. माणूस अगदी जवळ आल्याशिवाय ओळखायचं नाही. सोपानरावानं बिडी पेटवली नि तिच्या मंद उजेडात तो अंदाजानं पाय टाकत पुढं चालला.

सोनाच्या घराच्या दिवाणखान्यात गॅसबत्ती पेटली होती. आत सोपानरावाच्या

पैशाचं रॉकेल जळत होतं. त्या उजेडात मजा चालली होती. पडदा पसरलेल्या खिडकीतनं पांढराघोट उजेड नखऱ्यानं झगमगत होता.

बिडी विझवून सोपानराव दाराच्या अगदी जवळ आला. नि त्याच्या कानांवर पिशवीतनं राणीछाप रुपये सांडल्यागत खळखळून हासणं आलं. टेर्र झालेला आवाज बरळत होता–

"आणखी एक होऊ दे ऽ ऽ"

"नको आता. पाटील यायची वेळ झाली आहे. तुम्ही उठा."

"मी? मी उठू? मला काय पाटलाची भीती हाय?"

"पण मला आहे."

"तुला तरी का? तू का ऽ य त्याची लग्नाची बायको हाईस?"... बांगड्यांचा आवाज आणि धडपड बाहेर ऐकू आली.

"सोडा बघू हात."

"सोडा न्हाई नि लेमन न्हाई. आदूगर गाणं ऽ."

"हात सोडा माझा आधी."

सोपानरावाचं डोसकं काही न घेता चढत चाललं. पण त्याला काय करावं हेही कळेना. कारण दुखणं फार अवघड जाग्याचं होतं नि डॉक्टरही ओळखीचा निघाला. मग बराच वेळ काहीच बोलणं बाहेर येईना म्हणून तो बाहेर खाकरला.

"बाबूरा ऽ व!"

तबलावाला बाबूराव धावतच बाहेर आला. सोनाबाई आत सटकली. म्हाताऱ्या पेटीवाल्यानं त्या दोघांना धरलं नि हातापाया पडत बाहेर आणून सोडलं.

"जमादार?" सोपानरावाच्या दोन्ही भिवयांची गाठ कपाळावर बसली.

"हा ऽ! स ऽज आलो हुतो ऽ!" तो थोडा शुद्धीवर होता.

"स ऽ ज कशाला? हितं काय हातभट्टी काढलीया?"

"नायकिणीकडं आलो हुतो ऽ– काय म्हणणं हाय?"

"अस्सं?"

"हो ऽ! फुकट न्हाई. पैसे मोजून. हां ऽ!"

"ब ऽ रं!"

"जमादारसाहेब, चला आता गप, रात बरीच झालीया." असं म्हणत चंद्या पोलिसानं त्याला ओढून नेला.

मिशावरनं हात फिरवीत सोपानराव आत गेला.

"सोनाबाई, काय चाललंय हे तुमचं?"

"अहो, तुमचंच नाव घेत ते आत आले. मी म्हटलं तुम्ही घरात नाही. तर बसले. मलाही काही बोलता येईना. बसून पान खाल्लं. नको नको म्हणताना पैसे

देऊ लागले. मलाही नाही म्हणता येईना. गाण्याचा आग्रह करू लागले.''

भाबडेपणानं बोलल्यागत सोनाबाई घडाघडा बोलून गेल्या. बाबूरावनंही शक्य तितका कमी बायकी अभिनय करून सगळी हकीकत सांगितली.

''तसल्यात तो जमादार पिऊन तर्र झाला होता.''

पेटीवाल्या म्हाताऱ्यानं खालच्या पट्टीतला सूर काढला.

सोपानरावच्या मनाची समजूत पटल्यागत झाली, तरी त्यानं सोनाबाईला समज दिलीच.

सकाळी पोलीस-जमादार अपराध्यागत चेहरे करून सोपानरावच्या मळ्यात आले. त्यांचे खाऊन खाऊन त्यांची अंगं गेंड्याच्या कातडीगत नि तोंडं चटावलेल्या लोचट कुत्र्यागत झाली होती. रातची उतरलीही होती.

''सोपानराव, राती आमचं चुकलंच बरं का. जरा जादाच झाली हुती राती.''

हसत हसत जमादार सांगत होता.

''चुकून झालं असेल. नशेत माणूस काय करतं ते कळत न्हाई.''

काही तरी बोलून माफी करण्याचा विचार सोपानरावचाही होता. कारण टांगड्यात टांगड्या अडकून गुंतागुंतही झाली होती. कुणालाच काही स्पष्टपणे बोलता येत नव्हतं. शिवाय विनाकारण भांडणं काढून वाळली आग मागं लागणार होती. हप्तेही मिळणार नव्हते. उभयपक्षी नुकसान होतं.

पण पुढे महिन्याभरात सोपानरावच्या कानांवर अनेक गोष्टी आल्या. अधनं-मधनं पोलीस-जमादाराचे नि त्याचे खटके उडू लागले. सोपानरावानं कुणा-कुणाकडनं त्याच्या कानांवर घातलं, पण फारसा काही परिणाम झाला नाही. बोक्यांना लोण्याची चटक लागली होती. त्यांनाही आता उपाशी राहिल्यावर बाईशिवाय चैन पडायची नाही. मग काही झालं तरी लोण्यावर डल्ला मारून ते अनेक वेळा बाहेर पडायचे... एकदा तर पुन्हा चक्क दारातच गाठ पडली.

''जमादार, लई झालं आता. आम्हाला न्हाई खपायचं.''

''काय करणार असशील ते कर. ह्या बाईसंगं तुझं काय लगीन लागलं न्हाई. माळावरची मैना हाय ही.''

असं म्हणून दोघेही चालते झाले.

डोकं भिरमटून त्या वेळी सोनाबाईला सोपानराव एकेरीवर येऊन बोलला. तिनंही व्यवस्थित जाणीव करून दिली.

''एखाद्या वक्ताला दुसऱ्याचीही गरज मला भागविली पाहिजे. अडी-अडचणीच्या वेळी उपयोगी पडणारे हे लोक आहेत. त्यांना तोडून कसं भागेल? माझ्याच्यानं ते होणार नाही. तुम्ही पुरूष आहात, तुमचं तुम्ही कसं सांगायचं ते त्यांना सांगा नि इथं यायचं बंद करा. पण ह्या माळावर मी रात्री आरडा-ओरडा करत बसणार नाही.''

सोनाबाईनं तिला साजेल असंच उत्तर दिलं. आणि सोपानरावही स्वत:चं मनगट स्वत:च चावून घेत बसला. त्याला काहीच करता येईना... मारायला गेलं तर चावतंय नि सोडायला गेलं तर माजतंय अशी त्याची अवस्था झाली.

सात-आठ दिवस डोकं खाजवून खाजवून त्यानं कल्पना काढली. पोलीस-जमादाराचा आडवाटेने काटा काढून, तोंड धरून बुक्यांचा मारा द्यायचा ठरवला.

चिंचली मायक्काच्या जत्रेसनं नवी बैलजोडी आणली होती. ती वजवायला बाहेर काढली. त्यांची वैरण-चंदी वाढवली. रोज पहाटे गाडी जुंपून त्यांना घेऊन सोपानराव माळाला जाऊ लागला. सर्कशीतल्या रिंगमास्तरच्या शहाणपणानं बैलं वजवली. थांबणं, पळणं यातले बारकावे आवाजबरहुकूम करून घेतले. बैलंही घोड्यागत मालकाचा आवाज ओळखू लागली. कासऱ्याला ठराविक दोन हिसके दिले की उभी राहू लागली. मग कितीही वरून ओरडलं तरी जाग्यावरनं हालायची नाहीत. पण जेव्हा एकच हिसका दिला जाई तेव्हा मात्र चौखूर पळू लागली. सगळं सांगून ठेवल्यागत काम होत होतं. त्यांची नांव ठेवली पोलीस आणि जमादार.

हळूहळू या बैलांची गाडी माळवं घेऊन बाजाराला जाऊ लागली. वाट ओळखीची होऊ लागली. गुरव जमादार आणि चंद्या पोलीस यांची ड्युटी तिकटी-गेटावर कधी असते ह्याचीही माहिती सोपानरावाला होतीच. तिकटी गेटावरनंच मंडईला जायची वाट. आठ-पंधरा दिसांत दोन-चारदा माळवं नेऊन वाट बैलांच्या पायाखालची केली.

एक दिवस अकराच्या सुमारास गुरव आणि चंद्या पोलीस गेटात काही तरी लिहीत बसले होते. आणि रस्त्यावरनं त्यांना सोपानरावाचा आवाज ऐकू आला. तो मोठ्यानं शिव्या देत होता, 'ह्येंच्या आयला मी ह्या जमादाराच्या! खाऊन खाऊन किती रे माजलास तू!– आरं पोलीस, नावाजलेला म्हणून तुला ठेवला नि आता हितं बसतंस व्हय? चल तुझ्या भणं! तुम्हाला किती खायला घालायचं? खाऊन खाऊन माझ्या पोटावर पाय आणता व्हय?– चल म्हणतो न्हवं? म्हसोबापुढं कापून जत्रा करीन तुमची!'' असं मोठमोठ्यानं बडबडत होता. गावावरनं ओवाळून टाकलेल्या घाणघाण शिव्या देत होता. हातातले कागद टाकून पोलील-जमादार ताडदिशी बाहेर आले आणि त्यांना बघून सोपानरावानं बैलांना एकच हिसका दिला. बैलं चौखूर उधळली. पवट्या टाकत पळाली नि त्यांच्याकडं बघत पोलीस-जमादारांनी शेण खाल्यागत तोंडं केली. आठवड्यातनं दोन दिवस हा कार्यक्रम तिकटीगेटावर पोलीस-जमादारांची ड्यूटी असेल तेव्हा चालायचा. चार-पाच मिनिटांनी बैलं चौखूर उधळायची. पोलीस-जमादार खुळ्यागत उभे राहायचे.

सात-आठ वेळा हा कार्यक्रम झाला. गेटासमोरच बैलांना दोन हिसकं मारलं नि कासरा जरा तणावला की बैलं उभी राहायची आणि सोपानराव मग वरनं पाटीभर

शिव्या पोलीस-जमादार अशी नावं घेऊन मोजायचा. बैलं दोन-चार मिनिटं हलायचीच नाहीत. या दरम्यान पोलिस-जमादाराच्या छपन्न पिढ्यांचा उद्धार सोपानरावानं करून घेतला. त्यांनी खाल्लेलं सगळं अन्न त्यानं तिकटीवर काढलं. कुणालाही ऐकवू नयेत अशी बोलणी त्यांना ऐकवली.

पोलीस-जमादार दोघेही वैतागून गेले. पण नेमकं काय करावं हेही त्यांना कळेना. शेवटी दमात घेऊन एक दिवस त्यांनी सोपानरावची गाडी अडवली, नि त्याला जाब विचारला,

"कुणाला शिव्या देतोस तू?"

"बैलांस्नी."

पिळलेल्या मिश्यांच्या मागनं सोपानराव गुरगुरला.

"मग पोलीस-जमादार कुणाला म्हणतोस?"

"बैलांस्नीच. माझ्या बैलांची नावं हाईत ती."

"नावं बदलून ठेव."

"काय म्हणून? तुम्हाला लईच लागतंय असं वाटत असंल तर तुम्हीच तुमची नावं बदलून ठेवा. जगात काय तुमचीच नावं पोलीस-जमादार म्हणून ठेवावीत असं काय न्हाई."

"तासाभरात पिंजऱ्यातला पोपट करून टाकू. ड्रेसवर असताना तू आम्हाला शिव्या देतोस, म्हणून फौजदारी करणं काय अवघड न्हाई."

"खुशाल करा. मीबी डोकं शाबीत ठेवून कोर्टाच्या आवारात पवलेला हाय. नि माझ्याबी मनगटातनं रगतच व्हातंय, हातभट्टीची दारू न्हवं."

असं म्हणून त्यानं पोलीस-जमादारांची नावं घेऊन दोन खच्चून शिव्या दिल्या आणि बैलांना एक हिसका दिला. बैलं चौखूर पळाली.

पोलीस-जमादार चिंतागतीत पडले. त्यांना सोपानरावचे सगळे गुण ठाऊक होते. आणि तो गुन्ह्यात सहीसलामत गावेल असं नव्हतं. शिवाय हप्ते प्रकरण मधेच त्यानं काढलं तर सारीच बोंब. आपल्याच तंगड्या आपल्याच गळ्यात यायच्या. त्याना काय करावं कळेना.

शेवटी त्यांनी विश्वासात घेऊन जगताप फौजदारालाच सगळी हकीकत सांगितली. फौजदार मोठा कडक होता. सगळी त्याच्यासमोर चळचळायची. "सोपानराव हा आंबेगावचा खोडसाळ माणूस आहे आणि आपण हप्ते जास्त उकळतोय अशा संशयानं तो बैलांची नावं पोलिस-जमादार अशी ठेवून शिव्या घालतो." असं जमादारानं फौजदाराला सांगितलं. फौजदारापर्यंत जाणारा हप्ताही कमी आहे असं फौजदाराला वाटत होतं, म्हणून आपणही त्याला जरा दमात घेऊन अप्रत्यक्ष दमबाजी करावी असं त्याच्या मनात होतं. वस्तुस्थितीही कळावी म्हणून तो एक

दिवस गेटावरच येऊन थांबला.

सोपानरावाची गाडी आली नि गेटासमोर येऊन चिखलात रूतल्यागत थांबली. बैलं पुढं जायलाच तयार नाहीत, म्हणून त्यानं पोलीस-जमादाराच्या नावानं ऊद घालून त्यांचा उद्धार सुरू केला. भरपूर शिव्या ऐकल्यावर फौजदार बाहेर आला.

"ए ऽ तोंड बंद कर."

"का हो साहेब?"

"कुणाला शिव्या देतोस?"

"बैलांस्नी."

"मग पोलीस-जमादारांची नावं कशाला घेतोस?"

"ही नावं बैलांचीच हाईत साहेब."

"मग बदल ती."

"जीव गेला तरी बदलणार न्हाई."

सोपानराव खंबीर होऊन बोलला.

"का?"

"साहेब, माणसांची नावं बदलली तर माणसाला कळत्यात... पण जनावरांची नावं बदलून भागत न्हाई. त्यांस्नी मरूस्तवर त्याच नावानं हाका मारावं लागतं. कारण त्येंनी तेवढचं नाव ध्येनात ठेवलेलं असतं."

"अस्सं?"

"हां!"

"पण बैलांची जगावेगळी अशी नावं ठेवलीसच कशाला?"

"त्येचं असं झालं साहेब. आंबेगावात पोलीस-जमादारांचा लई धुमाकूळ. दारूचं अड्डं पकडाय, हप्तं उकळाय, गावातल्या माणसांस्नी दम द्यायला पोलीस-जमादार मंडळी लई येत्यात तिकडं. शिवाय एक पोलीस नि जमादार आमच्या शेतावर तर कायम येऊन पडलेलं असत्यात. रोज जाता-येता भाजीपाल्याच्या पिशव्या भरून न्हेत्यात."

"नावं सांगशील त्येंची.'

सोपानराव चंद्या पोलीस नि जमादाराकडं बघत म्हणाला,

"आता नावं नि काय करायची साहेब. गरिबांच्या नोकरीवर पाणी पडंल."

पोलीस-जमादारांचे चेहरे ढेकळागत झाले होते.

"पण त्याचा नि ह्यांचा संबंधच काय?" फौजदार.

"समंध हाय तर. माझ्या बारक्या पोरानं हीच नावं नव्या तऱ्हेची हाईत म्हणून ठेवली झालं."

"असं?"

पोलीस-जमादार जरा गडबडलेच. त्यांना वाटलं आता हे प्रकरण इथंच संपवावं. त्यांना काळजी वाटू लागली. सोपानरावही तेवढ्यावरच थांबला. फौजदारही शहाणपणानं पण जरा करड्या आवाजातच सांगत होता.

"मग गेटासमोर गाडी आणून थांबवत जाऊ नकोस."

"साहेब, मी का मुद्दाम थांबवितोय व्हय? बैलंच हितं येऊन थांबत्यात, ते काय केल्या घटकाभर हलतच न्हाईत."

"ते कसं काय?" फौजदाराचा छद्मी प्रश्न.

"कुणाला ठावं? बुजत असतील कशाला तरी... ह्येच्या भणं, ह्या गेटावर भुतबितं न्हात्यात का काय कुणाला दखल?"

"बराच बोलतोस!"

"खरं ते बोलतोय साहेब... आंबेगावला लई भुतं हाईत. आणि आंबेगावात हिकडची लई माणसं येत्यात. काय थोडी आंबेगावची हिकडं येत्यात. तवा त्येंच्याबरोब एखादं भूतबी हितं येऊन बसायचं."

"गाडी दुसऱ्या वाटेनं नेत जा मंडईला."

"हीच वाट बैलांच्या पायाखालची हाय साहेब. दुसऱ्या वाटेनं बैलं बुजत्यात. मोटारीच्या आडवं-तिडवं गेली तर चार हजारांचं माझं लुकसान हुईल. भरून कोण देणार? जातो. उशीर झाला."

असं म्हणून त्यानं बैलांना एक हिसका दिला. पोलीस-जमादाराला दोन शिव्या हासडल्या.

सोपानरावाच्या कडवट बोलण्यावरून फौजदारानंही काही अंदाज बांधले. पोलीस-जमादाराला आणखी काही प्रश्न विचारले. फारसं काही हाताशी लागलं नाही. पण एक दिवस अचानक सोपानराव फौजदाराला कोर्टात भेटला. विश्वासात घेऊन फौजदारानं त्याला सगळी भानगड विचारली.

"साहेब, तुमचा त्यो चंद्या पोलीस नि गुरव जमादार, दोघंबी हजाम हाईत. ह्येंचं मी लई सोसलं. पदरमोड करून ह्यांस्नी घाटलं आणि शेवटला माझ्याच घरचं वासं मोजून जाऊ लागलं.

"काय, झालं तरी काय?"

"त्येचं असं आहे साहेब, मी माझ्या इतमामाला सोभण्याजोगी एक बाई ठेवलेली हाय."

"बाई?"

"बाई म्हंजे आपली नायकीण हो."

"नायकीण? ? ?"

"हां ऽ!"

"ब ऽ ऽ रं!"

"तर हे भडवे आता रातसारी तिथं जाऊन दारू पिऊन धुडगूस घालत्यात."

"दारू पिऊन?"

"हां ऽ! बाटलीबिगार बाईची मजा कसी चाखता येणार?"

"खरं आहे."

"खरं काय हाय" बाईसंग मजा मारायची असेल तर सोताची ठेवावी म्हणतो मी."

"हां, तेच म्हणतो मीबी."

फौजदारानं स्वत:ला सावरून घेतलं.

"ठीक आहे. मी बंदोबस्त करतो त्याचा. तू काही काळजी करू नको."

तेव्हापासून ह्या पोलीस-जमादारांची जोडी आंबेगावला यायची बंद झाली. गावात मग हप्ते भरणाऱ्यांनाही भरपूर फायदा उरू लागला. त्यांचा उत्साह दुप्पट वाढला. बिन हप्तेवाल्यांनीही दोन दोन चुली वाढवल्या. सोपानराव निर्धास्त झाला. हप्तेही वाचले. रोज रातचं बिनघोरपणानं सोनाबाईकडं पान खायला जाऊ लागला.

पलीकडच्या ओढ्याला दोन-तीन आठवडे निर्धास्तपणानं धुळवड साजरी झाली नि अचानक एका रात्री शिमगा झाला. पोलीस आले. व्हॅन भरून माणसं नि लॉरी भरून रसायनाची पिपं पकडली. जगताप फौजदार नि काळे इन्स्पेक्टर दिशा चुकवून अचानक जाळं पसरून बसलेले कुणालाच माहीत नव्हते. तरी पण निम्मेनीम लोक पळून गेले. रातभर माळावर कालवा झाला. ही सगळी वरात कोल्हापुरला जाईपर्यंत पहाट झाली.

बरेच दिवस सामसूम झाल्यावर हळूहळू एक एक भट्टी जागा बदलून मिणमिणत्या जाळावर पुन्हा पेटू लागली. फौजदार आणि इन्स्पेक्टर अधनं-मधनं सारखे येऊन जाऊ लागले. गावात चौकशी करून हव्या असलेल्या माणसांना कोल्हापूरला नेऊ लागले. गावातील खडा न खडा माहिती त्यांनी काढली नि हातभट्टीवाल्यांच्या हातात कड्या पडू लागल्या. सोपानरावलाही वहिमावरनं एक दोनदा दम दिला.

रातचं जेवण करून सोपानराव सोनाबाईच्या दारात आला नि पुन्हा त्याच्या कानावर हसणं-खिदळणं पडलं.

"कोण ह्या वक्ताला आलंय?" म्हणून रागाच्या दणक्यात त्यानं दाराची कडी खडाखडा वाजवली.

"सोना ऽ ऽ"

"कोण आहे रे तो?" करत तांबारलेल्या डोळ्यांचा फौजदार नि इन्स्पेक्टर बाहेर आले. अचानक ह्या लोकांना पाहून सोपानराव गडबडून गेला आणि वरवर हॅ हॅ करून हासला.

"काय काम हाय? एवढ्या रातचं इकडं कुठं?"

डोळ्यांचे रंग बदलल्यामुळं नि समोरचं अंधारात स्पष्ट दिसत नसल्यामुळं जड जिभेनं फौजदार बोलला.

"कुणीकडं चालला आहेस बोल."

"साहेब, तुमच्याकडंच आलो हुतो."

– सोपानरावानं स्वत:ला सावरलं. उजेडात आल्यावर व बोलाचाली झाल्यावर फौजदारानं त्याला ओळखलं.

"का? ह्या वेळी आमच्याकडं काय काम काढलं?"

"माझा बेत बदलला म्हणून सांगायला आलो हुतो."

"कसला?"

"बैलांची नावं बदलून ठेवायचा मी इचार केलाय."

"वा! वा! छान! काय नावं ठेवणार आहेस आता तू त्यांची?"

"फौजदार-इन्स्पेक्टर."

सोपानराव एवढंच बोलला नि फौजदाराच्या डोळ्यांपुढं त्या अंधारातही काजवे चमकले.

"आणि गाडी अगदी तुमच्या घरावरनं न्ह्यायचं ठरीवलंय."

असं म्हणून सोपानराव त्या अंधारात रावणासारखा सात मजली हसला.

■

सूरपाट

तीनाच्या ठिकाणी दुपारचं चार वाजलं तरी सुनेचा पत्ता नव्हता. म्हातारीला पुन्हा संशय आला, 'भवानी आणि पळून गेली की काय?' असं म्हणून ती चिंतागती वाट बघत बसली. दीस उतरणीवरनं भराभरा पळून मावळायला आला तरी सुनेच्या पाण्याच्या घागरी काही परत आल्या नाहीत. तिची खात्री झाली. पोरगा काय म्हणेल या विचारानं तिचा जीव वरवर येऊ लागला. डोळ्यांपुढं काजवे चमकू लागलं. कित्येक वेळा त्या काजव्यातनं पिवळ्या घागरी तिला चमकताना दिसायच्या. "आली का काय गं!" म्हणून अचानक ती आऽ करून बसलेल्या दाराकडं बघायची. पण घागरी काय आत यायच्या नाहीत.

पोरगा कामावरनं यायचा वकत जवळ येत चालला... वकत जवळ येईल तसं म्हातारीला पळून जावं असं वाटू लागलं. तरणी असती, तर खरोखरच ह्या जाचाला भिऊन ती पळून गेली असती. पण आता पळून जायचं दीस सुनेचं होतं. आणि सून पळून गेली म्हणून हातपाय गाळून घरात बसायची पाळी सासूवर आली होती.

सूनच तिला तशी भेटली होती. बहात्तर खोडी होत्या तिच्या अंगात. तोंडाकडं पाहिलं तर गरीब गाईगत दिसायची, पण तिच्या पोटातलं पाय आता चांगलेच बाहेर पडलं होतं. महिना-पंधरा दीस झालं की पळून माहेराला जायची. हा रतीब कधी चुकत नव्हता. आतापर्यंत सात-आठ वेळा असं झालं होतं, सारा बोल म्हातारीवर. पळून गेली की गल्लीतल्या तरण्या पोरी म्हणायच्या; "सून मोप देवाच्या गुणाची हाय. म्हातारीच तिला गाडा भरून कामं सांगतीया मग कावून कावून ती पळून जातीया. कोण ऱ्हाईल असल्या घरात?"

म्हातारीनं मग सुनंला कामं कमी लावली. होतील तेवढी कामं मग सुनेशी गोड बोलून आपण करू लागली आणि महिनाभर गेल्यावर सून पुन्हा सटकली.

आता?

“मरूस्तर कामं तिला लावत जा. सैल सोडू ने. पळून जायचं जिवावर यावं तिच्या, अशी कामं करून घ्यावीत; म्हंजे गप कुत्र्यागत कट्टाळून कट्टाळून घरात पडंल. कामं नसली म्हंजे पळायला न्याट येतंय् तिला.” एका म्हातारीनं म्हातारीला सल्ला दिला... पण मागचं तसं पुढं.

“पोटाला घालत न्हाईस तिच्या. मग हितं ऱ्हाऊन काय खाईल?”

म्हातारीनं तिला खूप खाऊ-माखू घातलं. प्रेम केलं. जोंधळे दळून घ्यायचं कमी केलं. पण पुन्हा हातावर तुरी दिल्या.

“अहो, सून खाऊन मस्तावलीया. गावाकडं उधळणारच, मग उड्या मारावं पळावं असं वाटणारच तिला.”

अशी सतराजणांची सतरा तोंडं म्हातारीला ऐकायला मिळत होती. काय करावं सुचत नव्हतं. म्हणून नशिबात वाढलेलं तोंडात एकही दात नव्हता तरी मुकाटपणानं गिळत होती. “तुझ्याच हलगर्जीपणानं पळून जातीया.” म्हणून पोरगाही तडातडा बोलायचा.

“काय म्हणू तरी काय ह्या भोगाला! कशाला सटवी आता आणि पळून गेली असंल? रांडंच्या पायात काटं तरी कसं मोडत न्हाईत त्या वाटंला?” एकटीच भुतागत घरातल्या अंधारात म्हातारी बडबडत बसली होती. तोवर दारातनं कोण तरी लंगडत आत आलं,

“कंबी काय ग?” म्हातारीचा जीव वर आला.

“मी बायनी हाय बाळामावशी.” लंगडत लंगडत बायनी येऊन म्हातारीपाशी बसली. म्हातारीचा जीव पुन्हा होता तिथं गेला.

“ये बाई. कंबी कुठं दिसली का गं तुला?”

“न्हाई बा. कंबी कुठं गेली?”

“कुठं उलथणार? गेली आणि पळून.”

“अगो ऽ ऽ बाई! आणि हो? अहो, मागच्याच म्हयन्यात पळून गेली हुती न्हवं?”

“आगं, म्हयना काय नि रोज काय.”

“काय का म्हणंनास बाळामावशी, भिमादाजीकडंच चूक हाय.” मोडका पाय जवळ घेऊन बायना आजीला उपदेश सांगायला बसली.

“त्यो आणि काय करंल आता? किती खस्ता खातोय की त्यो.”

“खस्ता खाल्ल्या तरी तिचा एकदा पाय मोडून खुट्टीला अडकवून ठेवायला पाहिजे.”

“पाय मोडून तिच्या पोटाला कुणी घालत बसायचं? पाय मोडल्याचं निमित्त करून खुशाल घरात बसंल; न माझ्या नशिबात आता म्हातारपणी घरातली कामं

करायची पाळी येईल.''

"तशी कायबी पाळी यायची न्हाई. आता माझाच पाय मोडला न्हाई माझ्या दाल्ल्यानं? तरीबी मी कामं करतीयाच न्हवं. तसाच तिचाबी पाय मोडायचा म्हंजे वळणावर येईल.'' वळणावर येऊन शहाणी झालेली बायनी म्हातारीला सांगत होती. "त्येनी कुठलंबी काम सांगितलं तरी मी एका पायावर ते करायला तयार असती.''

दोघीही अंधारात बोलत बसल्या होत्या. बाहेर किनीट पडत चालली होती.

"बाळामावशी, दिवा तरी लावा की हो. अंधार पडलाय बाहीर. लक्ष्मी यायची वेळ झालीया.''

पळून गेलेली लक्ष्मी कधी येईल या चिंतेत म्हातारीनं दिवा लावला. तिनं दिवा लावताच बायनीनं आपल्या पदराखालनं आणलेली चिमणी बाहेर काढली.

"का आली हुतीस ग?'' म्हातारी.

'घरातली काड्याची पेटी संपली; म्हणताना चिमणी लावून न्यायला आली हुती. जाती. घरात त्येंनी वाट बघत बसल्यात. उशीर झाला म्हंजे हाय त्योबी पाय मोडून ठेवतील.'' चिमणी लावून घेऊन बायनी उठली.

दिव्याच्या एकलकोंड्या उजेडात म्हातारी एकटीच बसली. स्वैपाकघरात खुडूक करून काही तरी वाजलं.

"कंबी का काय ग?'' गपकन म्हातारीच्या तोंडातनं शब्द बाहेर पडले. चिमणीसारखं झालेलं तोंड लखखकन एकदम फुललं आणि काही तरी तिच्या आंधळ्या मनात चमकलं.

चिमणी घेऊन लगालगा ती स्वैपाकघरात गेली. खरकटं खायला आलेला उंदीर चिमणीच्या उजेडात उतरंडीच्या सांदरीत पळून गेला. म्हातारीचं तोंड पुन्हा विझलेल्या दिव्यागत काजळलं... "रांडंनं मागच्यावाणी घरातल्या घरात तरी दडून बसू ने! का जागा बदलून माळ्यावर बसलीया कुणाला दखल?– कंबे, अगं गुमान खाली उतर त्या माळ्यावरनं. अंधारात अंगाला जळणातला इच्चू-बिच्चू डसंल.– ऐकलीस काय? भिमा यायचा वकूत झालाय बघ.''

माळ्यावरचा एक वासा डोळा स्थिर करून शांतपणानं म्हातारीकडं बघत होता.

चार महिन्यांपूर्वीची गोष्ट. भिमा दीसभर घरातच होता. रोजगार नव्हता म्हणून उगंच घोंगडं टाकून सोप्यात पडला होता. सांज होत आली तरी कंटाळा करून पडून राहिला होता. आणि काय मनात आलं कुणास ठाऊक, अंगातला आळस झाडून टाकावा म्हणून त्यानं उठून तोंड धुतलं आणि कंबीला घटका-तासभर लाथा-बुक्क्यांनी झोडपून काढली. तिच्याकडनं पाणी गाळत गाळत चहा करून घेतला. प्याला आणि पचवून यावं म्हणून बाहेर पडला.

तासाभरात घरात येऊन बघतोय तर म्हातारीनं रडून-आरडून हात आपटून भुई उकरून काढली होती.

"काय झालं?"

"माझ्या बाबा, तुझी बायकू पळून गेली."

"गेली तर गेली. जाऊ दे बोंबलत. आली तर बघू. न्हाई तर दुसरं लगीन करू म्हणं."

"माझ्या बाबा, माझ्या दाल्ल्याच्या हातचं दागिनं मोडून साडेचारशे रुपये तिच्यापायी उधळल्यात, ते फुकटवारी सोडून द्यायला न्हवं. उद्याच्या उद्या जाऊन तिला घेऊन ये जा."

त्या दिवशी म्हातारीनं भिमावरच तोंड सोडलं होतं. कारण नसताना त्यानं कंबीला मारलं होतं. म्हणून तिनं शेजारच्या आयाबाया करमणूक करून घ्यायला आल्यावर सुनंचंच गुणगान केलं. लेकानं सुनंला कसं इनाकारण मारलं हे कुठंही दात न खाता तोंड भरून सांगितलं. मग बायकांची चार-पाच तोंडं एकाजागी झाली. त्यामुळं भिमाचं तोंड आपोआप आवळलं.

"ऊठ आता, बसू नगं घुम्यागत. जळाण काढून दे. भात ठेवती चुलीवर आणि असाच आता माझ्या हातचं खात बस; बायकूला मारून घालवून." आया-बाया उपदेश करून उठून गेल्यावर म्हातारी भिमाला म्हणाली.

भिमा मुकाटपणानं माळ्यावर जळण काढायला चढला आणि एकाएकी आवाज आला; "तुझ्या भणं, हितं बसलीयास!" असं म्हणून त्यानं लाकूड नि लाकूड माळ्यावरच फोडून काढलं. कंबी जळण घेऊन आपल्या हातचा भात शिजवायला खाली आली.

– म्हातारीला अचानक हा प्रसंग आठवला; म्हणून ती माळ्याकडे तोंड करून बोलत होती. पण तिच्या बोलण्यानं कंबी काय जळण घेऊन खाली आली नाही. "भवानी, तिथंच पुन्हा कशाला बसंल?" म्हणून म्हातारी नाराज होऊन सोप्यात जाऊन बसली.

किनीट पडल्यावर भिमा कामासनं परत आला.

"ये बाबा, तुझीच वाट बघत हुते."

"पाणी जरा आणायला सांग तिला. आणि वाईच च्या कर म्हणावं."

"माझ्या बाबा, आता चिंचगावात च्या करून पीत असंल ती."

"म्हंजे?"

"पाण्याला गेली हुती भवानी. तशीच गेली पळून. माझ्या घागरीचं काय केलं कुणाला दखल?"

"कवाशी गेली?"

“तीन वाजायच्या टिपणाला पाणी आणायला म्हणून बाहीर पडलीया ते अजून पत्त्या न्हाई बघ.”

“चांगलं झालं. तुला छप्पन डाव सांगितलं, तिच्यावर डोळा ठेवून बसत जा म्हणून.”

“आणि कसं डोळं ठेवायचं? दोन्ही डोळं गेल्यात तरी डोळा टेवून बसती की. नदीची घटकंची वाट; तिथं तास झाल्यापासनं कवा येईल, कवा येईल, करत बसलीय.”

“काय बोलली-बिल्ली हुतीस काय तिला?”

“मी कशाला बोलू?”

“मग कशी पळून गेली?”

“आता कशी नि काय. सटवीच्या मनात आलं असंल; गेली पळून. लगालगा नदीवर तरी जाऊन ये जा.”

“आता काय भोकरं मिळणार हाईत तिथं मला?”

“आरं, घागरी-बिगरी तिथंच ठेवून गेलेली असायची.”

“आयला ह्या घराच्या!” म्हणून भिमा नदीवर जायला निघाला.

नदी गावापासून थोड्याच अंतरावर होती. घटकाभरात माणूस जाऊन येत होतं. गावाला सगळं पाणी नदीचं. दहा-पंधरा वर्षांपूर्वी निम्मं गाव वाहून गेलं होतं. त्या वेळीसुद्धा सगळं पाणी नदीचंच. प्रसंग पडला तर पुरुष जेवण करून हात धुवायला आणि बायका नवऱ्याशी भांडण करून जीव द्यायला नदीला घाईनं जात असत. तीन-चार आठवड्यांपूर्वी येळूगड्याच्या हौशीनं असाच गडबडीनं जीव दिला होता. शिवेच्या वळणावर तिला खेकड्यांनी खाऊन टाकलं होतं.

भिमा नदीवर गेला तेव्हा अंधार पडत चालला होता. नदीच्या काठाकाठाने खेकडे बाहेर आलेले दिसत होते. नदी दिवसभर काहीच घडलं नाही अशा रहस्यमय शांतपणानं पाहत होती. भिमाच्या मनाला चर्रकन् एक खेकडा कातरून गेला. चिंतागतीनं तो घराकडं परत आला.

“जीव-बीव तरी दिला नसंल न्हवं तिनं?”

“खुळा का काय? ती बरा जीव देईल? माझा जीव घ्यायला बसलीया ती.” म्हातारीचं बोलणं अनुभवाचं होतं. कंबी असा फुकाफुकी जीव देणारी नव्हती. नवरा जीव जाईपर्यंत बडवत होता; तरी जीव देत नव्हती. भिमालाही त्याची खात्री पटली होती.

“गावाकडंच गेलीया काय आणि कुणाकडं गेलीया कुणाला दखल?”

“आणि कुठं जाणार हाय?”

“मागच्यावाणी व्हायचं.”

"सारखं सारखं तसं करायची न्हाई. एकदा तिला अद्दल घडलीया चांगलीच. आता तसा सूरपाट खेळायची न्हाई."

कंबीनं भिमाबरोबर एकदा सूरपाट खेळला होता. भिमा पळून हेलपाटून बरोबर तोंडघशी पडला होता. पण त्याचं नशीबच वाटेवर होतं; म्हणून डाव सावरला आणि कंबी वाटेवर बरोबर हाताला लागली होती. आधल्या राती पोट भरून मार खाल्ल्यावर सकाळी तांब्या घेऊन जे रानात गेली होती ते तिकडंच.

भिमानं त्या वेळी तिला खूपच धारेवर धरली होती. आठ-आठ दिसाला सारखी पळून जात होती. म्हणून तो तिला भरपूर मारायचा. एकाएका माराला एकएक काठी चिंबून जायची. मरुस्तवर काम लावायचा. आपलं भय वाटावं म्हणून जोर-बैठका काढायला त्यानं सुरुवात केली होती. एकदा तर मोटेच्या चाकावरनं दोरी बांधून विहिरीत सोडायला निघाला होता. हात-पाय दोरीनं बांधूनही घातले होते. माणसं आडवी आली म्हणून गप बसला; नाही तर, "पळून जाशील काय?" म्हणून एकदा-दोनदा बुडवून काढायचा त्याचा विचार होता. खूप भीती घातली आणि सोडून दिली. दुसऱ्या दिवशी मटमाया झाली.

भिमानं सायकलीनं पाठलाग केला. अशी पळून गेली की अशी आणायची; अशी त्यानंही हिंमत बांधली होती. आंबेवाडीपासून चिंचगाव तेरा-चौदा मैल. पण तेरा-चौदा मैलांच्या दरम्यान ती त्याला कुठंच मिळाली नाही. बरोबर डबलशीट घेतलेला हऱ्या होता. दोघेजण सासऱ्याच्या दारात आले.

"कंबी कुठं हाय?"

"कंबी कुठं हाय ते मला ठावं का तुला ठावं? नांदायला म्हणून तूच न्हेलीयास न्हवं?"

"सकाळी पळून आलीया."

"उगंच तोंडाला येईल ते बालू नगं. कुठं दडवून ठेवली आसंल तर गुमानवाणी बघ. नांदती लेक दडवून ठेवायला हे कुणाचं घर वाटलं तुला?" सासरा ह्या वेळी वेगळंच बोलला. प्रत्येक वेळी त्यानं पळून आलेली लेक गोडीगुलाबीचे चार शब्द सांगून परत पाठविली होती.

सासरा असं बोलतोय न बोलतोय तोपर्यंत सासूनं आत खच्चून बोंब ठोकली आणि रडत-आरडत ती बाहेर आली. "माझ्या लेकीला ह्या दोडानं कुठं मारून टाकली गोऽऽ बाईऽऽ आणि आता खूनच पचवायसाठी मलाच इचाराय आलाऽय!"

हे भलतंच झालं होतं. माराच्या भीतीनं लेक पळून येती असा तिचा दावा होता. लेकीला आता ठार मारली असं तिला वाटलं.

भिमाला उलटाच संशय आला. लेक दडवून ठेवून आता उगीच काही तरी कांगावा चाललाय असं त्याला वाटलं. दोन-तीन तास तू-मी, तू-मी असं भांडण

करून तो घरी जायला निघाला. दिवसभर पोटात अन्न नव्हतं. संध्याकाळ झाली होती. त्याच्या मनात एकाएकी काही तरी विचार चमकला आणि तो त्या गावात ओळख काढून गुपचूप राहिला. रात्री एकदा-दोनदा अंधारात दोघेजण फिरून आले. पहाटे बायका तांब्या घेऊन जातात त्या बाजूला दबा धरून टेहळणी केली. सासऱ्याचा मळा ते धुंडून आले.

चिकाटीनं दोन दिवस मुक्काम केला, पण कंबी काय हाताला लागली नाही. म्हणून तिसऱ्या दिवशी दोघेही डबलशीटने जायला निघाले. नऊ-दहाचा सुमार होता. उन्हं तापायला सुरूवात झाली होती. वळणातनं डबल-शीट मुसमूस करत वर आली नि दोघांना एकदम कासऱ्याच्या अंतरावर कंबी दिसली. लगालगा आपल्या नादात चिंचगावची वाट तुडवत होती. तिनं बरोबर डाव केला होता. चिंचगाव सरळ पूर्वेला सोडून ती पश्चिमेला मावशीकडे नेर्लीला गेली होती आणि विसर पडावा म्हणून दोन दिवस नेर्लीला राहून ही गाडी चिंचगावला लेट चालली होती. पण वाटेत हे डबलशीटचं स्टेशन अचानक लागलं.

भिमाच्या गाडीला उगंचच्या उगंच दोन दिवस खाचा-खळग्यातनं धूळ खात बिनपेट्रोलचं फाफलावं लागलं होतं. तो वैतागून गेला होता. म्हणून त्यानं खाल्लेला सगळा धुरळा कंबीच्या अंगावरनं झाडून काढला आणि ही सगळी सर्कस आंबेवाडीला परत आली.

त्यानंतर पुन्हा आता आणि ती पळून गेली होती. बोलता बोलता भिमाचं आणि म्हातारीचं तोंड लागलं होतं. भिमाचं मत असं होतं की त्याला छप्पन बायका बाशिंग बांधून तयार होत्या पण म्हातारीनं ओळखीची पाळख काढून हिला आणली होती. म्हणून हे सारं म्हातारीनंच निस्तरावं. किती जरी बायकोला आणली तरी ती उंडग्या ढोरागत सारखी पळून जात होती.

दोघांच्या तोंडामुळं गल्लीतला बिनकामाचा दत्तूबा आणि मिशावाला बाबाजी आलं होतं.

"दत्तूबा, तू तरी सांग बाबा आता ह्येला. आता म्हातारपणी मी कसं निस्तरायचं हे?" म्हातरी काकुळतीला आली होती.

"भिमा, गड्या, काय झालं तरी कंबीसंगं तुला संसार करायचा हाय. तवा कशीबी असली तरी ती बायकू हाय, नांदीवली पाहिजे." दत्तूबाला दुसरा उद्योग नव्हता. बाबाजीनंही कंबीच्या पायावरचा सोपा उपाय सांगितला. त्यातल्या त्यात तिच्या डाव्या पायात मोटारीचं लोखंडी चाक घालायला सांगितलं. पण गाडी रुळाला लागायची असेल तर चाक घालून चालणार नाही; हे म्हातारीनं पटवून दिलं. मग दत्तूनं शेवटचा उपाय सुचविला की भिमानं रोज तिला आपल्याबरोबर कामाला न्यायची आणि संध्याकाळी परत आल्यावर जोडीनं पाणी भरायचं. असा खराखुरा

जोडीनं संसार करायचं ठरलं आणि हा संसार 'चटकदार' होण्यासाठी अधनं-मदनं कंबीला एखादा फोडणीचा चटका द्यायचा.''

''पर मी न्हाई गड्या एकटा जाणार आता तिला आणायला. त्यो सासरा नि ती सासू माझी काय डाळ शिजू द्यायची न्हाई.''

''मी येतो तुझ्यासंग. असा भितोस का? कशी लावून देत न्हाईत बघू या तिला.'' दत्तू गुडघे-मिठी घेऊन बोलत होता. ''काढ दोन सायकली भाड्यानं. गावात भाड्याच्या सायकलीचं दुकानबी आलंय आता आणि मलाबी सायकल चालवाय यायला लागलीया. आत्ताच्या आता डायनामोच्या सायकली घेऊन निघू या. तासाभरात चिंचगाव. हाय काय त्यात!''

''जायचं तर मग डबलशीटनंच जाऊ या. बारा-चौदा मैलांवर तर गाव हाय.''

''नगं. माळरानचा रस्ता हाय... आणि मलाबी सायकल चालवाय यायला लागलीया.''

''ते खरं, पर मोटारीच्या रस्त्यानं जावं म्हणतो मी. माळरानाच्या वाटेनं फुफुटा लई हाय.''

''मग तुझं तू जा गड्या. मला न्हाई जमायचं यायला.''

''का रे?''

''न्हाई जमायचं. उद्या कामाला जायचं हाय येरवाळी उठून.'' नव्यानं सायकल चालवायला येणारा दत्तू नाराज होऊन परत चालला होता. गावात दोन महिने झालं जुन्या भाड्याच्या सायकलीचं दुकान आलं होतं. गेला महिनाभर त्यानं भाड्यानं काढून दीडपाय, दोन पाय करत सायकल शिकून घेतली होती. पण गेले आठ दिवस भाडं बरंच थकल्यामुळं सायकलवाल्यानं दत्तूला सायकल द्यायचं बंद केलं होतं. त्यामुळे गेले दोन दिवस तर दत्तूचे पाय सारखे शिवशिवत होते.

''हे बघ भिमा, इचार करत बसण्याची ही वेळ न्हाई. दोघांपेक्षा तिघंजण जावा. हे चाराला पाच रुपय घ्या, खरं त्या रांडंला तेवढी आणा. आता म्हातारपणी मला कामं हुणार न्हाईत.'' म्हातारीच्या हातातून पाच रुपये सुटणार होते, म्हणून भिमालाही मनोमन हुरूप आला.

''खरंच दत्तूबा, ह्या वक्ताला दोघंजण जाऊन भागणार न्हाई. तिघंजण मिळूनच जाऊ या. बाबाजीबी बरोबर येईल. काय बाबाजी?''

''आपणाला गड्या मोकळा वेळ न्हाई,आणि एक बायकू आणायला तिघंजण करायचं हाईत काय?''

''तुला ठावं न्हाई. पर्तेक डावाला सासू-सासरा लई आडवं येत्यात. ह्या डावाला त्यांस्नी हिसका दाखवायचा.''

''मग माझी कुठं ना हाय. काढा की सायकल? दत्तूबा मघाशी काय बोलला

होता, ते विसरला असावा.

"सायकलीनं नगं. बाबाजी, तुझी गाडी काढायची. काय असंल ते भाडं बसल्या पेट्टाला घे. चांगली दोन-तीन ठेंगी बरोबर न्हेऊ या आणि गुमान गावच्या बाहीर गाडी सोडून गप्प घरात जायाचं. बायकूला धरायची नि गुमानच घेऊन यायचं आणि जर का सासू-सासरा आडवं आलं तर बायकूसकट समद्यांचे गुडघं हातातल्या ठेंग्यांनी ढिलं करायचं."

"गुडघं ढिलं करायचं म्हणतोस?" मिशावाला बाबजी.

"अगदी? एखादा-दुसरा मोडूनसुद्धा काढायचा."

"मग चला तर; उद्या पाटंचं गाडी जोडायची."

"छे! छे! सासू-सासऱ्याला मग सांदा मिळंल. बायकूला कुठं तरी दडवून ठेवायला वाव हुईल. आत्ताच्या आता गाडी जोडायची."

बाबजी तावातावानं उठला."गाडी आणतो जोडून. आत्ताच्या आता असंच जायचं." तो गाडी आणायला निघून गेला.

दत्तूबा नाराजच होता.

"हे बघ दत्तूबा, ह्या वक्ताला बायकूला उचलून आणली की येत्या पुनवंला नरसोबाच्या वाडीला सायकलीवरनं जाऊन यायचं. तुझ्या सायकलीचं भाडं माझ्याकडं लागलं."

"आता सायकलीचं ख्याट नगंच म्हणातोस व्हय मग?"

"आता नगं. फुडच्या डावाला नक्की. आता जरा अवघड मामला हाय."

"नगं तर चल. वाडीच्या दत्ताला तू बोलून घेतलईस तर नक्की बायकू मिळणार. अंऽऽ म्हातारीला चार भाकरीतरी भाजायला सांग. म्हणजे वस्ती-बिस्ती पडली तर न्ह्यारी तरी करायला येईल सकाळला!"

गपा गपा म्हातारीनं पाच-सहा भाकरी थापटल्या. सुनेनंच भिजत टाकलेल्या तुरी घेऊन तव्यातनं उसळ भाजून काढली. भिमानं माळ्यावरची मेसकाठी तोडून नवी ठेंगी तयार केली. दोन कासरं कोपरी करून बरोबर आसावंत म्हणून घेतलं. तोबर बाबाजी आपल्या खिलारी बैलाची गाडी घेऊन आला. त्याने बऱ्याच शर्यती मारल्या होत्या. माणसंही बरीच मारून काढली होती. शर्यतीत बैलांचा दमदारपणा आणि बाबाजीचा दम या दोन्हीच्या बळावर त्याला बक्षिस मिळत असतं. पण अलीकडं त्याच्या हातांना बरेच दिवस कामच मिळालं नाही... म्हणूनच भिमाचं काम करायला तो तयार झाला होता.

गाडी घेऊन तो दारात आला. भिमानं ठेंगी वैरणीच्या खाली सारून दिली, कासरं पावकड्याला बांधून ठेवलं. म्हातारीनं पाच-सहा भाकरीचं चवाडं आणि उसळ बांधून दिलं.

"चला बघू. वकूत नगं आता. रात हुईत चाललीया."

"चला. बाबाजी नि दत्तू गाडीत चढले. भिमाही भाकरी घेऊन गाडीत चढला.

"गाडी कुणीकडनं जाऊ दे?"

"जाऊ दे की सरळ भुईगल्लीनं."

"अशी नगं, फुडं कदमाच्या बोळात अडचण हाय."

"मग वळवून घे. ह्या बाजूनं जाऊ दे."

गाडी वळवून घेतली आणि समोरच कंबी पाण्याच्या घागरी घेऊन उभी राहिलेली दिसली.

"कुणीकडं चाललाईसा हो इतक्या गडबडीनं!"

"थो:त्येच्या आयला!" भिमाचं तोंड सासऱ्यानं पायताण मारल्यागत झालं.

"आली त्येच्या भणं आडवीच. आडामोडा घालायला; देवा म्हणून आता गाडी जुपली हुती." बाबाजी मनातल्या मनात मिशा ओठांनी कुरतडत म्हणाला... दत्तूबाची सायकलही आवाज न करताच पंक्चरली.

"कुठं गेली होतीस गं अजून पत्तुर?"

"अहो, माळकराच्या किसनीची आई आली हुती नदीवर. ती म्हणाली, "आगं चिचगावचं पाव्हणं आल्यात किसनीला बघायला. तूबी चल घटकाभर." तर मी म्हटलं "न्हाई बाई, माझा दाल्ला मारका हाय, मला हिरवी भाजून खाईल." तर म्हणाली; लगनाच्या गोष्टी हाईत; न्हाई म्हणू ने. तुझ्या दाल्ल्याच्या लगनातबी माझं दोन दोन दीस गेल्यात. चल की घटकाभर." मग न्हाई म्हणाय येतंय व्हय! पाण्याच्या घागरी घेऊन तशीच गेले. गावाकडची माणसं हुती. तिथं तासभर उशीर झाला."

"कंबे, तुला भ्या न्हाई वाटत व्हय गं माझं?"

"आत्ता?"

"ठार मारीन हं कंबे तुला एक दीस."

"एवढ्या नाकाला मिरच्या झोंबायजोगं काय हो केलं मी तुमचं?" असं म्हणून ती आत निघून गेली. म्हातारी दात नसलेले ओठ आतल्या आत खात बसली.

■

गुलशनका कुंवा

ह्या वर्षी जत्रेच्या आदल्याच दिवशी देवळाच्या पाठीमागच्या चव्हाणाच्या मोकळ्या रानात एक आक्रीत आलं. भलं उंच काही तरी बांधायला लागलं. त्याला दोन्ही बाजूंनी चढायला जिने केले. माणसांनी वर उंचावर उभं राहून त्या बंद सापळ्यात डोकावून बघायचा काही तरी खेळ होता... दुसऱ्या दिवशी भरचक्का जत्रा सुरू होणार. तरी ह्यांची ठोकाठोकीच चाललेली. मगदुमाच्या दाज्यासंगं चार-पाच जणांचं तालमीतलं टोळकं जाऊन उगंच फिरून येत होतं. उद्याची जत्रा कशी काय भरंल याचा अंदाज करत होतं.

"हे रं काय, लक्ष्या?"

"सरकस हाय वाटतं!"

"एवढी उंच?"

"कुणाला दखल मग."

"मग सरकस कशी म्हणतोस?"

"कुणी बघितलीया. काय तरी न्यारं दिसतंय; म्हणून म्हटलं."

"चल, त्या झिंज्यावाल्याला इचारू या."

मग ते सगळंच टोळकं त्या केसवाल्याकडं गेलं. तो हात फीऽ फिरवून लोखंडाची मेख घणानं जमिनीत तिरपी मारत होता.

"सरकसवाले काय गा?"

"आँ?"

"कोण लोक तुम्ही?"

"आँ ऽ?"

"न्हई, हे काय हाय म्हटलं?" गोनूगड्याचा बाळ्या दाज्याच्या पुढं एक पाऊल ठेवून म्हणाला.

“मौतका कुवा!”

“मू ऽ तका कूव्वा?”

‘हां! कल शुरू होता है. आकर देखो!” तो तसं बोलू लागल्यावर ते पाचजणंही एकमेकाच्या तोंडाकडं बगू लागले. आणि चेहरे येडबडल्यागत करून परत फिरले.

“काय म्हणाल रं त्यो?” बंड्या धनवड्या शहाण्या लक्ष्याला विचारत होता.

“कसला मूतका कुव्वा म्हणाला गड्या.”

“हगाय-मुतायची जागा हाय काय रं?”

“म्हणूनच एवढं आडूशासाठी उच्च बांधाय लागल्यात जणू.”

“तसंच असंल. जत्रंतल्या माणसांस्नी काय तरी सोय पाहिजेच की. न्हाईतर दर सालाला शेरगावच्या माणसांस्नी उघड्यावरच बसावं लागतंय.”

“आयला! ह्या झेड्पीच्या राज्यात येडपीसुद्धा काय तरी कला करून पैसा काढत्यात बघा.”

“काय भडव्यांनू डोसकं! कसला तरी मुसलमानी खेळ हाय न्हवं त्यो?” दाज्या पैलवान सगळ्यांना समजावून सांगू लागला.

त्यांची फेरी पुरी झाली; तरीही ते काय आहे याचा कुणालाच पत्ता लागला नाही. दुसऱ्या दिवशी लवकर येण्याच्या विचारानं ते सगळेच तालमीकडे परतले.

दुसऱ्या दिवशी दीस मावळायला त्या भागाला गर्दी झाली. दोन-तीन पुरुष उंचीचा बंद सापळा. त्याच्या भोवतीनं पाहण्यासाठी एक तेवढीच उंच गॅलरी. आणि त्याला लागूनच जरा अंतरावर तांबड्या-लाल फटफटीवर एक तांबडीलाल बाई. पैलवानासारखी हात उरावर बांधून ताठ बसलेली. मडमेसारखे कानाखाली कापलेले केस, रंगवलेले ओठ, कोरलेले डोळे, गोरापान रंगवलेला चेहरा, उरावरच्या हात-मिठीत मावू नयेत असे तंग स्तन आणि तेवढाच कमरेखालचा भरदार भाग. गुडघ्यावरच्या वर घाटलेला निळा झगा. बंद फटपटीवर बसली होती. तर आतली लांगेसारखी गच्च घाटलेली चड्डी खालनं बघणाऱ्यांना दिसत होती. मांड्या डोकावत होत्या... खालची माणसं शिरं तुटून गेल्यागत आतल्या आत तडफडत होती.

ह्या पाचगुडाच्या नजरा वरती गेल्या नि दाज्या खलास झाला.

“आई गं ऽ ऽ!”

“काय रं?”

“वर जरा निरखून बघ.”

“आगं ऽ बाबा ऽ ऽ! !”

“काय रं बाई ही!”

“चला तिकीट काढू या.”

"किती पैसे तिकीट हाय कुणाला दखल?" पोरांबाळांचा बंड्या धनवड्या.

"घाण केलीस का मधी? रुपया रुपया असलं तरी जायचं... काय खेळ हाय ह्यो! डोळं उघडून बघ जरा."

तिकीटाला मरणाची दाटी होती. माणसं पालखीवर पडल्यागत तिकीटाच्या टेबलावर पालथी पडत होती. अर्धा तास दाज्या नुसता टेबलाजवळ जायला घडपडत होता. वीस पैसे तिकीट म्हणजे पाला-पाचोळा.

जवळच काळ्या मेणकापडावरती चित्रं टांगलेली. बाई उलटीपालटी फटफटी चालीवती. 'मौ ऽ त का कुवाऽ! गुलशेन का अचा ऽ ट साहस! गुलशन का कुवा ऽ आ ऽ कर देखो.' टेबलाजवळ एकजण पैशाची पेटी सांभाळत कर्णा घेऊन ओरडत होता.

पहिला खेळ बघून माणसं खाली उतरत होती. तिकीटं मिळवून घाम्याघूम झालेला दाज्या दाटणीतनं बाहेर पडला होता. माडी उतरून येणाऱ्याला त्यानं विचारलं, "कसा काय खेळ?"

"काय इचारू नगं. चित्त थाऱ्यावर ऱ्हात न्हाई. अचाट काम!"

हे ऐकून दाज्यानं घाई केली, "चला रं लौकर!" माणसं उतरायच्या अगोदरच हे पांडव द्रौपदीसाठी वर चालले. दारावरल्या माणसाला आवरता आवरेनात.

"साब, ठेरो जरा."

"आता आणि कुठला ठेरो. जाऊन फुडला जागा धरतावं की. ही बघ तिकीटं."

तोपर्यंत आतला 'खेळ' पुन्हा बाहेर येऊन वरती चढून फटफटीवर जाऊन बसला. दाज्या आणि मंडळी मग आपोआपच खाली जिन्याजवळच थांबून वर डोकावून बघू लागली. एवढ्यात दाज्याच्या पाठीला गार गार वारं लागलं. नकळत त्यानं पाठीवरनं हात फिरीवला नि पाठ मोकळीच लागली. हडकुळ्या शंकऱ्यानं त्याच्या पाठीकडं बघितलं.

"पाठ मोकळीच दिसती रं शंकऱ्या."

"आयला! मागचं अंगराखंच न्हेलंय कुणी फाडून!"

"तरी काय तरी टरकल्यागत दाटणीत ऐकायला आलं हुतं मला."

"कुडतं दुसरं घालून येऊ या का?"

"खुळा का काय?"

"बाई बघून हासंल की."

"हं! तिचं कुठं एवढं ध्यान असतंय?" दाज्याला ते थोडं का होईना खरं वाटलं. दिंडनेर्लीत तो तेवढाच एक दांडग्या घुशीसारखा पैलवान होता.

खेळ सुरू झाला. लोखंडी पट्ट्याच्या सापळ्यात गुलशन आली होती. तिची फटफट टर टर टर टर्रर करून खाली सुरू झाली नि वरनं सगळी माणसं डोळे बाहेर

काढून बघू लागली.... फटफटीच्या गिरक्या सुरू झाल्या. तिच्या गिरक्यासंगंच माणसांच्या माना खाली-वर वळू लागल्या. वेग वाढला. सापळा हदरू लागला... माणसं थरारली. अगोदर अगोदर वेग कमी होता. तोवर सापळ्यातली गिरकी सरळ होती. वेग वाढल्यावर थोडी तिरकी गिरकी आणि जास्तच वेग वाढल्यावर आडवी गिरकी सुरू झाली. बघ्यांची काळजं तिच्या सीटखाली चेंगरू लागली. वेग वाढेल तसा झगा उलटा होऊ लागला. आतली रेसमाची तंग लांग उघडी उघडी दिसू लागली... गिरकी वर वर आल्यावर तर मांड्या जवळ येऊन शड्डू माराय लागल्यागत वाटायच्या. दाज्याकडं आणि शंकऱ्याकडं नुसत्या मांड्याच धावून येऊ लागल्या... काय मांड्या! काय झगा! काय गिरकी!... काय बाई नि काय तिचा खेळ! चित्त थाऱ्यावर राहिना. खोल खोल कुव्वा बघून फटफटीच्या दुपटीनं काळजाचा घड धडधडू लागला.

खेळ खलास झाला नि येडाच्या झटक्यातनं दाज्या ठिकाणावर आला.

"आणखी तिकीटं काढू या." शंकऱ्या तिथंच राहून दाज्याला म्हणाला. गुलशन सापळ्यातनं बाहेर जाईपर्यंत पाचीजणंही तिथंच वरती उभी राहिली होती. ती बाहेर आल्यावर सगळीजण टोप्या हिसकावून घेतलेल्या पोरांगत चेहरा करून खाली आली.

मग पुन्हा पुढच्या खेळाची लक्ष्यानं तिकीटं काढली. त्याच्या पुढच्या खेळाची बाळ्या गोनुगड्या नि बंड्या धनवड्या अशी दोघांनी तिकीटं काढली. शंकऱ्या रात्री अकराच्या सुमाराला घराकडं पळत जाऊन रुपया घेऊन आला नि शेवटच्या खेळाची त्यानं तिकीटं काढली... मग खेळच संपले. एक वाजल्यावर सगळीजणं तालमीकडं गेली. बंड्या नि बाळ्या तालमीवरनं घराकडं गेली.

दाज्या, लक्ष्या नि शंकऱ्यानं घोंगडी झाडून वळकट्या टाकल्या... सगळ्यांनाच चिन्न-भिन्न झालं होतं.

"आयला! बाई माणूस असून फटफट चालीवती... आक्रीतच हाय म्हणायचं!" लक्षा.

"इच्या भणं! एक एक मांडी केळीच्या मोन्यागत. नि आमच्या बायकूची मांडी जळक्या वाशागत खडबडीत." शंकऱ्या हडकुळ्या.

"खाना काय असंल तिचा!"

"जातिवंत पैलवानाचं खुराक असंल नि–"

"तिचा खुराकबी व्हय नि तिचं रूपबी व्हय." दाज्यानं दांडगाच्या दांडगा सुस्कारा सोडला नि खालनं कुणी तरी टांग मारल्यागत तो हातपाय ढिलं टाकून एकदम पडला. लक्षा उगंचच्या उगंचच घोंगड्यावर पालथा पडून दात-ओठ खाऊ लागला.

गोष्टी घोळता घोळता कधी झोपा लागल्या कळलं नाही. फटफट टर्र टर्र टर्र टर्र र्र र्र करत सुरू झाली. अंगावर चढली. अंगावरनं भिंतीवर. भिंतीवरनं आढ्यावर. आढ्यावरनं पुन्हा पायाशाच्या भिंतीवर आणि तिथनं पुन्हा नीटघोल अंगावर चढली. अंधारात फेऱ्या मारू लागली. तरी मांड्या तेवढ्या दिसायच्या. मग वेग वाढला. खालनं वर सारखी पळाय लागली. यांचा खाली गावून चेंदामेंदा होऊ लागला. मग नुसत्या मांड्याच पळायला लागल्या. मग कुस्ती सुरू झाली. दाज्यानं लांग कसलेली. गुलशननं लांग कसलेली. दाज्यानं तिच्या रेशमी लांगेत हात घातला नि उचलून टाकायला वर उचललं. ती हासली. मग त्यानं तिला तशीच उचलून खांद्यावर घेतली... अल्लादी धरून दोन्ही हातांनी फटफटीवर ठेवली. टर्र टर्र टर्र टर्र्र्र फटफट सुरू झाली. पुन्हा दाज्या फटफटी खाली. फटफट अंगावर चढलेली. टर्र्र्र टर्र टर्र्र्र ऽ ऽ! एकदम आवाज मोठा झाली नि दाज्या हडबडून उठला.

"आयला शंकऱ्या, किती घोरतोस रं? एका अंगावर नीज की व्हैमालीच्या!" त्यानं शंकऱ्याला हलवलं नि शंकऱ्या झोपेतच हलून एका अंगावर झाला. टर टर टर टर्र्र्र आवाज बंद झाला. काय केलं तरी मग दाज्याच्या सपनात फटफट येईना.

सकाळ झाली नि दाज्याच्या डोक्यात ती पुन्हा घुमू लागली. गडबडीनं दहा वाजताच ते न्याहाऱ्या करून पुन्हा 'मौतक्याच्या कुव्या' कडं आले. पण खेळ काही चालू नव्हता. तो संध्याकाळी पाचनंतर चालू होणार होता. मग दाज्या, लक्ष्या आणि शंकऱ्या हळूहळू कुव्याच्या शेजारी असलेल्या लहानशा चिंचोळ्या तंबूकडं झुकले. रात्री तिकिटे विकणारा आंथरूणातच बसून झिंज्या पिंजारून चहा पीत होता. जवळचे दोघे 'तिकीट फाडणारवाले' गुडघे पोटात घेऊन अजून झोप जिभळ्या चाटून घोळवत होते. पलीकडे एकजण तुळतुळीत चरबीच्या अंगाचा डोकं खाजवत अर्धवट जागा झाला होता. गुलशन कुठंच दिसत नव्हती. आता आत न्याहाळूनही दाज्याला नि लक्ष्याला ती दिसेना. ते एकमेकांच्या चेहऱ्याकडे बघू लागले. मग हळूहळू चहा पिणाऱ्याबरोबर त्यांनी बोलण काढलं.

"कुठल्या गावचा हो ह्यो मौतक्याचा कुवा?"

"मद्राससे आये, साब."

"किती जण हाईसा? म्हंजे कितना लोक हाईसा?" शंकऱ्या मुसलमानी भाषा बोलण्यात हुशार होता.

"पाच आदमी!"

"खेळ फसकलास हाय बघा." लक्ष्या.

"शुक्रिया."

दाज्याच्या डोक्यात काही तरी मुसलमानी कळल्यागत चमकलं नि न राहवून

तो बोलला, "हां हां! ती छोकरी कुठं दिसत न्हाई?"

"गुलशनबेन अंदर सोयी है!"

दोघा-तिघांनी पुन्हा आत डोकावून बघितलं. पण आत अंधारच दिसत होता.

"असंल असंल." लक्ष्या मनातल्या मनात पण चुकून मोठ्यांदा पुटपुटला.

"काय लागलं सवरलं तर सांगा. आम्ही मदत करू." शंकऱ्या चेहरा चौकोनी करून बोलला.

"हां जी. आपकी मेहेरबानी."

मग ते तेथून पुढं सरकले. उगंच एक गिरकी मारून जत्रेतनं आले. सगळी जत्रा तोंड न धुतलेल्या पारोशा बाईगत दिसत होती.

तिघेजण तालमीकडे वळले. जाता जाता खालच्या आवाजात बेत ठरवू लागले.

"पाचजण हाईत."

"आपूणबी पाच-सातजण झालं पाहिजे."

"तिघांस्नी निभणार न्हाई म्हणतोस?" दाज्या पैलवान.

"एकाला एक तरी पडायला नगं?" शंकऱ्या हडकुळ्या.

"काय करायचंय? शेरातली झिंज्यावाली माणसं. एक एक थोबाडात दिली की एक-एक जण पाणी मागत पडंल."

"खुळा का काय! थोबाडात दिल्या तर समदी बोंबाबोंब उडंल. गपगुमान पाठीमागची कनात पाडून आत घुसलं पाहिजे नि दोघा-तिघांनी अल्लादी उचलून आणली पाहिजे."

"न्हाई, आदूगर तोंडात बोळा कोंबायचा."

"व्हय. मग दोघांनी हातपाय बांधून हातरूणासगट गुंडाळून बाहीर काढायची."

"न्ह्यायची कुठं?"

"तालमीतच आणू की! कोण असतंय रातच्याला तालमीत?"

"तालमीत नगं, उगंच गावात कालवा हुईल. बोळा का कायम तोंडात घालून ठेवता येणार हाय? बाईमाणूस हाय, गुदमरून मरंल." लक्ष्या कळकळीनं बोलला.

"मग कुठं न्ह्यायची?" शंकऱ्या अडचणून बोलला.

"तंबूच्या मागच्या बाजूला ऊस हाय. फडातनं पलीकडं लांब वाण्याच्या उसात न्हेऊ या. तिकडं समदं गपगार असतंय." दाज्यानं बेत मांडला.

मग तिघेजण बंड्या धनवड्या नि बाळ्या गोनुगड्याकडं गेले. तालमीकडं नेऊन त्या दोघांना त्यांनी बेत सांगितला. पण त्या दोघांनी त्या तिघांना खुळ्यात काढलं.

"रांडच्यानू, फुकट आफत करून घेशीला."

"आफत कसली? पत्त्याच लागू द्यायचा न्हाई रं!"

"भडव्या, असली बाई जन्मात तरी नुसती बघायला मिळंल का तुला?"

"आता चालून आपल्या गावात आलीया. ती माणसं लांब तिकडची परमुलखाची हाईत. त्यांस्नी कोण हाय हितं?"

"गावात गोमगाल झाला, तर जीव ऱ्हाईल का तुमचा जाग्यावर?"

"ह्या दाज्याच्या अंगावर कोण हात टाकंल त्याचा हात ऱ्हाईल का थाऱ्यावर?" दाज्यातला पैलवान जागा झाला.

"बघा, गड्यांनू, तुमचं तुम्हीच. आम्ही काय असल्या भानगडीत पडणार न्हाई." असं म्हणून बाळ्या आणि बंड्या उठले.

घटकाभर तिघं गप्पच बसले. शंकऱ्यानं पाइंट काढला. "साल्यांची लग्नं झाल्यात. रात्री उबीला पडत्यात म्हणून असं बोलत्यात."

"ते रं कुठलं? एक-दोन आणे कमीच दिसत्यात हेंबल्यांच्यातनी. लगीन काय तुझंबी झालंयच की!" दाज्या बोलला.

"झालं तरी आमची बायकू काळीडूस. गोऱ्या मांड्यास्नी जन्मात तरी हात लावायला मिळणार हाय का आम्हांला?"

लक्ष्या त्याच्या बोलण्याकडं कान झाकून विचार करत बसला होता. तो हळूच म्हणाला, "न्हाई तरी जास्त माणसं काय करायची? आपणाला कुठं मारामारी करायची हाय? खेळ झाल्यावर सामसूम झालं की गपगुमानच आत शिरायचं हाय. थोडकी माणसं असली म्हंजे काय कुणाला पत्त्या लागत न्हाई... शिवाय ए ऽ क बाई."

दाज्याच्या पैलवानी डोसक्यात उजेड पडला.

"तेबी खरंच. पाच-सातजणं बघितल्यावर एखाद्या जाग्या माणसाला संशय येणार, तवा आपलं तिघंजणच बरं. याउपर काय झालं तर आपल्या आरातली ती पाचजणं हाईत."

पुन्हा घटकाभर तिघं शांत बसले. शंकऱ्या डोकं खाजवत होता.

"व्हय रं दाज्या, बाळ्यानं नि बंड्यानं गावातनं बोंब केली तर?"

"त्यांस्नी जीव नगं झाल्यात जणू? ताकीद देऊन ठेवायची."

दुपारी चार वाजून गेले तरी त्यांना दुपारची झोप लागंना. ह्या कुशीवरनं त्या कुशीवर वळत होते. प्रत्येकाच्या डोक्यात कुव्वा घरघरत होता. फटफट पळत होती. गुलशन फटफटीवर हात उरावर बांधून बसली होती. त्यांच्याकडं टक लावून बघत होती...

"आणि व्हय रं दाज्या, काय तरी भानगड झाली नि तिनंच आपल्याला बघून वळखून ठेवलं तर?" शंकऱ्या ह्या कुशीवरनं त्या कुशीवर पडून म्हणाला.

लक्ष्या एकदम दाज्याच्या पलीकडं ताडदिशी उठून बसला. "मीबी तेच म्हणत

हुतो. नाटकातलं सामान पेटीत हाय. त्यातल्या मिशा लावायच्या. बेरडागत व्हायचं.''

"हे ब्येस!'' सगळ्यांनाच ते पटलं.

मग तिघेही उठून बसले. पेटीतल्या मिशा काढून सोंगं करून बघितली. हासण्या-फसफसण्यात सांज झाली.

जत्रेची तिसरी रात्र. एक वाजून गेला. माणसं झोपेनं पेंगळून गेली. लांबवर तमाशाचा फड रंगला होता. गॅसबत्तीच्या उजेडात बारीक-सुरी लावणी खनखनत होती. लावलेल्या ताडपत्र्यांना पहिल्या दिवसापासनंच डोळ्या-डोळ्याएवढी भोकं पडली होती. पण तीही आता मोकळी झाली होती. ताडपत्र्या उचलून माणसं कधीच आत जाऊन बघण्याच्या नादात पुतळे होऊन बसली होती. बाकीची जत्रा तटस्थ होऊन उजाडण्याची वाट बघत सामसूम झालेली... आडवे पडदे टाकून बंद केलेली दुकाने दिसभराच्या उद्योगानं थकल्यागत दिसत होती.– कुव्याच्या तंबूत माणसं गाढ झोपलेली. एकदोन घोरतेली. दिवसभराचा आलेला शीण निवळत होता. आणि तंबूच्या पाठीमागच्या बाजूला तिघेजणं बेरडागत उभे होते.

दाज्यानं हातातल्या सानंच्या विळ्यानं तंबूची कनात फाडली. तिघंही आत शिरले. अंधारातच काही तरी घडपडलं, अंधारातच हालचाली झाल्या नि अंधारातच दबक्या पायांनी सगळेजण एक ओझं घेऊन बाहेर आले. पळून उसाच्या फडात गेले... फडाचा फसफस आवाज दूरदूर जात नाहीसा झाला. फड शहारला. तंबू त्या काळोखात तसाच दगडाचा पुतळा होऊन बघत राहिला. विझत चाललेली बत्ती मात्र सारखा डोळा मारत होती. पण तिच्याकडं कुणाचं ध्यानच नव्हतं.

रातभर चैन नसलेले बाळ्या आणि बंड्या सकाळी उठून लगालगा तालमीकडे गेले. दाज्या आणि लक्ष्या उशिरा उठून जोर-बैठका न मारताच तालमीच्या बाहेरच्या कट्ट्यावर उदासपणानं मिसरी लावत बसले होते. जमिनीकडं बघून तोंडातली जळक्या तंबाखूची गुळणी थुंकत होते. एकमेकांशीही काही बोलत नव्हते. बंड्याला बघितल्यावर त्यांची तोंडं खेटरानं मारल्यागत झाली. बाळ्यानं हासत उत्सुकतेनं विचारलं. "रात्रीचा बेत कसा काय झाला?''

तोंडात गुळणीचं निमित्त धरून दोघे गप्प बसले.

"आयला! मज्जा आली असंल?'' बंड्या.

तरीही दोघे गप्पच.

"पैलवानकी इटाळलीसा भडव्यानू. आंघुळी करून या जावा आदूगर.'' बाळ्या.

बंड्याला वाटलं आता तरी खुलतील; पण दोघांचेही चेहरे कोळशागतच होत चालले. मग बंड्याही गंभीर झाला.

"खरंच राती काय काय, कसं कसं केलंसा रं?''

"क्काय न्हाय– बाजूला सर.''

बंड्या बाजूला झाला नि तोंडात चापून साठवलेली गुळणी दाज्यानं टाकली. बंड्याला वाटलं आता तरी बोलंल. पण तो मुक्यानंच पुन्हा मधल्या बोटानं आ ऽ करून दाढा घासाय लागला.

कोणीच काही थांग-पत्ता लागू देईना झाल्यावर बाळ्याला आठवण झाली. "शंकऱ्या कुठं हाय?"

लक्ष्या लगेच बोलला, "ते कवा पाटंचंच उठून गेलंय."

घटकाभर काही तरी बोलून बाळ्या-बंड्या शंकऱ्याच्या घराकडं गेले. पण तो घरात नव्हता. त्याची काळुंदरी बायको चहाची ताटली तोंडाला लावून दाराकडंच बघत बसली होती. ती त्यांना म्हणाली, "कालधरनं कुठं पत्त्याच न्हाई. रातच्यान वाट बघत बसलीया मी. जेवायलाबी आलं न्हाईत राती."

दोघे दारातनंच परत फिरले.

दीस बुडताना शंकऱ्या बुरडाच्या मळ्यातनं दीसभर झोप काढून पटका काखंत मारून जडशा पायानं परत येत होता. जत्रेकडं चाललेल्या बाळ्या-बंड्याला तो अचानक दिसला. सकाळचा अनुभव पदरी धरून बाळ्या-बंड्यानं डाव केला नि त्याला हटकलं,

"ए ऽ शंक ऽ र."

"काय रं?" चेहरा भकास करून तो तिकडं आला.

"चला जत्रंकडं."

"न्हाई गड्या आता. दीसभर घराकडं गेलोच न्हाई."

"पर्भावळकराच्या हाटेलात भजी-चिवडा खाऊन येऊ या. चल."

मग नाही-होय करता करता त्याला आपल्यामध्ये घेतला नि जत्रेकडं चालता केला. खुलता खुलता गडी खुलला. गमतीची भाषा निघाली. मग बाळ्यानं हळूच वात लावून दिली.

"राती काय काय झालं रं, शंकऱ्या?"

"बार भूस झाला."

"झालं तरी काय?"

मग एकदम आठवून तो म्हणाला, "दाज्या-लक्ष्याची गाठ पडली न्हाई?"

"न्हाई न्हवं. सकाळधरनं कुठं दिसतच न्हाईत ते."

"गंमत झाली राती."– शंकर फुलत चालला होता.

"दाज्या-लक्ष्यांनी तिला उचलून आणली नि वाण्याच्या उसात न्हेली." तो आपण होऊन पेटू लागला.

"आणि तू?" बाळ्या वात फुलवू लागला.

"मी हुतोच की संगट."

"उसात न्हेली नि बोळा तसाच ठेवून तिला नागवी केली."

"आयला!" बाळ्या-बंड्या (!)

"हूं!"

"हूंऽ काय. हात घालाय गेलं तर चांगला पस्तीशीचा बापय निघाला. अंगावर हीऽ चरबी. एक एक मांडी हीऽ! दाढी-मिशा घोटलेल्या!"

"आणि रं?"

"आणि काय. दाज्या-लक्ष्याची तोंड ताजं श्याण खाल्ल्यागत झाली. दिलं त्येंनी त्येला सोडून... मी लांबच."

बाळ्या-बंड्यानंही मग कपाळाला हात लावले.

बोलता बोलता तिघेही जत्रेत आले होते. समोर "मौतका कुवा" खेळ बेफाम चालला होता. माणसं पालखीवर पडल्यागत तिकीटाच्या टेबलावर पडत होती. गॅलरीला लागूनच जरा अंतरावर, माणसापासनं जरा लांब राहील अशा बेतानं तांबड्यालाल फटफटीवर गुलशनबेन बसलेली. पैलवानागत हात उरावर बांधून ताठ. रंगवलेले लाल ओठ नि तसेच गाल. तंग स्तन नि तसाच कमरेखालचा भाग. आज ती विशेष नटली होती. खालनं बघणाऱ्यांना लांगेगत गच्च घाटलेली चड्डी दिसत होती. तिकडं बघून माणसं शिरं तुटून गेल्यागत आतल्या आत तडफडत होती. त्याच गर्दीत बाळ्या-बंड्या निरखून तिच्याकडं बघत होते नि शंकऱ्या खुळ्यानं थोबाडीत दिल्यागत पटका काखेत घेऊन लांबवर उभा होता. जत्रेत वाट चुकलेल्या पोरागत तो तिसरीकडंच बघत होता.

■

दत्ताचा प्रसाद

ती विधवा असल्यासारखी वाटत होती. नुकतीच आंघोळ करून आली असल्यानं गोऱ्या गोंदलेल्या कपाळावर कुंकू नाही, गळ्यात दागिना नाही. दंडावर राम, सीता आणि तुळस गोंदलेली. गळ्यात काही नसल्यानं त्याचा रुंदपणा अधिकच जाणवे. पैलवानानं लांग खसावी अशी गच्च चोळी घातलेली. पुरुषाच्या हातात मावणार नाही असे दणकट दंड. उंची भरपूर, बाई दणकट आणि तंग दिसत होती... बापे काही तरी बोलत, पान खात, न्याहाऱ्या करत वेळ घालवत होते.

दहा वाजण्याच्या सुमारास गावाकडनं एक फकीर लगालगा तिकडं येताना दिसला. सगळ्यांची उत्सुकता वाढली. सगळ्यांनीच त्याच्या वाटेकडे नजरा फिरविल्या... मागं-पुढं पाहात तो येत होता. पिंपळाजवळ येताच त्यानं आपल्या हनुवटीला हात घातला आणि दाढीची केसं मुठीत धरून ओढली. सगळी दाढी हातात आली. त्यानं ती झोळीत घातली. तोंडावरची, दंडावरची राख कमरेच्या भगव्या धोतराचा एक पदर सोडून पुसली.

"काय, काय झालं रं?"

"येशीत कुतरी लई हाईत तिच्या आयला. वाट काडूस्तवर घाम गळ्याला आला... रातच्याला एखाद्या वक्ती दगाफटका हुयाचा."

"ते कुत्र्याचं बघू मागनं. अजून त्येला सारा दीस वाव हाय. गावाची काय हाल-हवाल?"

"गावात कुळकरण्याच्या घरात काय दिसत न्हाई. घर अगदी पडवीत जाऊन बघितलं. मरतुंगडी गाय हाय. कुळकर्ण्याची बायकू एकटीच भांडी घासत हुती. तिनंच उठून चार दाणं घाटलं, घरात जिकडं तिकडं चिंध्या नि बोतरंच दिसत हुती."

"जात चेंगट असती. आत कुठं तरी डबुलं ठेवलेलं असणार."

"काय नक्की सांगता येणार न्हाई. फेरी फुकट जाईल असं वाटतं."

“देसायाच्या हितं गेला हुतास का न्हाई?” बाईनं विचारलं.

“तासभर हुतो. आत गेल्याबरोबर दत्ताचा भला दांडगा फोटू चौकटीच्या वरच्या बाजूला लावलेला दिसला. ताज्या उदकाड्या लावल्या हुत्या. ‘शिरि गुरुदेव दत्त’ म्हटलं. देसायांनं नकळताच दत्ताकडं बघून हात जोडलं नि मला भिक्षा घालाय सांगितली.”

“दत्ताचा मोठा भगत दिसतोय तर.”

“व्हय.”

“मग त्येला दत्ताचा पर्साद म्हणूनच देऊ पेढं तर.”

“सगळ्यात बेस.”

“काय वयाचा हाय?”

“तसा पन्नाशीच्या फुडचा दिसतोय पर दणकट हाय.”

“घर कसं काय हाय?”

“घर दणकट खानदानी दिसतंय. जुन्या वळणाचा वाडा हाय. चार माणसं हिकडं-तिकडं दिसत हुती.”

“मग कसं करायचं?” झूंड मिशावाल्यानं सगळ्यांना प्रश्न टाकला. कुळकर्ण्याकडं उतरायचे का देसायाकडं?”

“आता साठ-सत्तर मैलावरनं हितं येऊन त्या कुळकर्ण्याची का कातरं-बोतरं न्ह्यायची?... त्यापेक्षा आपलं सैसलामत परत गेलेलं काय वंगाळ. देसायाचा वाडा तर भक्कम दिसतोय. आसरा देईल का न्हाई?”

“देसायाच्यातच मुक्काम ठोकायचा... गंगूकडं बघितल्यावर त्यो न्हाई म्हणायचा न्हाई. शिवाय खानदानीतला हाय. गारेगावच्या पाटलाकडनं आलोय म्हणून सांगायचं.” झोळीवाला दुसरं धोतर नेसत म्हणाला. त्यानं पत्र्याच्या गेळ्यातलं कुडचाभर पाणी घेटलं नि राखेचं तोंड धुतलं. अंगावरचं राखेचं पट्टं ओलं करून पुसून काढलं. “मातूर काम जरा जोखमीचं हाय. बंदूक बसायच्या सोप्यातच खुट्टीला अडकवलेली दिसली.”

“आयला! बंदूक हाय त्येच्याजवळ?” मघापासनं नुसतं ऐकतेला एक डोळा गेलेला काळा माणूस म्हणाला.

“काळजी करू नगंस. येताना ती आणू नि देऊ टाकून कुठं तरी. तू नगं घाबरू.”

“न्हाई तसा घाबरत न्हाई, पर...” तो तिथंच थांबला.

“रामा, आवरा आता. उशीर नगं. देसायाच्यातच जाऊ या.” गंगूबाई बोलली.

सगळ्यांची आवराआवर सुरू झाली. तसं आवरायचं काही नव्हतंच. ज्यानं त्यानं आपआपली कापडं बदलली.

... गंगूबाईनं आपल्या गठळ्यातनं एक लहानशी पेटी काढली... ती बाजूला ठेवून फणीनं डोसकं विंचरून घेऊन तिनं बुचडा घाटला. भारीतलं चोळी-लुगडं काढलं. झाडाच्या आडाला जाऊन नेसलं. परत येऊन पेटी उघडली नि चांगला कपाळ भरून ठळक असा ताजा कुंकू मेण लावून लावला. चटाचटा गळ्यात टिक्का, साज पुतळ्या नि डोरलं घाटलं. गळा भरून दिसू लागला. अंगातली चोळी धारवाडी. लुगडं खानदानी. तरुण बाई... एखाद्या पाटलिणीसारखी दिसू लागली. वताडात गेलेली चारी माणसं आपआपल्या वस्तू ठेवून वर आली.

"खुणेनं ठेवलंसा, न्हाई तर रातच्याला घोटाळा उडायचा?"

"न्हाई, समद्यांचं एका जागीच ठेवलंय. भला दांडगा दगूड हाय. कावळा हगल्यागत पांढऱ्या खुणा त्येच्यावर केल्यात."

"चला तर मग."

ते चालू लागले. दोन माणसं काठ्या घेऊन रखवालदारागत चालू लागली.

बारा वाजता ही मंडळी देसायाच्या वाड्याच्या जोत्यापाशी येऊन दाखल झाली. देसाई तक्क्याला टेकून दांडग्या दांडग्या ढेकरा देत, हातानं पानाच्या शिरा काढत, ते मांडीला पुसत बसलं होतं. त्यांना बघून माणसांनी वाकून रामराम घातला. त्यानं त्या माणसांकडं पाहिलं. कोणाचीच काही ओळख लागेना.

"कुण्या गावचं रं?"

"गारेगाव?"

"हां!"

"कुठं आलं हे?"

"साताऱ्याच्या खालतं."

"कोण लोक?"

"गारेगावच्या पाटलाचा मी मेव्हणा."

"हिकडं कशाला आलाईसा?"

"ह्या गावच्या देवरशाचं नाव ऐकून आलावं."

"कुणाला लागीर-बागीर झालंय काय रं?"

"हां! ही माझी भण. लक्ष्मी. गारेगावच्या पाटलाची बायकू."

"गाढवीच्यांनू, मग असं वर या की. खालीच कशाला देवडीच्या म्हारागत हुबं ऱ्हायलाईसा?"

माणसं पटापट वर चढली. प्रत्येकानं आपलं काखेतलं गठळं भिंतीकडेला लावून ठेवलं.

"बसा असं."

सगळीजण देसायांच्या समोरच्या जाजमावर बसली. देसायांनी सुपारी कातरत

बारीक डोळे करून पाटलिणीला न्याहाळली... तिच्या अंगावरचं दागिनं न्याहाळलं... बाई तर मोठी झकास दिसत होती.

"सगे, पाण्याची बारडी आणून देगं ह्यांस्नी."

आतनं सगी पाण्याचा, एक तांब्या नि बादली घेऊन लगालगा आली. जोत्यासमोरच्या धुणीच्या दगडावर ती ठेवली. लक्ष्मबाई झालेली गंगू अगोदर उठली. मग तिचा भाऊ, मग बाकीचे तिघेजणं.

"सगे, ह्या बाईंस्नी आत घेऊन जा. आणि ह्येंच्या जेवणाची तयारी कर."

घटकाभरानं चहा आला. ताजीतवानी होऊन मंडळी देसायासमोर बसली.

"हं ऽ आता सांगा बघू समदं सुधरून. तू पाटलाचा म्हेवणा?"

"हां, भिमा देसमुख माझं नाव; गारेगावाला लागूनच भिरडी हाय. तिथला देसमुख मी. ही माझी भण वसगौडा पाटलाला दिलीया. ह्यो माझा रईत दादू जाधव. ही दोन पाटलांची माणसं. सोबत म्हणून आल्यात. उद्या हाय बुधवार. बुधवारी भणीच्या अंगात भूत येतंय तवा ते काढायला हितल्या देवरशांकडे आलोय."

"तुमच्या भागाचं देवरशी मेलं का?"

"हाईत रग्गड. पर भूत ह्या गावच्या माळावरचं हाय ते तुमच्या देवरशानंच हकलून दिलंय म्हणं."

"तेवढ्या लांब?"

"हां, आलं असंल वणवण भटकत नि काय?"

"आरं, तिच्या बायला!" म्हाताऱ्या देसायाला तेवढ्यातल्या तेवढ्यात कौतुक वाटलं. बाकीच्या माणसांनी निर्धास्तपणे बुडं टेकली. "भुतं मोठी बेरकी दिसत्यात नि."

"साताठ देवरशांनी त्येला हकलायला बघितलं पर हालाय तयार न्हाई. तवा एकानं सांगितलं ज्येनं शिवंपलीकडं हाकललंय त्येच्या बिगार ते दुसऱ्या कुणाला बदलणार न्हाई. तवा आम्ही हिकडं आलावं. पाटलानं तुमचं नाव ऐकलंय. एक दीस ऱ्हावा तिथंच म्हणून सांगितलं. बरोबर बाईमाणूस हाय. तिच्या अंगावर धा-बारा तोळं सोनं. वाट-खर्चाला आम्ही शंभर सव्वाशे रुपय बरोबर घेतलेलं, तवा पाटलांनी सांगितलंय; तुमच्या वाड्याबिगार कुणाचा आसरा घेऊ नका. म्हणून आलावं."

"आरं लेकानू, ह्या देवरशालाच तिकडं घेऊन जायचं न्हाई का? एवढी चार-पाचजण बाईमाणसाला घेऊन हिकडं तिकडनं कशाला आलासा पायाच्या खुट्ट्या मोडत?"

"तीच तर अडचण झाली. हे भूतच म्हणायला लागलं, 'मला चिंचवाडला न्ह्या, माझ्या वतनावर न्ह्या.' तवा हितं आलावं."

"आरं त्येच्या बायली!"

माणसं आता निर्धास्त झाली होती. देसायांनी पानाचं ताट त्यांच्यापुडं सारलं होतं. बोलता बोलता प्रत्येकानं आपली पाठ भिंतीला टेकून पाय सैल सोडले होते... देसायानं आपल्या पराक्रमाच्या गप्पा सुरू केल्या नि जेवणाची तयारी आत जोरात सुरू झाली... मधीच जाऊन तो पाव्हणीची बडदास्त व्यवस्थित झाली का नाही ते बघून आला.

तासाभरात स्वैपाक तयार झाला नि गंगूसकट सगळ्यांनी त्याच्यावर ताव मारला. जेवणं होईस्तवर देसाई माडीवर जाऊन घोरत पडला होता. माणसंही बाहेरच्या जाजमावर काही तरी आतल्या आवाजात बोलत घटकाभरानं घोराय लागली.

वाड्यात देसायाची पन्नाशीच्या आसपासची बायको, सून आणि तिची तीन लहान मुलं. सून आपल्या मुलांना घेऊन शेजारच्या खोलीत काही तरी विणकाम करीत बसली होती. मोलकरीण सगी सगळ्या घरभर मालकिणीसारखी हिंडत होती नि तिचा नवरा गायी-म्हसरांच्या देखभालीत गोठ्यात काही तरी करत बसला होता. त्याची पोरं वाड्यासमोरच्या वळचणीत शेंबूड ओढत खेळ मांडून रमली होती.

गंगू आत देसायाच्या बायकोबरोबर गुलूगुलू बोलत बसली. एकमेकीच्या माहेरकडच्यांच्या चौकशा झाल्या. सासरच्या झाल्या. खानदानच्या गोष्टी निघाल्या.

"सून कुठली?" गंगूनं विचारलं.

"बुधगावच्या पाटलाची लेक."

"आणि तिचं धनी कुठं हाईत?"

"ते शिकायला असत्यात कोल्हापूरला. वकील कोरस करत्यात."

"तीन मुलं असूनबी शिकत्यात?"

"कवळा हाय अजून माझा पोरगा. लगीन अदुगरच झालं. मला असा ह्यो दमा. कवा काय हुईल सांगता येत न्हाई. डोळ्यादेखत लेकाचा वेलइस्तार वाढलेला बघावा म्हणून मॅट्रिकी झाल्याबरोबरच बघा तवाधरनं शिक्षेणबी करतोय नि हिकडं अधनं-मधनं येऊन घरदार, शेतीवाडीचंबी बघतोय."

"बरं हाय म्हंजे. सूनबी शिकलेली दिसती."

"लिवाय-वाचायपुरती शिकलीया... आमच्या घराण्यात अजून कोण पोरीच्या जातीला शिकवीतंय व्हय?... आता कुठं हळूहळू उंबरा वलंडाय लागल्यात."

"माह्यारचं कसं काय हाय?"

"तिच्या न्हवं का?"

"हां."

"बरं हाय की. मोप बा ऽ पाच गावचा वतनदार हाय."

"न्हवं, सुनंच्या अंगावर कुठं काय दिसलं न्हाई म्हणून म्हटलं."

"न्हाई का? रगडून घातलंय. धाईस तोळं अंगावर सोनं घातलंय तिच्या. पेटीत तसंच पडून हाय. अंगावर घाल म्हटलं तर घालत न्हाई. कवा सणासुदीचं घाटलं तरच. शिकलेल्या माणसांचं असंच असतं. दागिन्याचा कट्टाळाच करत्यात."

"कसला कट्टाळा? आम्ही न्हवं हे बारा नि बारा चोवीस तास अंगावर घालतो. कुठं निजतांनं हातरुणाबुडी काढून ठेवलं तरच... तेबी तातू कशात तरी अडकतो. टीक एखाद्या वक्ती मानेला रुतती म्हणून तीबी काढायची."

"व्हय की. तुमचं तसंच माझंबी, हे न्हवं का. समदं दागिनं माझ्याबी गळ्यातच असत्यात." सोन्याचं पाणी दिलेलं दागिनं गंगूनं दाखवलं. "कोणबी कवा अचानक येतं-जातं, मुंडऱ्या गळ्यानं बसायचं कसं? जरा तरी घरादाराला सोभंल असं आपून वागलं पाहिजे."

"तर–" देसायीणबाईला बोलता बोलता दम लागत चालला होता. तिचा खोकला वाढला. खोकून खोकून तिचं डोळं पांढरं झालं नि मुकाट झाली.

"तुम्ही आता पडा घटकाभर, मधघरात जाऊन. मीबी डोळा लागला तर बघती; न्हाई तर सगुंदासंगं बोलत बसती." असं म्हणून गंगू उठली. देसायीणबाईनं मान हलवतच होकार दिला नि ती पलंगावरची गादी साफसूफ करू लागली.

"पोरं जेवली का?" म्हणून गंगू स्वैपाकघरात आली. सगी आणि तिचा नवरा स्वैपाकघरात जेवत बसली होती.

"पोरं जेवली. समद्यांच्या आदूगर पोरांची पंगत. त्याच वक्ताला माझीबी पोरं जेवत्यात. पाट देती." गंगू उभी राहिलेली बघून सगी उठली नि तिनं पाट मांडला.

"ऱ्हायला हितंच वाटतं?" बसता बसता गंगूबाईनं विचारलं.

"तर. आणि कुठं जायाचं? रातघ्याड राबावं लागतं. अधी-मधी रातचं सुदीक उठावं लागतं. रातची जेवण आटपायला, भांडी धुवायलाच धा वाजून जात्यात."

"जाणारच की. माणसं मायंदाळी हाईत."

"माणसं हाईत. वाडा एवढा दांडगा. त्यो लोटायलाच तास लागतो. पंधरा दिवसांतनं एकदा भुई सारवायची म्हटलं तर कंबारडं जातंय माझं."

"जाणारच की. तसल्यात गुरा-ढोरांचंबी बघावं लागत असंल?"

"ते हे बघत्यात. गोठ्याजवळच मागच्या बाजूला दोन आकणं हाईत. तिथं आम्ही ऱ्हातावं. ढोरा-गुरांचं हे बघत्यात नि मी घरातलं बघती."

बोलता बोलता सगीचं नि तिच्या नवऱ्याची जेवणं आटोपली. गंगूबाईनं सगीचं नि वाड्याचं कौतुक केल्यावर तिला सगळा वाडा सगीनं आतनं फिरून दाखवला. कोण कुटं झोपतं हे सांगितलं. परसात न्हेऊन गुरांचा गोठा, आपलं घर दाखवलं. जणू आपण मालकीणच आहोत अशा थाटात ती गंगूबाईबरोबर सगळा वाडा फिरली.

दुपारी दीस कलतीला लागल्यावर देसाई खाली आलं नि लोळत पडलेली माणसं पटापट उठली. देसाई परड्याकडं जाऊन हात-पाय धुऊन, चूळ भरून आलं नि पानाचा डबा पुढं ओढून तक्क्याला टेकलं... माणसं उठली. त्यांनी चुळा भरून तोंडावरनं हात फिरीवला. पटक्याच्या शेवटानं तोंड पुसून ती भिंतीला टेकून सावरून बसली.

"डुलकी निघाली का न्हाई?"

माणसं खूष होऊन हासली.

"निघाली की. अन्नाची धुंदी लवकर उतरती का काय?"

देसाई खूष झाले. "आता च्या घ्या म्हंजे जरा हुशारी येईल." असं म्हणत त्यांनी सुपारी फोडली नि सगळ्यांसाठी डबा पुढं सारला. कुणी घेतली; कुणी तसंच चहाची वाट बघत बसलं.

"देवरशाकडं कवा जाणार?"

"आता जायचं. त्येचं घर तरी बघून येतावं. काय काय सामान लागतंय त्येची चौकशी करायची हाय. आंघुळी झाल्यावर न्याहारीच्या वक्ताच्या आसपास भणीच्या अंगात येतं. उद्या तिचा दीस हाय. त्येचं काय काय कसं कसं करायचं ते इचारून बघतावं."

"बघा की. त्येची आदूगर चौकशी झाली पाहिजे."

पितळेच्या केटलीनं चहा आणि कपबशा घेऊन सगीचा नवरा बाहेर आला. त्याच्या अगोदर त्यानं पाण्याचं तीन-चार तांबे आणून ठेवले होते. माणसांनी पुन्हा चुळा भरल्या नि तोंडातली सुपारी धुऊन टाकून मिशा पुसत ती घट्ट दुधाचा चहा फुरकू लागली.

देसायांनी दोन कप घेतले नि शेवटला मिशाही चाटल्या. त्यांच्यावरनं हात फिरवत त्यांनी पानाचा विडा करून दाढेत ठेवला नि ते उठले.

"मी जरा मळ्यावरनं जाऊन येतो. तवर तुम्ही काय करायची ती चौकशी करून या. गावाबाहीर दसऱ्याच्या माळाला राम-सीतेचं देऊळ हाय, म्हारूती हाय, त्येला जाऊन ते बघून या. तवर मी दीस बुडता येतो. गाडी जूप रं सिध्या."

"जी." कपबशा, केटली, तांबे आवरणाऱ्या सिध्यानं होकार भरला नि तो गाडी जुपायला निघून गेला.

देसाई निघून गेल्यावर गंगूबाईसकट सगळी माणसं देवरशाची चौकशी करायला नि गाव फिरून यायला बाहेर पडली... पुढं मिशावाला नि एक डोळा. मागं बाकीचे दोघं मधे गंगूबाई. सगळे तिच्या कानाला लागून काही तरी बोलत चालले.

गंगूबाई गावाबाहेरच्या देवळाकडं जाता जाता म्हणाली, "देवघरात तीन टरंका हाईत. त्यातच समदा पैसा-अडका असणार. सुनंचं दागिनंबी त्यातच हाईत.

देसायाच्या अंगावरची दोन कडीबी त्यातच असतील असं वाटतंय. सगळा दूम लागलाय. देसाईणीच्या अंगावरचं मी बघती समदं. तिच्या अंगावरचं घेती नि तशीच परड्याच्या दारानं निघून जाती. बाहीरनं कडी घालती.''

''समदं नीट जमंल का?''

''त्येची नका काळजी करू... सगी देव्हाऱ्याच्या तोंडाला निजती. तिला तुडीवशीला. बेतानं तेवढ्या तीन टरंका उचलून बाहीर पडा.''

''खुट्टीवरची बंदूकबी घेऊन जायला पाहिजे.''

''शाणा हाईस. म्हंजे कुणा तरी पोलिसाला संशेय येऊन त्यो लायसन इचारू दे म्हंजे झालं.''

''निदान ती कुठं तरी न्हेऊन वताडात टाकली पाहिजे.''

''तसं कराय येईल.'' गंगूबाई बोलू लागली. ''तेवढ्या तिन्हीबी टरंका उचलल्या पाहिजेत आदूगर. माळावर जाऊन मग त्या फोडाव्या.''

''आणि तू?''

''मी देसाईणीच्या अंगावरचं घेऊन सांदेवाडीच्या धरमशाळंत तुमची वाट बघत बसती.''

''रातचं एकटीच जाणार?''

''एकटं एकटंच गेलं पाहिजे. तुम्हीबी वझ्याच्या वाटण्या करून एकटं एकटं सांदेवाडीला या. कसं?''

''हो! येतावं की.''

''चालंल. मी आपली घटकाभरात बाहीर पडती. लई रात करून मला भागायचं न्हाई. हमरस्त्यानं लागती वाटंला. माझा बाईमाणसाचा कुणाला न्हाई संशेव यायचा. मी आपली सरळ गावाबाहीर पडती.''

''चालंल. आमची नगं तू काळजी करू. आम्ही येतो. म्हातारीचं तुझं तू बघून घे म्हंजे झालं.''

''बाकीचं आणि काय?''

''बाकीचं सांदेवाडीत गेल्यावर बघू.''

रात्री सगळ्यांनी जेवणं आटोपली. देसाई सगळ्याबरोबर जेवायला बसल्यामुळं गप्पा जोरात रंगल्या होत्या. शिवकाळातल्या लढायापासनं, पानपतातल्या पराक्रमापर्यंत जाऊन पोचल्या होत्या. डुकराच्या शिकारी, दिवाणखान्यातलं कातडं ज्या वाघाचं हाये तो वाघ कसा मारला गेला हेही सांगून झालं. इकडच्या-तिकडच्या गोष्टी निघून रंग भरत होता. पुरुषांच्या पंगतीनंतर बायकांची जेवणं झाली. जेवणं झाल्यावर घटकाभर गप्पा मारता मारता देसाईणबाईंच्या सुनेनं जांभई दिली. गंगूबाई काही तरी आठवण झाल्यागत होऊन चटक्यासरशी उठली. बाहेर देसाई गप्पा मारत होता त्या

माजघराच्या चौकटीपाशी येऊन म्हणली, "भीमा, आरं, नरसोबाच्या वाडीसनं येताना पेढं आणलेलं कुठं हाईत? तसंच ऱ्हायलं की ते."

"पेढे?" देसाई एकदम बोलायचा थांबला. "नरसोबाच्या वाडीसनं आलासा?... शिरी गुरु देवदत्त!"

"तर. आता एवढ्या लांब आलावं. दत्ताच्या पायावर घालून हिला आणली. तिथंबी काय असलं तर भूतबाधा निघतीया म्हणं."

"व्हय व्हय. तिथंबी दत्ताचं म्हातम हाये. देसायाच्या घराण्यावर तर दत्ताचा पर्सांद हाये."

बोलता बोलता झुंड मिशावाल्यानं आपलं गठुळं सोडलं नि त्यातनं एक पुडका काढला.

"मामासाबांस्नी दे आदुगर" गंगू.

त्यानं देसायाच्यासमोर पुडाच्या पुडा उघडून धरला. देसायांनी चार पेढं घेतलं.

"तुम्ही घ्या."

"आम्ही खाल्लं रग्गड वाटंनं येतानं. देवाचा पर्सांद म्हणून तुमच्यासाठीच आणल्यात."

"संग संग घ्या. पर्सांद असला म्हणून काय झालं? आमच्याबरोबर घ्यायचं."

तो लाचारपणे हसला. गंगू चटक्यासरशी म्हणाली, "भिमा, त्यो पुडका हिकडं आण आत देती. तुमच्यासाठी बारका पुडा हाय त्यो घ्या."

त्यानं चटक्यानं तो पुडा गंगूबाईच्या हातात दिला. हात हातावर झाडून पुन्हा गठळ्याकडं गेला नि बारका पुडा सोडून त्यानं दोन दोन पेढे प्रत्येकाच्या हातात दिलं. उरलेलं तसंच पुडक्यात ठेवून तो तसाच गठड्यात ठेवला. अर्धा अर्धा पेढा देसायाबरोबर तोंडात टाकत ते गप्पा मारू लागले.

गंगूबाई आत गेली नि तिनं देसाईणीला नि तिच्या सुनेला दोन-तीन, दोन-तीन पेढे दिले. तिच्या पोरांना चार-चार पेढे दिले. उरलेले साताठ सगीला देऊन ती म्हणाली, "तू दोन घे. तुझ्या नवऱ्याला दोन दे. नि पोरांस्नी दोन दोन दे." सगी हपापलेपणानं उरलेले पेढे घेऊन परसदारात गेली. आपल्या पोरांना दोन दोन वाटून तिनं दोन पेढे आपल्या तोंडात टाकले.

"तुम्ही घेतलं न्हाईसा?" देसाईणबाईनं विचारलं.

"आम्ही घेटलं रग्गड. वाटंनं येतानाच खाल्लं. पर्सांद म्हणून तुम्हांला आणलं."

"घ्या यातला योक. म्हणून देसाईणीनं तिच्या हातात एक पेढा घातला."

"नको, नको मला. तुम्ही खावा. गंगूनं पेढ्याचा हात पुन्हा पुढं केला."

"खावा, देवाचा पर्सांद न्हाई म्हणू ने." देसाईणीनं तो घेतलाच नाही.

गंगूबाई अवघडली. मनात काही तरी घेऊन ती चटकन उठली. पेढा तसाच

हातात घेऊन बाहेर आली.

"भिमा, त्यो बारका पुडा घे बाबा हिकडं."

"का? पेढं कमी पडलं वाटतं?" भिमानं तिच्या हातात पुडा दिला.

"हं!" ती फारशी बोललीच नाही. पुडका घेऊन आत गेली. हातातला पेढा पुड्यात एका बाजूला ठेवला.

बायकांबरोबर बोलत, गप्पा मारत तिनं त्यातलं दोन-तीन पेढे खाल्ले नि उरलेला पुडा सूनबाईच्या हातात दिला. "उद्या हे द्या पोरांस्नी." सुनेनं तो पुडा "कशाला कशाला" म्हणत हातात घेतला.

तासभर गप्पा मारण्यात गेला नि देसायाला निजंची गुंगी येऊ लागली. "पडू या गड्यांनू आता. मळ्याकडं फिरून आलोय. कंट्टाळा आल्यागत झालंय."

"पडा की, आमचीबी आंगं दीसभराच्या चालण्यानं आंबून गेल्यागत झाल्यात. आम्हीबी पडतावं. सकाळनंबी उठून लौकर आवरलं पाहिजे समदं. देवरशानं दीस उगवायला, पैल्या झूटला यायला सांगिटलंय."

"मग पडा तुम्हीबी तर." म्हणत देसाई उठले नि माडीवर गेले.

दिलेली आंथरूणं माणसांनी जाजमावर टाकली नि तीही आडवी झाली.

म्हातारीला झोप येऊ लागली होती.

"आज एवढ्या लवकर कशी पेंग येऊ लागली बाई."

"मलाही तसंच झालंय. आंबटानं असं होतं कधी कधी. कढी आंबट झाली होती आज." सूनबाई आपल्या सासूला म्हणाली. तिची पोरं गप्पा ऐकता ऐकता कधीच गाढ झोपून गेली होती.

"वकूतबी झालाय जणू. बापय माणसं बाहीर समदी पडलेली दिसत्यात." सगीचे डोळे तारवटल्यासारखं होत होते.

"चला पडू या. दिसभराच्या चालण्यानं मलाबी कवा भुईला अंग टाकीन असं झालंय."

देसाईण नि गंगूबाई एका खोलीत गेल्या नि सगीनं आपलं आंथरूण देव्हाऱ्याच्या दारासमोर टाकलं.

रात्री बाराच्या सुमाराला गावातली गडबड बंद झाली नि भिमा गठळ्यातली बॅटरी घेऊन उठला. सगळ्यांना ढाराढूर झोपा लागल्या होत्या. पेढ्याच्या गुंगीत सगळे पडले होते. तिघेजण आत देवघराजवळ आले. सगी गाढ झोपलेली. तिला ओलांडून हळूच एकानं देवघराची कडी काढली नि दार उघडलं, बॅटरीचा उजेड आत सोडला. त्या अंधारात देव्हाऱ्यातले देव चमकले. भिमा हळूच आत सरकला नि खोपड्यात एकावर एक रचलेल्या तीन ट्रंका त्यानं न्याहाळल्या. एकाला खुणावलं. तो आत आला. त्याला ट्रंक डोक्यावर घ्यायला खुणावलं.त्याने ट्रंकेला हात घाटला

तर ट्रंक जडशील. दुसऱ्यालाही आत यायला खुणावलं तो आत आला नि दोघांनी मिळून ट्रंक उचलून बाहेर आणली नि माजघरात ठेवली.

परसात कसला तरी आवाज झाला नि भिमानं मिणमिणती बॅटरी विझवली. हळूच अंधारात परसाच्या बाजूला तिघेही गेले. काही तरी खसपसत होते. बराच वेळ तिघेही अंधारात तसेच उभे... टप टप टप आवाज झाला. तिघे एकदम भिंतीकडेला चिकटले... बराच वेळ खसपसू लागल्यावर भिमानं अंदाज केला नि हळूच बॅटरीचा झोत त्या बाजूनं पाडला. दोन मोठं मोठं डोळं चकाकत बैल नुकताच उठला होता. त्यानं आळस देऊन तीन-चार पोवट्या टाकल्या होत्या नि दावणीतली वैरण तोंड घालून चाळवत होता. बाजूच्या छप्परातनं सगीच्या नवऱ्याचं घोरणं सूर धरून बाहेर पडत होतं.

तिघंही आत आले नि उरलेल्या दोनही ट्रंका बाहेर आणून प्रत्येकानं एक एक डोक्यावर घेतली. एकानं तिघांची मिळून बारकीबारकी गठळी एका जागी बांधून ते बाहेर पडले. बाहेर पडताना मधघराला बाहेरून कडी घाटली. खुंटीची बंदूक खांद्याला अडकवली. वाड्याच्या बाहेर पडल्यावर हळूच वाड्याच्या दांडग्या दरवाज्यालाही कडी घाटली. जाता जाता प्रत्येक घराला बाहेरनं कड्या घालत ते पुढं चालले. गल्लीतल्या भुकेजून निजलेल्या कुत्र्यांना वास आला नि ती भुंकत उठली. गठळ्यात राहिलेल्या शिळ्या भाकरी रामानं कुत्र्यांम्होरं टाकल्या. ती गपगार झाली.

माळाला तिघंही लागले. वेताळाजवळच्या खबदाडीत तिघेही उतरले नि ट्रंका फोडून काढल्या. सुनेच्या दागिन्यांचा आख्खा डबा, सोन्याची कडी नि रोख रक्कम घेतली. चांदीची ताटं, कापडं, दोन चांदीच्या मुठीच्या कट्यारी हेही सामान घेतलं नि प्रत्येकानं आपापली गठळी काखेत मारली. एकच्या सुमाराला अर्ध्या अर्ध्या फर्लांगाच्या अंतरानं सगळ्यांनी वाटा सुधारल्या.

दुसऱ्या कोंबड्याला गाव जागं व्हायला लागलं. माणसं उठली नि तांबे घेऊन बाहेर जायला लागली. तर बाहेरनं दाराला कडी. ज्यांना फक्त पुढचं दार होतं ती आतल्या आत गडबडली. सगळी घरं आतल्या आत जागी झाली. "कुठं तरी, काय तरी घोटाळा झालाय."

"कुणाच्या तरी घरावर दरोडा पडला असणार, न्हाई तर चोऱ्या तरी झाल्या असणार!"

"आता कुणाच्या घरात चोराला हितं काय मिळणार?"

"आरून फिरून देसायाचं घर तेवढं."

अशी बोलणी आतल्या आतच होऊ लागली. घरातनंच माणसं शेजाऱ्याला हाका मारू लागली. ज्यांना परड्याकडची दारं होती ती माणसं बाहेर आली नि त्यांनी शेजारपाजारच्या कड्या काढल्या.

कुठंच काही झालं नव्हतं. पण बाजूला असलेला देसायांचा वाडा अजून शांत होता. संशयानं माणसं तिथं जमली तर वाड्याच्या बाहेरच्या दाराला बाहेरनं कडी.

"आरं, कडी काढा."

"देसाईबाबांना हाका मारा."

माणसांनी कडी काढली नि सगळी गर्दीच्या गर्दी आत घुसली. "बाबा, बाबा." देसायांना हाका सुरू झाल्या.

सगळ्यात प्रथम सगी जागी झाली. तिनं दार धडकलं तर माजघराच्या दारालाही कडी. माणसांनी तीही काढली. देसाई बसायच्या जोत्यावर कुणीच नाहीसं बघून तिनं छातीला हात लावला. "बाई गऽ चोरी!"

कालवा ऐकून वरनं देसाई खाली आले. बायामाणसंही जागी झाली नि उठून बाहेर येतात तर ही गर्दी! गंगूबाई हडबडून जागी होऊन गर्दीतनं पळू लागली नि सगी ओरडली, "आहो, ह्या बाईला धरा. हिच्याच माणसांनी डाका घातला."

माणसांनी तिच्यावर झडप घातली. देसायाच्या डोसक्यात उजेड पडला. देवघरातल्या तिन्हीही ट्रंका नव्हत्या. खुंटीवरची बंदूक नव्हती... गंगूला माणसांनी धरून ठेवलेली. तिला बघून त्याच्या तळपायाची आग मस्तकाला गेली.

"तिला आणा रं माझ्या म्होरं. बांधून घाला ह्या खांबाला. सिध्या ऽ ऽ हंटर आण."

गंगू पोटातनं हादरली, पण तिनं डोळं तारवटलं. हातपाय ताठ केलं नि अंगात आल्यागत करून एकदम किंचाळली "हं हां, हं हां:" कराय लागली. "सोऽडा मला. चिंचावडच्या येताळाला धरता हं हा, हं हा! हुश्य!" माणसं एकदम बिचकली. त्यांच्या मुठी सैल झाल्या. जरा ती बाजूलाच झाली.

"आरं, असं भिता का? ते भूत मला ठावं हाय. आणा वरती नुसतं बांधून घाला तिला मग मी बघतो!" देसाई ओरडले.

हंटर घेऊन सिध्या धावतच आला होता.

"सिध्या ऽ आण तिला वर." सिध्यानं तिला हात घातला. त्याबरोबर तरण्या माणसांनी तिला अच्याती उचलून वर आणली नि खांबाला बांधली... तिला उचलताना माणसांनाही जरा बरं वाटलं. प्रत्येकजण तिला चापून धरून उचलायला धावला.

ती बडबडत होती "खबरदा ऽ र! घरादारावरनं गाढवाचा नांगूर फिरंल देसाया ऽ! चिंचवाडात दिवा ऱ्हाणार न्हाई. हं हा, हं हां! हुश्य!"

दात-ओठ खाऊन देसायनं पेटातपेट पाच-सात वादाडं ओढलं. ती किंचाळू लागली. किंचाळता किंचाळता गपगार झाली. मान खांद्यावर पडली... माणसं ते बघून चपापली.

“गेलं का भूत पळून तुझ्या भणी! कुठं हाईत तुझं सोयरं? सांग; न्हाई तर आता ठार मारतो.”

एक नाही दोन नाही.

पुन्हा दोन वादाडं तिच्या अंगावर कडाडलं. तेवढ्या सकाळी देसायाला घाम फुटला. वादाड्यानं अंगाच कातडं निघालं तरी गंगूच्या तोंडातनं शब्द नाही. अंग लाल निळं दिसू लागलं. अगोदरच गौरवर्णी चेहरा लालेलाल दिसू लागला. माणसं आणखीन बिचकली.

“बेसुधी पडली वाटतं.”

“मारू नका आता. फुकट मरंल.”

तासाभरानं ती शुद्धीवर आली. कण्हू लागली. तिचा सगळा दम नाहीसा झाला होता. जरा पाणी प्यायला द्या. समदं काय ते सांगते...”

पाणी पिऊन तिनं ‘समदं काय ते’ सांगितलं.

चुकून तिच्या पोटात गुंगीचं औषध घातलेला पेढा गेला होता नि रातभर ती तिथंच गाढ झोपून गेली होती. तिचे साथीदार पुढे निघून गेले नि ती तिथं अडकून पडली...

पंचनामा झाला नि बाईला रीतसर तालुक्याच्या फौजदाराच्या ताब्यात दिली. सगळी टोळी फौजदाराला बाईच्या सांगण्यावरनं सापडली. दोन दिवसांत जिल्ह्यातल्या पाच-पंचवीस चोऱ्यांचा धागा-दोरा एकदम लागला... बाईच्या अंगावरचे सर्व दागिने जप्त केले; पण ते पितळचे निघाले.

चार दिवसांनी फौजदार आला. चिंचवाडच्या देसायांचे त्याने खास आभार मानले.

“देसाईबाबा, तुमच्या कृपेने जिल्ह्यातली एक मोठी चोरांची टोळी सापडली. तुमचे आभार मानावेत तेवढे थोडेच आहेत.”

“आमचं आभार कसलं मानता? ह्यो समदा दत्ताचा पर्साद बघा. त्येचं उपकार माना.” देसाई गालमिशात गदगदा हसून बोलला. “... एवढी देखणी रांड तशीच आली असती तर जलमभर ठेवली असती. चोरीच्या नादानं भवानीनं वाटुळं करून घेतलं. सोडू नका आता तिला.”

“ते आता आमचं आम्ही बघतो. त्येची काळजी करू नका... अहो; एवढा दांडगा दत्ताचा प्रसाद झालाय. आता कोण सोडतंय तिला? चांगला म्हैनाभर रिमांड मागून घेटलाय नि एकटीलाच टाकलीया खोलीत.” सातमजली हास्य करत फौजदारानं आपली जीप वळवली. उडालेल्या धुराळ्यात देसाई दिसेनासा झाला नि गाडी वेगानं तालुक्याकडं वळली... फौजदाराच्या मनासमोर गंगूची खोली नाचू लागली.

■

नारी नादानं गं ऽ

"नारी, नादानं गं, नारी, नादानं गं
नारी, नादानं चाकरी माझी सुटली ऽ ऽ गं
तुझ्या प्रीतीची हौस न्हाई फिटली ऽ गं.''

बाळू हे एकच गाणं जन्मभर गुणगुणत आला आहे. त्याच्या एकूण आयुष्याचा विचार केला तर ते गाणं त्याला शोभणारंच आहे.

पण त्याचं गाणंही गावातली तरणी पोरं अधनं-मधनं मोडून-तोडून काढतात.

"काय बाळबा ऽ, गाणं म्हणतोस?''

"आरं, माझं कायबी झालं तरी मी गाणंच म्हणणार. रडगाणं तुमच्या तोंडात. माझ्या तोंडात गाणंच.''

"निदान असं तरी म्हणत जा–

नारी, नादानं गं, नारी, नादानं गं
नारी, नादानं हाडं माझी तुटली ऽ ऽ गं
तुझ्या प्रीतीची हौस न्हाई फिटली,
तुझ्या प्रीतीची हौस न्हाई फिटली.''

असं म्हणून पोरं फिदीफिदी हासतात. बाळूही हासतो. तो का हासतो कळत नाही... दोन्ही हात, दोन्ही पाय नसतानाही तो हासतो.

त्याचं हसं मात्र पाहण्यासारखं असतं. हासताना त्याचा चेहरा वाघागत दिसतो. लांबसडक धारदार नाक, उचललेल्या ठळक नाकपुड्या. नाकाखालून एकदमच गवताचा पुंजा आतून बाहेर आल्यागत दिसणाऱ्या मिशा, गालांपलीकडून जराजरा

तिरपे होऊन मिशांकडे बघणारे तिरपे कान आणि यांना हसताना कोचदार दातांची खुलावट मिळाली की ढाण्या वाघ गुरगुरल्यागत त्याचा चेहरा दिसतो. तसल्यात त्यानं अल्लाव्यात वाघाचं सोंग काढलं होतं. कमावाचा पीळ असलेल्या अंगावर फक्त लंगोट. धांद खोवायच्या ठिकाणी आत वाकड्या सळईला पिंजर बांधून केलेली शेपटी. तिच्यावर पिवळे फडके गुंडाळून वर काढलेले काळे वाघेरी पट्टे. अंगाला पिवळा चिकट रंग फासून त्यावरही काळे पट्टे ओढलेले. गुरगुरत, दात काढत सगळ्या बाजातपेठेतून फिरला. बारीक दोरा ओढून शेपटी आपटायचा. दुकानाच्या आडव्या फळीवर उडी मारून बसायचा. ओळखीच्या माणसावर झेप घेऊन नरडीला तोंड घालून मोठ्यानं गुरगुरायचा. पंजा पैशाच्या खिशावर झापदिशी मारायचा. लोक हसायचे... सोंग झकास जमलं होतं. तेव्हापासून त्याला लोक 'बाळू वाघऱ्याच' म्हणतात.

आता त्याचे दोन्ही हात आणि पाय कोपरांतून आणि गुडघ्यातून तोडलेले आहेत. हा तुटलेला वाघ आता कळसुत्री बाहुली चालल्यागत हातापायांचे तुकडे घेऊन रस्त्याने चालतो... हेही एक सोंगच दिसतं. बाळूचे गुण बाळूला भोवले आहेत.

पूर्वी पटक्याचा आणि पैलवानी धोतराचा थाट होता. अंगात बारीक कापडाचं अंगराखं असायचं. पण आता तसा थाट करायला हात नाहीत. आणि धोतराचा शोक आणायला पायही नाहीत. आता कमरेला नाडीच्या ठिकाणी रबरी पट्टी अडकलेली खाकी अर्धी चड्डी असते. आणि अंगात साध्या चार नाकाच्या बटनाचं अर्ध्या हातोप्यांचं जाकीट असतं, पण चड्डी विजारीगत नि जाकीट हातोप्याच्या फुल्लं कुडत्यागत दिसतं. पूर्वी उंचापुरा दिसायचा. डुलत जायचा. पण लोकांनी त्याची उंची कमी केली. आणि वेगळ्या तऱ्हेनं डुलायला लावलं.

तरूणपणात बायकांना नादी लावावं असं अंग होतं. रंगही कच्च्या फिकट केशरी टोमॅटोसारखा. तालमीतनं उघडाच लुंगी लावून शेजारच्या नदीवर आंघोळीला जायचा. खेळताना झटापटीत उठलेले बोटांचे वण तापलेल्या सळ्यासारखे अंगावर लालभडक दिसायचे. डोक्यावर केस पातळ, बोटभर उंचीचे. त्यातून डोक्याचा गोरेपणा डोकवायचा. बाळू उघडा जाताना आजूबाजूचे लोक चिडत. मनातल्या मनात दोन शिव्या हासडून मग जात. त्यांच्या बायका-पोरी नदीला धुणं घेऊन गेलेल्या असायच्या; त्या गप खाली बघून जायच्या-यायच्या. तशी त्यांना घरची ताकीदही असे. एखादा पिकल्या-केसाचा माणूस बाळूला उपरोध पोटात घालून म्हणायचा.

"काय रं, बांदिवड्याच्या पोरा?"

"काय गा?"

"कुस्त्याच्या फडाकडं चाललाईस वाटतं?"

"न्हाई, नदीला चाललोय."

मग काकणंवाल्या बायकांसंग धरणार का काय कुस्ती?"

"म्हाताऱ्या, बोलण्यातला तिढा कळतोय तुझ्या." खवचट हसत बाळूचा सूर निघे.

"आरं, जरा अंगावर घालून जाईत जा की. बायकांच्या फुडनं कशाला मिरवितोस? जा की तिकडं कोल्हापुराकडं. तुझं सवाई बाप हाईत बघ तिकडं."

"न्हाई गा आजा. आताच मातीत लोळलोय त्या येश्या खिलाऱ्यासंगं. घामानं माती लई चकिटलीया अंगला. आणि कापडं तर कालच धुतल्यात. आता गापशिरी आंघूळ करूनच घालायची बघ." अंगावरच्या केसांत अटकलेल्या मातीच्या लोळ्या काढत बाळू बोलायचा आणि हसत गाणं म्हणत जायचा.

नारी, नादानं गं ऽ, नारी, नादानं गंऽ
नारी, नादानं चाकरी माझी सुटली ऽ ऽ गं
तुझ्या प्रीतीची हौस न्हाई फिटली ऽ ऽ.

दुपारी अंगातनं नीज पुरी झडली की गल्लीतल्या वाळवेकराच्या छपरात येई. वाळवेकराच्या वंशातलं मागं दिवा लावायला कोणीच उरलं नव्हतं. त्याच्या मोडक्या घराची एक भिंत हळूहळू पाडून बिनकाम्यांनी बसायचा अड्डा केला होता. तिथं चोरून-मारून भिकारबुद्धीची पोरं इस्पिटावर पैसे लावून खेळत होती. आडीनं डाव मांडत होती.

बाळू एक दोन डाव टाकायचा आणि कमरेची उडी मारणारी अधेली घालविल्यावर गप बसायचा. खेळापेक्षा त्याच्या गप्पा जास्त रंगत. गावातली खरी-खोटी सगळी खेकटी त्याच्या चंचीत. आपला नुसता चुना लावून दुसऱ्याचं पान खाता खाता नावं निघायची.

"कदमाची धोंडी वांझोटीच हाय बघ." बाळू बोले.

"असू दे त्येच्या भणी!" पानाची पिंक आणि हे वाक्य कुणी तरी एकदम थुंकून द्यायचा. पण बाळूच ते बोलणं चघळून घोळायचा.

"खरं धनवड्याची बायकू वांझोटी न्हाई हां. धनवड्याच्यातलीच पावली घसरलीया."

"बेन्या, कदमाची धोंडी वाझ हाय का तिचा कदम वांझ हाय, तुला काय ठांव?" ऐकणारा एकदम अशा भानगडी ऐकून चिडायचा.

"तुला काय सांगायचं आता. वांझोटी नसती तर तिला पोरगा झाला असता माझ्यासारखा." बाळू हळूच सांगे.

"आयला! कोण तरी खापलतील की तुला साल्या."

"आरं, ज्येला बायकू आवरत न्हाई त्यो मला काय खापलणार हाय?"

घटकाभर निवांत गेला की आपण होऊनच बाळू बोलणं उकरून मुळ्या वर काढतो.

"धनवड्याचं याकबी पोरगं त्येच्यागत न्हाई बघ. थोडी आईगत नि थोडी कुणाकुणागत हाईत." बाळू.

"तुझ्यागत एखादं हाय वाटतं?" दुसरा कोणी तरी बाळूच्या शेपटीत हात घालायचा. बाळूलाही बरं वाटायचं. खरंखोटं बिनबघता तो बोले. "इच्या भणं! माझ्यागत याकबी हुईना गा."

खिदी खिदी करत हसायचा.

सारी बोलणी असलीच. त्यात एखादं खरंही असायचं. हजार भानगडी करणारा बापय होता तो. लोकं त्याच्यावर विश्वासही ठेवायची. त्यानं आपली बाईलही तशी आणली होती. बिनलग्नाचीच.

त्या वक्ताला तो देसायांच्या मळ्यात नोकरीला होता. देसाई सोवळा शेतकरी. बांधावर बसून शेती करणारा. रात झाली की घराकडं येणारा. घरातच वस्तीला पडणारा. त्याच्या पायताणाला पावसाळ्यातला किंवा पाणी पाजलेल्या रानातला कधीही चिखल लागला नाही. देसायाची अशी तऱ्हा पाहून मांगं-महारं त्याच्या रानात चोऱ्या करायची. म्हणून त्यानं गावावरनं ओवाळून टाकलेला बाळू नोकरीला ठेवला होता.

एक दिवस गावात गप्पा मारून तो वस्तीला चालला होता. रात बरीच झालेली. जाऊन गुमान धावेवर बसला. घटकाभरानं त्यानं नारळीच्या झाडावरचा कच्चा नारळ खायला काढला.

पलीकडं बांधावरच्या आंब्याच्या झाडाखाली आंब्याची वाळली पानं पावलांच्या आवाजासारखी खसखसली.

"कोण हाय ते?"

एक नाही, दोन नाही.

"कोण हाय ते? बोलतंय का न्हाई?" त्याचा सूर जरा चढला.

तरीही एक ना दोन.

"कोण बोलतंय का धोंड्याचा टिप्पिरा देऊ?"

तरीही आवाज नाही.

तेव्हा तो उठला. हातात बॅटरी होती. दुसऱ्या हातात काठी. काठी काखेत घेऊन त्यानं एक बला मोठा धोंडा उचलला. आणि आंब्याच्या बुडक्यात बॅटरीचा लाईट घातला.

"बाई गं ऽ यू" म्हणून एक बया रडू लागली. बाळू जवळ गेला.

“कुठली, कोण गं तू?”

“येडगुळची.”

“कुठं चाललीयास?”

“येडगुळलाच.”

“आणि आलीस कुठनं?”

“व्हनाळीसनं.”

“पळून आलीस वाटतं तुझ्या आयला.” तेवढ्या वेळात त्यानं एक शिवी देऊन घेतली.

“दाल्ला नाक कापतो म्हणत हुता. काल राती वरूट्यानं चेचलं मला.”

“काय तरी थ्यार करत असशील.” असं म्हणून बाळूनं आणखी एक गचाळ शिवी दिली. बरंच दोघांचं बोलणं झालं. त्यानं तिला राती वस्तीला ठेवून घेतली. रातीच्या पोटात तो थंड झाला. पोट भरून प्रकाश घेऊन पहाट उगवली. बया जायला निघाली.

“आता ऱ्हा हितंच. मलाबी बायकू न्हाई.”

“दाल्ला फाडून खाईल की मला.”

“इच्या भणं! पळून तर चाललीयास. गावाकडंबी एकच भाऊ हाय म्हणतीस बा ऽ म्हातारा. दाल्ला ठेवंल का तुला म्हायारात? इस्पिटाचं पान उचलल्यागत उचलंल न्हवं?”

“कसं करू हो मग?”

“ऱ्हा हितंच. गावात मला इचारायची कुणाची टाप न्हाई. तुझ्या दाल्ल्यासारखं छपन्न दाल्लं आलं तरी फुकून टाकीन. ‘बाळू वाघऱ्या’ म्हणत्यात मला.”

बाळूच्या अंगलोटाकडं बघून बया तिथंच राहिली. तिला गावात आणून घरात ठेवली.

“कोण रं ही बाळू?”

“पाव्हणी हाय गा.”

ही पाव्हणी पुढं बाळूची बायको म्हणून राहिली. पण तिला गावात अजून पाव्हणीच म्हणतात. अशा अनेक पाव्हण्या बाळूनं केल्या. अडल्यानडलेल्या बायांना मळ्यातल्या वांगीभेंड्या देऊन पाव्हण्या केल्या. वाढलेला जोंधळा, खोपी, उभा ऊस, उंच पिकं; ओढे-ओताडे यावर त्याचं राज्य चालायचं... देवानं एक त्याला रूप देऊन देसायाच्या बैलाचं शेण खाल्लं होतं.

तावऱ्याची चंदा रांडमुंड होती. पण ती दुधाचा धंदा करायची. दीसभर पावसाळ्यात म्हसरं माळाला चारायची. कुणाकुणाच्या इथला उसाचा पाला मागून आणायची. पयाणची गवतं कापायला जाऊन गवतं मिळवायची. रानातला जोंधळा निघाला की

उरलेला रवंदारबटी गोळा करून गंजीत रचायची. असं करून तिनं दोन म्हशी नि एक शेळी एवढी जनावरं जोपासली होती. दोन्ही वक्ताला दूध घालून पैसा केला होता. अंगावर शोभेपुरतं चिताक, टिक्का हे दागिनं गळ्यात होतं. बाळू तिच्या घराकडं अधूनमधून जायचा. देसायाला न कळता कडब्यागवताचं, वैरणीचं भारं आणून टाकायचा.

"बाळ्या, तिथं बरं भारं न्हेऊन टाकतोस रं?"

"ती फुकट 'दूध' देतीया गा." कळणाऱ्यानं कळून घ्यावं नाही तर सोडून द्यावं, अशा बेतानं त्याचं बोलणं असायचं.

देसायाच्या मळ्यात बायका कामाला यायच्या. बाळू तरण्या पोरी मुद्दाम कामाला सांगायचा. नवऱ्यानं टाकून दिलेल्या, 'खेळ्या' पोरीही त्यातनं असत. त्यातल्या एखादीचं पाव्हणीपण जमायचं. तिच्या शेळीला शेवरी मिळायची. एखाद्या वक्ताला हलकी कामं तिला करायला मिळायची. बायका कामं करीत असताना तिला बायकांसाठी खोपीकडं जाऊन पाणी आणायचं काम. संध्याकाळी जळणाला मूठभर चिपाडं जास्त. कामं नसली तरी बायका बंद करून एकदोघीचं काम काढायचं नि काम साधायचं. नसलेल्या बायकांची हजरी लागून पगार पोचता व्हायचा.

बाळू अशाच एका जोगतिणीचाही पाव्हणा होता. मळ्यात पिकेल ते त्या जोगतिणीच्या घरात थोडं थोडं जायचं. दीसभर मळ्यातली कामं झाली की मालक घराकडं जायचा. आणि बाळूचा मळा व्हायचा. जोंधळ्याची, मिरची-शेंगाची कसलीही सुगी असली की बाळूची शेर-पायली तिच्या घरात. रातचं धान्याची पोती भरून घराकडं गाडीनं न्यावी लागायची. मालक घरी गेलेला असे. वाटेवरच जोगतिणीचं घर.

"यल्लू, जरा थांबडं आण हिकडं." यल्लूच्या दारात गाडी उभी करून बाळूची हाक खालच्या आवाजात जायची. यल्लू तरातरा चांगलं दोन पायलीचं घमेलं घेऊन जायची.

"जरा पिकलं हुतं मळ्यात. मालकबी म्हणाला देवाची जोगतीण हाय, जरा जाता जाता धरम करून ये. म्हणून हे बारकंसं पोत्याचं गठळं तुझ्या स्वाधीन करतोय." असं म्हणत गठळं घमेल्यात सुटायचं. एखाद्या जवळून जाणाऱ्या माणसाला वाटावं की बाळू मालकाच्या सांगण्यावरनंच हे देतोय, म्हणून त्याचं हे बोलणं चाललेलं.

गावात वर्षाला यल्लमाची यात्रा भरते. यात्रेत जोगतिणी तुणतुणं-चवंडक्याच्या तालावर गाणं म्हणतात, नाचतात. गावाबाहेरच्या देवळातून गावात यात्रेला येताना त्यांच्याखाली पायघड्या घातल्या जातात. बाळूची सांगून ठेवलेली खास पोरं यल्लूचं गाणं ऐकायला आणि भोवतीनं गर्दी ठेवायला आसायची. बाळू त्यात हे सगळं आपलंच चाललेलं आहे अशा मालकी थाटात पटक्याचा शेमला वर खोवून

हिंडायचा. लागलंसवरलं बघायचा. आणि एखाद्या बाई ठेवणाऱ्याला मिशावर उलटा पंजा फिरवत सांगायचा, "भडव्या, असलं गाणारं पाखरू ठेवलं पाहिजे... केळीच्या कोक्यागत हुबार हाय न्हवं. न्हाई तर साल्या हो तुम्ही बाया ठेवताच; एकएकीच्या मांड्या कळकाच्या वाशागत."

... यल्लू जोगतीण देखणी होती. केळीच्या सोललेल्या मोन्यागत तिच्या मांड्या नऊवारी चोपीव लुगड्यातनं दिसत.

... किसना पाटलाच्या बायकोवरही त्याचा डोळा. तिला रातचं नीट दिसायचं नाही. रातांधळी का कायशी होती. पण दिसायला बरी दिसत होती. नाकासमोर चालणारी म्हणून प्रसिद्ध.

बोलता बोलता बोलणं निघालं.

"कुणा वाट्टेल त्येची बाईल असू दे. भाळली न्हाई तर मिशी काट."

"एवढा मदनाचा अवतार गा तू!"

"आरं, बायका भाळणारं सगळंच काय मदनाचं पुतळं नसत्यात. त्येला हिकमत लागती. भडव्या हो, तुमच्याजवळ न्याट न्हाई. म्हणून तुम्हांला दुसरी करत्यात ते बघवत न्हाई." साताठ जणांच्या गर्दीत बाळू चवड्यावर बसून आणि गुडघा टेकून तावातावानं बोलत होता. विषय निघता निघता बोलणं पॉइंटवर आलं. एकजण खिशीखिशी हसत म्हणाला,

"सांगंल त्या बाईला उसटी करणार?"

"काय पैज देणार बोला."

"धा रूपय."

"चिरमुरं घेऊन खा जा त्येचं. न्हाई तर बायकूला चोळी घे जा... पैज मारतोस व्हय जुंधळ्याएवढ्या जिवाच्या बापया?"

"मग किती घेणार?"

"मी काय मागावं नि तू काय द्यावंस गरीबा!"

असं म्हणून बाळूनं सगळ्यांना गप्प केलं. सगळ्यांच्याच जिभेचा देठ मोडल्यागत झाला. मग एकदम दोघं-तिघं म्हणाले,

"काय घेणार बोलतरी."

"रुपय पन्नास हाईत काय ह्या घटकंला?"

"हाईत."

"मग बोला कुणाची बाईल? न्हाई उसटी केली तर मी पन्नास रपये देतो."

गमती गमतीनं सौदा ठरला. खरं खोटं कुणालाच काही कळू येईना. सगळी ताणात आलेली पोरं होती. छपराखाली घर तसंच टाकून गमज्या करायला जमली होती. गुऱ्हाळाचं दीस. किसन पवार गावातला नंबर एकचा गुळव्या. त्यामुळं त्याला

दुप्पट पगारावर परगावाला बोलावणं. तो तिकडं जायचा. जेवणही बाहेरच्या बाहेर निघायचं. कोणी शेतकरी त्याला हौसेनं पटका बांधायचा. गूळ मिळायचा. त्याशिवाय इतरांच्या दुप्पट पगार गुळव्याला. त्यामुळं किसना जवळपासच्या बाहेर गावचीच गुऱ्हाळं पत्करायचा. गावात बायको एकटीच. निर्मळ, नाकासमोर चालणारी म्हणून प्रसिद्ध असली तरी कुणी कळ काढल्यावर वाघिणीगत फोडून खाणारी होती. अशी करारी बाई.

बाळूनं तिला उसटी करायची पैज लागली.

एका रात्री बेत नक्की झाला. माणसांनी लांबनं पक्की नजर ठेवायची असं ठरलं.

तेवढ्यात बाळूच्या वारगीच्या एकानं विचारलं.

"बाळ्या, खरंच तू असं करणार?"

"तर काय खोटं? बापयाच्या जातीला कशाला यायचं मग?"

"भडव्या, त्यो किसन पवार आल्यावर केळीच्या सोपागत किसंल न्हवं तुला?"

"हूं ऽ! त्येच्या बा ऽ चं बारसं जेवलोय. आणि त्येला कळीवतंय तरी कोण?"

"त्यो आल्यावर तरी कळंल."

"तरी कोण कळविणार? कळविणाऱ्याला जीव नगं झालाय व्हय? एक तर किसन्याम्होरं असं कोण बोलला तर किसन्या त्येलाच आदूगर कुचलंल. आणि समजा त्येचं ऐकून गप्प बसला नि मला इचारायला आला तर मी त्येला सांगणाऱ्याला जिता पुरीन."

"आणि त्येच्या बायकूनंच त्येला सांगिटलं तर?"

"खुळा का काय. बायकू न्हवऱ्याला सांगतीया व्हय असं असं झालं म्हणून? हॅं ऽ ऽ ट! तुला बायकातलं पिल्लू काय ठावं न्हाई."

"बाळ्या, किसन्याची बायकू न्याऱ्या तऱ्हेची हाय बरं काय."

"आरं असू दे. तिलाबी मी बाळू हाय का किसना हाय ते कळतंय का न्हाई कुणाला दखल?"

"म्हंजे?"

"म्हंजे उद्या सांगतो. तुला ते इंगित कळायचं न्हाई. तू आपला जा बघू. बायकूच्या पुढ्यात जाऊन दूध पिऊन नीज जा बघू." शेवटी सांगणाऱ्याला न्हन्नूबाळात काढून बाळू कामाला लागला.

रात्रीचे बारा वाजले होते. माणसं आपआपल्या जाग्याला बसली. काळोख मिट्ट पडला होता... खरं न वाटणारं घडणार होतं. सांजचं पाच-सात वाजताच अचानक ढग जमून पाऊस थोडा लागला होता. बाळूनं ही वेळ बरोबर निवडली.

उसाची मोळी डोक्यावर घेऊन त्या शांत रात्री एक माणूस काळोखातच येत

होता. अंगावर काळं घोंगडं. हातात ताज्या गुळाचं गठळं. किसन पवाराच्या दारात माणूस थांबला. सगळं सामसूम. फक्त माणसाचाच आवाज. खालचा आवाज. त्यामुळं तो कुणाचा होता हे ओळखता येणं कठीण.

"चंद्रा, ए ऽ चंद्रे ऽ!"

सामसूम. घटकाभरानं कडी वाजली. पुन्हा हाक मारली. आतून आवाज आला.

"कोण हाय ते?"

खालच्या दबक्या आवाजात तो बोलला, "आगं मी हाय. उसाची मोळी नि गूळ घेऊन आलोय. दार उघड लौकर."

"एवढ्या रातचं कशाला आलासा हो?" म्हणत चंद्रानं कडी काढली. घोंगड्याच्या खोळीसकट मोळी नि गुळाचं गठलं आत गेलं.

"आलो उगंच. हं ऽ आटप बघू. लगीच मला परतलं पाहिजे. एका कायलीची कशीबशी येवस्था आडंसोड्याकडं करून आलोय. परत गेलं पाहिजे झटक्यानं."

दार लागलं. कडी लागल्याचा आवाज झाला. सगळं घर घटका-दीड घटका सामसूम. बऱ्याच वेळानं घोंगड्याची खोळ घेतलेला माणूस बाहेर आला. पायताण घालून सरळ वाळवेकरांच्या छपरात गेला.

गपागपा माणसं जमली. खोळ काढून घामानं भिजलेला बाळू हसरा चेहरा करून बोलला, "पन्नास रुपये जिंकलं का न्हाई भडव्यांनू?"

"आयला बाळ्या!" करून माणसं खुळ्यागत होऊन भोवतीनं बसली. खोचणून खोचणून विचारू लागली कसं कसं काय केलंस म्हणून फासणू लागली. बाळूनं कथा सांगितली.

त्यानं किसना पवाराच्या शेजाऱ्या-पाजाऱ्याकडनं किसना कुठं गेलाय, कधी येतो, कधी गेला आहे, याची सविस्तर माहिती गेल्या साताठ दिवसात मिळवली होती. किसनाचा भाऊ नि किसना एकाच घरात मधलं दार बंद करून सवतं सवतं राहत होते. एकाचा राबता पुढच्या दारानं तर दुसऱ्याचा राबता मागच्या दारानं अशी स्थिती होती. बाळूनं त्याचाही बरोबर फायदा उचलला होता. रातचा सगळा कारभार खालच्या आवाजातच चालत असणार हे त्यानं हेरलं होतं. रातचं आठ-नऊ वाजता गुऱ्हाळाच्या एका मळ्यात जाऊन ऊन ऊन ताजा गूळ आणि ऊस आणले होते. किसनासारखी कापडं केली नि पवाराचा किसना होऊन मध्यरात्री गड्यानं दारावर थाप दिली.

आतला कारभारही रंगवून सांगितला. तरी त्यातनं आणखी काही उरलंसुरलं होतंच. सुचेल तसं जो तो विचारत होता.

"दिवा लावला न्हाई व्हय रं तिनं?"

"आरं लावणार हुती. पण मीच म्हटलं आता उगंच नगं. गडबड हाय."

"च्या बी काय करून देती म्हणाली न्हाई?"

"खुळा का काय. किसन्या च्याचा तलप्या न्हाई. चिलीम तंबाखू मिळाली की चार दीस बिन अन्नाचा राहील."

"तोंडाबिंडावरनं हात फिरवला न्हाई व्हय रं!"

"आरं, म्हणून तर कवा न्हाई ते ह्या मिशा कातरल्या नी कानात बाळी घाटली."

"आयला!"

वारा पसरल्यागत बातमी गावातनं पसरली. कुणी कुणाला सांगतिलं काही कळलं नाही. जो तो संसाराचा बापय बाळूकडं संशयानं बघू लागला. तरणी पोरं त्याच्या भोवतीनं गोळा झाली नि आम्हालाबी शिकीव की त्येच्या आयला पोरी कशा गटवायच्या ते, म्हणून म्हटलं तर थट्टा नि म्हटलं तर खरं बोलू लागली. पवाराची चंद्रा खुळ्यागत होऊन चिंतागती झाली.

दोनतीन आठवड्यांनी पवाराचा किसन्या गुऱ्हाळ करून आला नि आठदहा दिवसांतच बाळूचं हातपाय त्यानं बाळूच्या वर कुरघोडी करून बरोबर तोडलं.

गुऱ्हाळाला जातो म्हणून सांगून भर दिवसा बाळूच्या घरावरनं किसना गेला. गावाबाहेर जाऊन तास रातीला कुणाला नाही ते परत येऊन घरात माळ्यावर चढून बसला.

चंद्रानं बाळूला अगोदरच सांगून ठेवलं होतं. सात दिवस तिचं आणि बाळूचं सूत जमण्यातच गेले होते. मनाचा करार करून तिनं बाळूवर माया लावली नि नवरा गेल्यावर बेलाशक येत जा म्हणून सांगितलं होतं. किसना आज जायचा म्हणून तर तिनं आजच्या रात्रीला यायला सांगितलं. बाळू हरखून गेलेला.

रात्री बारा वाजता त्यानं दारावर थार दिली. चंद्रानं त्याला आत घेतलं. कडी घालता घालता खटक्याचं कुलूप घातलं. दोघं माजघरात गेले. बाळू उघडाबंब झाला नि तिच्या मऊशार वाकळंच्या आंथरूणावर पडला. मोरीवर जायच्या निमित्तानं चंद्रानं उशाचा कंदील मोठा केला नि ती कंदील घेऊन उठली. नि किसनाची धार लावलेल्या फरशीसकट बाळूच्या अंगावर उडी पडली. त्याचा पहिला घाव बाळूच्या गुडघ्यावर पडला. दुसरा दुसऱ्या गुडघ्यावर. बाळूला उठताच येईना. लगेच किसनानं त्याच्या नरड्यावर पाय देऊन बायकोच्या मदतीनं ओलं लाकूड तोडावं तसं त्याचं हात नि पाय तोडून अंगावेगळं केलं. रातभर दंगा. सगळं आंथरूण लालभडक. माणसं, बाळूचा हंबरडा, आरडाओरडा ऐकून जमा झाली. गाव किसनाच्या घराम्होरं आलं नि सगळ्यांच्या देखत बाळूला बाहेर आणला.

किसनाला नुसती तीन महिन्यांची शिक्षा झाली. त्या वेळी कोल्हापूर संस्थानचं राज्य होतं. बाळूला दवाखान्यात बरा करून तसाच मोकळा सोडला.

दवाखान्यात असतानाच त्याच्याविषयीच्या खूप कथा गावभर पिकल्या. सोळा-

सतरा वर्षांचा असातनाच त्याचं लग्न झालं होतं. पोरगी खाऊच्या पानागत कवळी आणि रूपानं होती. पण खेळी निघाली. गवळीच्या पाटलानं तिला पळवून नेऊन आपल्या रानातल्या उसात ठेवली. तेव्हापासून बाळू तोंड घेऊन ह्या गावाला आला. लांबचं त्याचं पाव्हणं ह्या गावात होतं. पण दोनचार वर्षांतच त्यानं गुण उधळल्यावर पाव्हण्यांनी त्याला बाहेर काढलं. त्याचा तोच काम करू लागला.

आता किसना पवार बायकोला घेऊन कुठं लांबच्या मुलखाला पोट भरायला गेला आहे. बाळू इथंच राहिला. सरकारनं सांगितलं की त्याला शिक्षा पुष्कळ झाली आहे.

तो आता राखणीचा धंदा करतो. आंबे, जोंधळा, मळा राखायला रोजगारानं जातो. त्याला पाव्हणीनं सोडलेलं नाही. मोलमजुरी करून ती त्याला घालती... आपण खाती. बाळू राखणीला आल्यावर पोरंटोरं, मांगमहार तिकडं फिरत नाही. त्याला हातपाय नसले तरी जिभेचा पट्टा चांगला आहे. एखाद-दुसरा आंबा उचलून नेणाऱ्यास वेचून काढलेल्या वाईट शिव्या तो देतो.

गावात त्याला आता कुणी भीत नाही. बारक्या पोरापासनं थोरापर्यंत त्याला सगळी 'बाळ्या' म्हणतात. गप्पा मारता मारता त्याचं मानगूट धरतात. गमतीनं पण जोरानं पाठीत कमका घालतात. एखाद्या वेळेस त्याची चड्डी ओढतात. मग बाळू कुबड्यांच्या मेढी आपल्या मोडक्या खोपीला लावतो आणि उभा राहतो. आई-बहिणीवरनं खच्चून एक घाण शिवी देतो. सगळी गप्प बसतात... आयला! घाण शिव्या देतंय!

"किसन्या पवारानं कशी खोड मोडली!" एखादं पोर शिव्या खाल्ल्यावर चिडून म्हणतं.

"मोडू दे रं बन्या. तुझी आई-भण कुठं गेली बघ. जा पळ."

"आयला! बाळ्या, काय म्हणून हातपाय तोडून घेटलं असशील?"

"आरं, मोडू द्यात जा. बायकाची जात बाहात्तर खोड्याची असती... समद्यांच्या बायका तशाच. जावा, साल्या हो, संभाळा आपआपल्या बायका, न्हाई तर कोण तरी गबऱ्या येईल नि त्या त्येचा हात धरून जातील."

... त्याच्या मनात सलणारा काटा असा कधी तरी बाहेर डोकावतो. पण एरवी तो अशा स्थितीतही मजेत असतो.

नारी, नादानं चाकरी माझी सुटली ।
तुझ्या प्रीतीची हौस न्हाई फिटली ॥

ही लावणी गुणगुणत असतो.

■

आशावहिनींचा सल्ला

दत्तू शिंदे बायकोशिवाय आणि शोभा चुंबळकर नवऱ्याशिवाय एकमेकांजवळ राहत होते, तरी त्यांचा संसार सुखाचा चालला होता. त्यांचे एकमेकांवर शक्यतो प्राणापलीकडे प्रेम होते असे ते म्हणत. त्या दोघांच्या संसारात दीड वर्षाची मुलगी होती, पण ह्या मुलीने दत्तू शिंदेला काहीही त्रास दिला नव्हता. अगदी जन्माचासुद्धा. आयती वर्षाची मुलगी त्याला मिळाली होती. त्यामुळे तो तिच्यावर खूष असायचा. तिच्यावर तो खूष असला की शोभा त्याच्यावर खूष असायची.

विशेष म्हणजे त्यांच्या ह्या सुखी संसारात रोज दैनिक 'सुकाळ' येऊन त्यांचा आनंद द्विगुणित करायचा. दुसऱ्या दिवशी सकाळी तर आधल्या दिवशीचा 'सुकाळ' लहान मुलीलाही उपयोगी पडून त्यांचा आनंद त्रिगुणित करायचा. 'सुकाळ' मधील बातम्यांनी त्यांचे ज्ञान वाढून त्यांना कौटुंबिक आनंदाबरोबरच बौद्धिक आनंदही मिळायचा. 'सुकाळ' मध्ये विविध तऱ्हेच्या बातम्या यायच्या. कोणते सिनेमे कोणत्या थिएटरला आहेत, टाटाच्या साबणाच्या तऱ्हा किती आहेत, उत्साहवर्धक कोणती औषधे कुठे मिळतात, घरे आणि वधू-वर स्थळे कुठे मिळतील, कोणती पुस्तके कुठे मिळतील, निरनिराळे रेडिओ कुठे मिळतील; यांच्या सर्व बातम्या त्यात चित्रासह छापलेल्या असल्याने दत्तूच्या व शोभाच्या बौद्धिक ज्ञानाबरोबरच डोळ्यांचे ज्ञानही भरपूर वाढायचे. कुठे कोणत्या उणिवा व दोष आहेत यांच्या व चर्चात्मक बातम्या तर इतक्या परिणामकारकतेने यायच्या की त्या बातम्यांचा परिणाम लगेच होऊन लोक सरकार आणि निसर्ग त्याप्रमाणेच वागायचे. एकदा तर 'सुकाळ' मध्ये 'गेली तीन वर्षं पाऊस नसलेला सांगोला तालुका' या शीर्षकाखाली बातमी आली होती. अशी बातमी येताच दुसऱ्याच दिवशी सांगोला तालुक्यात एका रात्रीत सात इंच पाऊस पडला. लगेच दुसऱ्या दिवशी ' 'सुकाळ'मधील बातमीचा परिणाम, सांगोला तालुक्यात पाऊस' अशी मोठ्या टाइपात बातमी आली.

दत्तूला आणि शोभाला याचं आश्चर्य वाटायचं. 'सुकाळ' ची पुण्याई फार मोठी म्हणून ते भक्तिभावानं ते दैनिक घ्यायचे. सुटीच्या दिवशी अथपासून इतिपर्यंत वाचून काढायचे. ग्रंथपरीक्षणात मूळ पुस्तकाच्या प्रस्तावना परीक्षण म्हणूनच वाचत होते. याशिवाय बालकथा, प्रौढकथा, शब्दकथा, उतारे त्यांची भरपूर करमणूक व्हायची. 'बुद्ध' हा शब्द 'हतबुद्ध' शब्दापासून आणि 'खडा' हा शब्द 'कडा' ह्या खडकवाचक शब्दापासून बनला आहे; हे वाचून त्यांच्या ज्ञानात तेवढी भर पडली होती! 'आरोग्य-विभागाने' त्यांचे आरोग्य इतके वाढले होते की आता त्यांना 'आरोग्य-विभाग' वाचण्याचीच गरज नव्हती. शीर्षक वाचल्याबरोबर त्याच्याखाली काय आलेले आहे, हे त्यांना बरोबर कळायचे; एवढे त्यांचे ज्ञान तल्लख आणि स्मरणशक्ती तीव्र झाली होती.

शोभा त्यातील 'रविवारचा पदार्थ' वाचून त्याप्रमाणे तो रविवारीच करायची. त्यातील चटणी-मीठ कमीजास्त पडलेले सोडले तर पदार्थ उत्तम व्हायचा. पण कित्येक वेळा तिला त्यातील वस्तूच बाजारात मिळायच्या नाहीत– 'जिरची', 'शेरे', 'मेंगदाणे', इत्यादी वस्तू बाजारात तिला कुठेच मिळत नव्हत्या. एकदा तर एका पदार्थात तिने 'उटणी' टाकून त्याची चव पाहिली होती. पण ती काही मनासारखी लागत नव्हती. म्हणून तिने तो 'रविवारचा पदार्थ' म्हणून शेजारणीला दिला. तेव्हा शेजारणीने त्याची कौतुकाने चौकशी केली तेव्हा 'उटणी'च्या ऐवजी 'चटणी' टाकली असती तर बरे झाले असते, असे बोलून शेजारीण गेल्यावर शोभाच्या बौद्धिक ज्ञानात आणखी भर पडली.

अशा रीतीने दत्तू आणि शोभा यांना 'सुकाळ' फार आवडायचा. रविवारी तर ते दोघे एक-एक पान वाटून घेऊन जेवता जेवता तोंडी लावायचे. 'माझी अडचण, आशावहिनींचा सल्ला' हे त्या दोघांचे आवडते सदर. जणू आपलेच प्रश्न आणि आपलीच उत्तरे असे समजून ते दोघे ते वाचायचे आणि चर्चा करायचे. जगात कोण कोण काय काय अडचणीत असते आणि त्यांना आशावहिनी एकस्थित, एक बाई असून अगदी बरोबर सल्ला कशी देते, याचं आश्चर्य वाटायचे.

एक दिवस त्यांना 'आशावहिनींचा सल्ला' घेण्याची हुक्की आली. 'बघू तरी ही बाई काय सल्ला देते' असे दोघांनाही वाटले. म्हणून त्यांनी आपला संसार सुखाचा चाललेला असतानाही विचार करून काही प्रश्न आणि बरेचसे दुःख गंभीरपणे उकरून काढले.

"सापडली अडचण.'' दत्तूने टाळी वाजवून शोभाला सांगितलं.

"नुसती अडचण सांगून काय उपयोग? काही तरी दुःख शोधून काढलं पाहिजे. त्यांना सल्ला द्यायला जरा तरी वाव असलाच पाहिजे की.''

"नंबर एकचं दुःख शोधून काढलंय. तू नुसती बघतच राहा. आशावहिनींनी

सल्ला दिलाच पाहिजे.'' दत्तू हातातल्या 'सुकाळ' वर उलटा हात बडवत सांगत होता.

''काय दु:ख आहे सांगा तरी.''

''हॅ ऽ ट! असं तोंडातोंडी सांगणार नाही. पत्रच लिहून तुला दाखवतो. आज रविवार आहे. थोडी भजी कर. भजी खात खात पत्र लिहितो. चांगला मूड येईल. कसं?''

शोभानं भजी केली. दत्तूनं ती सगळी खाली, तरी त्याला मूड आला नाही म्हणून त्यानं दुपारी जेवल्यावर हळूहळू सुपारी खात मूड आणला आणि आपलं पत्र लिहून काढलं.

''सौ. आशावहिनीस–

सप्रेम नमस्कार.

मी पंचवीस-तीस वर्षांचा लग्न न झालेला तरूण आहे. शेतकी खात्याच्या एका ऑफिसात शिपाई म्हणून नोकरी करतो. तेथीलच एका विवाहित पण नवरा नांदवत नसलेल्या कारकूनबाईंशी माझे प्रेम जमले. तिला एक लहान मुलगी आहे. ती बाई आणि मी त्या मुलीसह एकत्र राहतो. नवऱ्याकडे परत जाण्याची तिची इच्छा नाही. आणि नवराही घटस्फोटाची गोष्ट काढत नाही. तिने माझ्याशीच संसार करण्याचे ठरविले आहे. तसे वचन मीही दिले आहे.

माझ्या घरी हे समजले. तिची जातही आमची नाही. ती शिंप्याची आहे. हे मला नंतर कळले. आता आई आणि भाऊ म्हणतात की तिला सोडून दे. आम्ही तुझे दुसऱ्या मुलीशी लग्न करून देऊ. तसे न केल्यास इस्टेटीमध्ये हिस्सा मिळणार नाही. ती म्हणते मी कोर्टात जावे. पण मला माझ्या भावांची भीती वाटते. ते एखाद्या वेळेस माझ्या जिवाचे बरे-वाईट करतील. आमच्या गावी तशी परंपरा आहे.

मला तर माझी जमीन आणि जिच्यावर प्रेम करतो ती बाई हवी आहे. तर अशा परिस्थितीत मी कसे वागावे?

– क्ष

हे पत्र मी अत्यंत गंभीरपणाने लिहिले आहे. मला वरील गोष्टीमुळे फार फार दु:ख होते. तरी आपण मला ह्या दु:खातून मुक्त करावे व माझ्यावर उपकार करावेत. आपले सदर मी मोठ्या आवडीने वाचतो. न चुकता वाचतो. मी दैनिक 'सुकाळ' नेमाने पैसे देऊन घेतो. मग माझ्या पत्राला उत्तर द्याल ना?''

त्यानं हे पत्र लिहून तिला दाखवलं.

''अगोबाई! होय की हो! मला हे ठाऊकच नव्हतं. आपण ह्या जमिनीचं नि

इस्टेटीचं विसरून गेलो होतो.'' तोंडात बोट घालून शोभा म्हणाली.

''आहे की नाही? याला म्हणातत डोकं. आगं, काही जरी नसलं, तरी गेल्या साताठ रविवारच्या 'सुकाळ' मधली पत्रं वाचून तीन-चार पत्रं मी तयार केली असती.''

''खरं?''

''मग!''

''पाठवून देणार मग आता हे पत्र?''

''मग! उत्तर काय येतंय ते बघतो. आणि जमलं तर बरोब्बर तस्सं करून जमीन नि इस्टेट तुला मिळवून नाही दाखवली तर नाव घेऊ नको माझं.''

ऑफिसला जाता जाता त्यानं दुसऱ्या दिवशी साडेदहा वाजता पत्र पोस्टात टाकलं आणि सोमवारी अकरा वाजल्यापासून तो रविवारची वाट पाहू लागला. तो रविवार कधी येईल असं त्याला होऊन गेलं. पण शेवटी शनिवारनंतरच रविवार आला.

पण त्याचं पत्र आणि पत्राला उत्तरही आलं नाही. तो नाराज झाला. त्यानं ते सदर पुन: पुन्हा वाचलं. त्यात पत्र लिहिणारे अनेक 'क्ष' होते. पण ह्याचा 'क्ष' काही दिसेना. पुन्हा आठ दिवस रविवारची वाट पाहणं आलं. क्षणभर त्याच्या मनात असाही विचार येऊन गेला की, 'रविवार सुकाळ' अगोदरच सात दिवस छापून तो विकला जावा. नाही तरी जानेवारीचा मासिक अंक डिसेंबरातच छापतात आणि विकतात. मजकून मात्र आज एक जानेवारी नवे वर्ष. नवा उत्साह. आजपासून आपण नवे संकल्प केले पाहिजेत... इ.इ.

दोन रविवार गेले आणि त्यानं आता जर उत्तर आलं नाही तर 'सुकाळ' घ्यायचाच नाही, असा निश्चय केल्यावर तिसऱ्या रविवारी त्याचं पत्र आलं. पत्राला उत्तरही होतं व शीर्षकही होतं 'ताबडतोब हा नाद सोडा' या शीर्षकाखाली त्याचं पत्र आणि त्या पत्राखाली उत्तर :

''तुम्ही एका विवाहित परस्त्रीला आपल्या घरात आणून ठेवली, ही मोठी घोडचूक केलीत. लग्न झालेली स्त्री स्वत:चा नवरा तसाच सोडून एका परपुरुषाजवळ राहते याचा अर्थ ती विश्वासार्ह आणि संसारी नाही. तिच्याबरोबर तुमचा संसार होणार कसा?

तुमचे भाऊ आणि आई म्हणतात ते अगदी बरोबर आहे. तुम्ही त्या स्त्रीचा नाद वेळीच सोडावा. त्याशिवाय तुमचा संसार सुखाचा होणार नाही. तुमची दहा एकरांची शेती व इतर इस्टेट तुम्हाला तारून नेईल. त्यात शेती जर बागाईत असेल तर आणखी चांगले. तुमच्याजवळ राहणाऱ्या बाई तुम्हांला ज्या अर्थी कोर्टात जायला

सुचवतात, त्या अर्थी त्यांचे प्रेम तुमच्या इस्टेटीवर आहे. जर तुम्हाला इस्टेट मिळाली नाही तर त्या बाई केव्हा निघून जातील हे सांगता येणार नाही. शिवाय पहिल्या नवऱ्यापासून घटस्फोट न मिळालेल्या स्त्रीला ठेवून घेणे केव्हाही धोक्याचेच. तेव्हा त्याच्यापासून तुम्हाला सुख मिळणे कठीण दिसते. शिवाय विवाहित असलेल्या स्त्रीस घरात आणून ठेवणे हा गुन्हा आहे. अशा या अडचणीतून बाहेर पडण्याची हीच वेळ योग्य आहे. तुम्ही रीतसर दुसऱ्या मुलीशी लग्न करून व तुमच्या इस्टेटीचे धनी होऊन सुखाने राहू शकता.

आशावहिनी.''

हे उत्तर वाचून तो ढेकळासारखा हळूहळू विरघळत गेला. त्याला 'जमीन आणि प्रेयसी कशी मिळविता येईल' एवढ्या पुरताच फक्त सल्ला हवा होता. पण हा भलताच सल्ला त्याला मिळाला. न कळत त्या दिशेने तो विचार करू लागला. शोभानंही ते पत्र वाचलं आणि आशावहिनीच्या नावानं त्याच्या चिंध्या करून आदरपूर्वक चुलीत घातल्या. तरी त्यानं घाई करून ते पत्र कसंबसं काढून घेतलं.

दोन-तीन दिवस दोघांनीही आशावहिनीला शिव्या घातल्या. ''तिला हा चोंबडेपणा करायला कुणी सांगितला होता कुणास ठाऊक?''

''जुनाट वळणाची कुठली तरी थेरडी दिसते. प्रेम, लव्ह वगैर तिला काही कळतच नाही.''

''कळलं असतं, तर तिनं उलट तुमचं कौतुकच केलं असतं. एका अनाथ स्त्रीला तुम्ही प्रेमानं आश्रय दिल्याची जाणीवच तिला नाही.''

''तर काय.''

त्याचा तो आठवडा बेचैनीतच गेला. त्याला कित्येक वेळा असं वाटलं की, शोभाला आपण आपल्या खोलीवर आणायला नकोच होतं. आपलं वयही फार नाही. आपणाला छानदार बायको रीतसर मिळाली असती. जमीनही मिळाली असती. ह्या दिवसात दहा एकर जमीन म्हणजे काही थोडी नाही. पंचवीस हजारांचं उत्पन्न बघून कुणीही एस.एस.सी. झालेली मुलगी दिली असती. आरामात गावाकडं राहता आलं असतं.

... पण आपणाला आता खेड्यात करमेल का? आपण शिकायला म्हणून शहरात आलो ते शहरातच. आता आपल्याला त्या खेड्यात नाही राहवणार. म्हणून तर आपण शिपायाची नोकरी करून पण ह्या शहरात राहिलो.... पाच वर्षं झाली. तसं काय वाईट चाललंय आपलं? शोभाचा पगार आपल्यापेक्षा जास्त. आपण शिपाई नि ती क्लार्क. तरी तिनं आपल्यावर प्रेम केलं. कुठं झालंय का असं? भाग्यच म्हणायला पाहिजे हे आपलं. नाही इस्टेट मिळाली तर नाही.

... पण तिनं थोडंसं आपणाला फसवलंच. तिनं अगोदरच आपण शिंप्याची आहे हे सांगितलं असतं, तर बरं झालं असतं. ती आपल्याकडं राहायला आल्यावर तीन-चार महिन्यांनी कळलं. तिनं जात लपवूनच ठेवली म्हटलं पाहिजे. धूर्तपणा केला तिनं. शहरातल्या मुली ह्या अशाच आपला डाव बरोबर गोड बोलून साधून घेतात.

... आता होणाऱ्या मुलांचा खरा प्रश्न आपल्याला भेडसावणार. त्यांची लग्नं आपल्या गणगोताशी जमतील असं वाटत नाही. शिंपिणीच्या पोटची पोरं म्हणून आमचे जातभाई तिला जवळ येऊ देणार नाहीत... काय करायचं? का मन कठोर करून शोभाला सोडून द्यायचं नि गावाकडं पळून जायचं?...

त्याच्या डोक्यात त्या पत्राच्या उत्तरानं कीड पडल्यासारखी झाली. जरा अलिप्त होऊनच तो शोभाशी वागू लागला... तिच्याही मनाला ते जाणवलं. तिनं चतुरपणानं विचार केला नि 'आशावहिनीला' एक सविस्तर पत्र लिहिलं. तीन-एक आठवडे तसेच गेल्यावर तिचं पत्र संक्षिप्त आणि त्याचं उत्तरही थोडक्यात आलं. त्याचं शीर्षक होतं– "मन धीट करा आणि एकनिष्ठ राहा."

"आशावहिनी,
मी एक परित्यक्त स्त्री आहे. मला एक-दीड वर्षाची मुलगी आहे. नातेवाईक वगैरे कोणी नाहीत. आहेत ते कोणी चौकशी करीत नाहीत. मला फक्त आई आहे. नवऱ्याने मला नांदावयास न्यावे म्हणून मी व आईने खूप प्रयत्न केला. पण तो मला नांदवण्यास तयार नाही. माझ्यापेक्षा शिकलेल्या व रूपाने अधिक चांगल्या असलेल्या एका मुलीच्या तो प्रेमात पडला आहे. आम्ही दोघे तीन-चार वर्षे स्वतंत्र राहिल्यावर व मी घटस्फोटाला तयार झाल्यावर तो माझ्याशी घटस्फोट घेऊन तिच्याशी लग्न करणार आहे, असे कळते. मी व माझ्या आईने त्यांना परोपरीने विनविले तरी तो मनावर घेत नाही. मलाही कोर्टात जाणे शक्य नाही. कारण तेवढा खर्च परवडणार नाही. शिवाय कोर्टात काहीही निकाल लागला तरी तेढ निर्माण होणारच.

म्हणून मी दूरवर विचार करून स्वतंत्र राहू लागले. क्लार्कची नोकरी पूर्वीची होतीच. तीच चालू ठेवली. आमच्या ऑफिसमध्येच एक उमदा शिपाई आहे. त्याच्या प्रेमात पडले. त्यांना माझी पूर्वीची परिस्थिती सांगितली. त्यामुळे तर त्यांच्या मनात माझ्याविषयी जास्तच सहानुभूती निर्माण झाली. आणि आम्ही दोघे लग्नाशिवाय एकत्र राहण्याचा सल्ला घेतला. आम्ही सध्या एकत्रच आहोत.

पण सध्या त्याच्या मनात कोणी तरी भलतेच भरवून दिलेले आहे. तेव्हा ते मला सोडून देऊन गावाकडे आपल्या घरी जाण्याचा विचार करीत आहेत असे दिसते. त्यांना माझ्यापासून सुख मिळेल की नाही असा संशय येत असावा.मलाही

असे वाटते की, त्यांच्याशी संबंध ठेवण्यात आपली चूक तर झाली नाही ना? माझे तर त्यांच्यावर प्रेम आहे. पण सध्या उलटसुलट विचार मनात येत आहेत. अशा परिस्थितीत मी काय करावे?

य.''

उत्तर :

''तुम्ही तुमचा निर्णय घ्यायला थोडी घाई केलेली आहे. कारण एक-दोन वर्षे नवऱ्याची वाट पाहून नंतरच तुम्ही हा निर्णय घ्यायला हवा होता. आता झालेल्या गोष्टीला इलाज नाही. एखाद्या विवाहित स्त्रीने एखाद्या परपुरुषाजवळ लग्नाशिवाय काही काळ राहून नंतर पुन्हा अलग होणे योग्य नाही. आणि तुम्ही तर म्हणता की त्याच्यावर तुमचे प्रेम आहे.

आता तुम्ही कोणत्याही परिस्थितीत तुमचा विचार न बदलता तुमच्या प्रियकराशी योग्य वेळ येताच व तुम्हाला घटस्फोट मिळताच लग्न उरकून घ्या. त्याच्यावर श्रद्धा ठेवून एकनिष्ठेने वागा. त्याला सोडून जाणे तुमच्या हिताचे नाही. त्यानेही तुम्हाला अशा परिस्थितीत सोडणे म्हणजे फसवणूक करण्यासारखे आहे. स्त्रियांना पुरुषाशिवाय त्यांच्या जीवनात सुरक्षितता व सुख नाही, हे लक्षात ठेवून वागावे. म्हणून तुम्ही कोणत्याही परिस्थितीत दोघांनी एकत्र राहणे दोघांच्याही हिताचे आहे.

–आशावहिनी.''

हे उत्तर वाचून शोभाला फार आनंद झाला. दत्तूलाही क्षणभर आनंद झाला नि नंतर तो उद्विग्न होऊन गेला. त्याला आलेल्या उत्तराच्या अगदी उलट शोभाच्या पत्राला उत्तर होते.... प्रियकराला सांगितले की प्रेयसीला सोडून दे आणि सुखी हो आणि प्रेयसीला सांगितले की प्रियकराला कोणत्याही परिस्थितीत सोडू नको.

''चमत्कारच आहे.'' तो वैतागाने शोभाला म्हणाला.

''तर काय; चमत्कारच म्हणायचा की.''

''तसं नव्हे. मला एक उत्तर दिलंय आणि त्याच परिस्थीतीत तुला एक उत्तर दिलंय.''

''मला दिलेलं उत्तरच खरं म्हटलं पाहिजे.''

''आणि मला दिलेलं खोटं?''

''तसं नाही. तसं बघायला गेलं तर माझं उत्तरच खरं आहे, म्हणते मी.''

''मग माझं उत्तर लिहिताना त्या आशावहिनीचं डोकं कुठं चहा प्यायला गेलं होतं?''

''कुणास ठाऊक?'' ती खूष होऊन बोलत होती.

पण दत्तूला आता धीर आला. त्यानं पुन्हा आपल्याला आलेलं पूर्वीच उत्तर काढून पुन्हा वाचलं. तेही त्याला अगदी अचूक आणि सडेतोड वाटलं. हेही उत्तर तितकंच बरोबर वाटलं. घटकाभर त्याला दोन्हीही उत्तर बरोबर वाटल्याने घटकाघटकाभर तो तिला सोडून दिल्याचं व दुसऱ्या मुलीशी लग्न केल्याचं सुख अनुभवत होता. तर दुसऱ्या घटकेला प्रेयसीला सोडून खेड्यात येऊन पडल्याचे दुःख त्याला जाणवत होते. तिसरी घटका आल्यावर पुन्हा त्याला प्रेयसीशी एकनिष्ठ राहून शहरात आरामात असल्याचे सुख अनुभवायला मिळायचे. तर त्या नंतरच्या चौथ्या घटकेला पुन्हा इस्टेट व शेतजमीन गमावल्याचे दुःख व्हायचे.

अशा घटका मोजता मोजता रात्रीचे अकरा वाजले आणि त्रस्त होऊन त्याने आशावहिनीला आणखी एक पत्र खरडले :

"आशावहिनी,

आम्ही दोघंजण लग्नाशिवाय एकत्र राहतो. आमचे एकमेकांवर प्रेम आहे. मधे कोणतीही आडकाठी नाही. संसार सुखाचा चालला आहे; पण काही घरगुती कारणाने अधूनमधून संशयाचे वातावरण निर्माण होते. म्हणून आम्ही एका दुसऱ्या परिचित व्यक्तीचा अनुभवी म्हणून सल्ला घेतला. विचारविनिमय केला. तर त्यांनी मला 'ह्या स्त्रीचा नाद सोड आणि दुसरे लग्न कर,' असे सांगितले. याच्या उलट तिला सांगितले की, 'एकदा एका परपुरुषाजवळ राहिले की त्याला सोडू नये; ते स्त्रीच्या हिताचे नसते. एकनिष्ठ असावे. योग्य वेळी दोघं लग्न करा;' असा सल्ला दिला. दोघांना सल्ला देण्यात परस्परविरोध आहे, याची त्यांनी क्षितीच बाळगली नाही. पण त्यांच्या सल्ल्यामुळे आम्ही दोघेही बुचकळ्यात पडलो आहोत. विनाकारण दोघांच्याही मनात संशयाचे वातावरण पसरत आहे. वास्तविक सल्ल्यापूर्वी आमचा संसार सुखाचा होता. त्या त्या व्यक्तीवरही आमची श्रद्धा होती. त्यामुळे गोंधळात जास्तच भर पडलेली आहे. अशा परिस्थितीत आम्ही काय करावे?

– क्ष व य."

अपेक्षेप्रमाणे तिसऱ्याच आठवड्यात त्याला उत्तर आले.

उत्तर :

"तुमचा संसार सुखाचा चालला असताना तुम्ही विनाकारण परक्या व्यक्तीचा सल्ला घेतलात; ही तुमची मोठी चूक झाली. समाजात अशी काही मूर्ख व चाललेल्या संसारात खीळ घालणारी मंडळी असतात. काहीही विचार न करता मन मानेल त्याप्रमाणे लोकांना सल्ला देण्याची अनेक माणसांना खोड असते. काहींचा

हा फुकटचा धंदाच असतो. त्यांना दुसऱ्याच्या संसारातील आणि जीवनातील काहीच कल्पना नसते. तरीही आगाऊपणे सल्ले देत असतात. अशांच्या नादी लागणे योग्य नव्हे. खरे म्हटले तर अशा लोकांवर खटले भरले पाहिजेत. दुसऱ्याच्या संसाराची नासाडी करण्याचा त्यांना काय अधिकार आहे? तुम्ही त्यांचा नाद सोडून पूर्वीप्रमाणेच सुखाने राहावे.

– आशावहिनी.''

उत्तर थोडक्यात होते. पण नेहमीप्रमाणे सडेतोड आणि अचूक होते.

पण हे पत्र वाचून दत्तूला आणि शोभाला चांगलाच जोर चढला. तीनचार दिवस आशावहिनीने आणि तिच्या पत्राने त्यांची चांगलीच करमणूक केली.

''आशावहिनी आता चांगलीच सापळ्यात सापडली आहे.''

''ते कसं?''

''परस्पर विसंगत उत्तरं तिनंच दिली आहेत. पुन्हा असला बाजारी सल्ला घेत जाऊ नका म्हणून तीच सांगते.''

''गंमतच आहे म्हणायची.''

''पण ही दुसऱ्याच्या जिवाशी खेळून गंमत करते.''

''गंमतच आहे. दुसरं काय?''... तिला दुसरं काय बोलायला जमतच नव्हतं.

''आपण तिचीच आता गंमत करू या!''

''कशी काय?''

''उद्या तुला पत्र लिहून दाखवतो.''

रात्री जेवणानंतर त्यानं निवांतपणानं पत्र लिहिले–

''सौ. आशावहिनीस

त्रिकालचरणी मस्तक ठेवून शिरसाष्टांग नमस्कार.

आमच्या 'क्ष' व 'य' च्या पत्राला उत्तर देणारे गेल्या रविवारच्या 'सुकाळ' मधील दोन नंबरचे तुमचे पत्र वाचले. नेहमीप्रमाणेच ते सडेतोड आणि बरोबर वाटले. त्याबद्दल तुमचे नि तुमच्या मूर्खपणाचे अभिनंदन!

कारण आम्हा दोघांना सल्ला देणारी ती मूर्ख आणि धंदेवाईक व्यक्ती तुम्हीच. परस्परविरोधी सल्ले तुम्हीच दिलेले आहेत. 'सुकाळ' चे गेल्या दोन-चार महिन्यांतील रविवारचे अंक चाळल्यास तुम्हाला ते बरोबर कळेल.

वास्तविक असे बाजारी सल्ले देऊन तुम्ही इतरांच्या संसाराची नासाडी करता. असे किती जणांना तुम्ही चुकीचे सल्ले दिले असतील कुणास ठाऊक? आम्हास असे वाटते की, असे फुकटचे आणि विचार न करता सल्ले देण्यापेक्षा तुम्ही दुसरा काही तरी पोटाचा उद्योग करावा.

तुमच्या अशा प्रकारच्या सल्ल्याने आम्हा उभयतांना गेले तीन-चार महिने खूप मानसिक त्रास झाला. त्याला तुम्हीच जबाबदार आहात. मग आता तुम्हीच सल्ला दिल्याप्रमाणे तुमच्यावर खटला भरावा की काय? तसेच आम्ही तुमच्या संपादकास व प्रत्यक्ष तुम्हाला भेटून त्यांची व तुमची कानउघाडणी करावी की काय? या परिस्थितीत आम्ही कसे वागावे? की, सवड होताच संपादकांना परस्पर भेटावे? काही कळत नाही. आपणच सल्ला द्यावा.

–क्ष-य''

हे पत्र गेल्यावर दत्तूला आणि शोभाला फार दिवस उत्तराची वाटच बघावी लागली नाही. 'रविवारचा सुकाळ' दारात यायच्या आतच एक खाजगी पत्र त्यांच्या दारात येऊन पडले. पाकीट फोडून त्यांनी ते वाचले.

''प्रिय वाचक दत्तू आणि शोभाताई यांना साष्टांग नमस्कार.

तुमचे पत्र मिळाले. माझी चूक माझ्या लक्षात आली. त्याबद्दल तुमची मी त्रिवार क्षमा मागतो. तुम्हाला माझ्या पत्रांनी खरोखरच फार त्रास झालेला दिसतो. त्यामुळं तुम्ही मला धंदा सोडण्याचा जो उपदेश केलेला आहे, तो बरोबर आहे.

पण मी तरी काय करणार? परिस्थिती माणसाला शरण आणते. मी एक पेन्शनर आहे. सरकारी नोकरी संपल्यावर संपादक महाशयांच्या कृपेनं मी 'सुकाळ' मध्ये हे सदर सांभाळतो आहे. इतरही काही काम कचेरीत करतो आहे. अलीकडे स्मरणशक्ती तेवढेसे काम देत नाही. त्यामुळे पूर्वीचा संदर्भ आठवणे, पत्राला योग्य उत्तरे देणे, या गोष्टी म्हणाव्या तशा जमत नाहीत. या गडबडीत कुणाला काय आणि केव्हा उत्तर दिले याचे अवधान राहत नाही.

पत्रेही भरपूर येत असतात. सगळी तारांबळ उडत असते. कशी तरी नोकरी सांभाळतो आहे. सल्ला देणे ही माझ्या विद्वत्तेची किंवा शहाणपणाची बाब नसून नोकरीची आणि पोटाच्या व्यवसायाची बाब आहे. नोकरीवर पाचसहा जणांचा संसार चाललेला आहे. दुसरी नोकरी या दिवसात मला कुठे मिळणार? अशा परिस्थितीत मग मी काय करावे?

खरा प्रश्न तुमच्या सल्ल्याचा नसून माझ्या पोटाचा आहे. माझी अडचण कोण सोडवू शकणार? तेव्हा सांभाळून घ्यावे. संपादकाकडे जाऊ नये. कारण त्यांच्या कृपेनेच हे सगळे चाललेले आहे. त्यांचा रोष झाला तर माझ्या ठिकाणी दुसऱ्या 'आशावहिनीची' नेमणूक होईल. आणि या आशावहिनीला टोपी झटकत नोकरीला कायमचा रामराम ठोकावा लागेल. अशा परिस्थितीत मी कसे वागावे? तुम्हीच सल्ला द्यावा.

तुम्हाला त्रास झाल्याबद्दल दिलगीर आहे. असाच लोभ ठेवावा. गंमतीने म्हणून का होईना, पण सल्ल्यासाठी पत्रे यावीत. तुमची पत्रे यावीत. तुमची पत्रे हीच माझ्या नोकरीची शाश्वती.

तुमचा कृपाभिलाषी,
गजाभाऊ नवरे.''

दत्तू आणि शोभा यांना पत्र वाचून वाईट वाटले. पण आशावहिनीच्या डोक्यावर टोपी असते, हे वाचून त्यांना गंमत वाटली. तिच्या अडचणीला मिशा आणि वाचा फुटलेली पाहून त्यांच्या मनासमोर एका कणा गेलेल्या कारकुनाचे केविलवाणे चित्र उभे राहिले. त्यांनी 'दैनिक सुकाळ' कायम घ्यायचे ठरविले. आणि त्याचबरोबर गंमतीने का होईना, पण आशावहिनीचा सल्ला घ्यायचा नाही, असा निर्णय घेऊन टाकला.

∎

चोर आणि चोरी

'बोरा उलन सेंटर' मध्ये दुपारी एकच्या सुमाराला गडबड उडाली. महिनाअखेरचे दिवस. सारी कापड-व्यापाऱ्यांची पेठ दिवसभर शांत. संध्याकाळी काही थोडी गिऱ्हाईकं आली तर तेवढीच. सकाळी त्याच्याहूनही कमी गिऱ्हाईकं यायची. तशात आज बुधवारचा दिवस म्हणजे आडवळणी. या दिवशी गिऱ्हाईक कमी. बोरा शेठजींना तो आपला घातवारच वाटायचा. चिकाटी ठेवून ते गिऱ्हाईकांची वाट बघायचे. मच्छीमार जसा पाण्यात गळ टाकून बसतो तसे ते जाणाऱ्या-येणाऱ्याकडं बघत. खरं तर त्यांचे दुकान उभ्या व्यापारी पेठेत उजवं. सगळ्यात जास्त उलाढाल. तिथं नाना प्रकारची, नाना रंगाची नि नाना किंमतीची उलनची कापडं मिळत. त्या पेठेला आलेल्या प्रत्येक गिऱ्हाईकाला तिथं प्रथम जाण्याचा मोह होत असेच. एवढंच काय, कुणाला काही खरेदी करायची नसली तरी केवळ कापडाची व्हरायटी पाहायला जाण्याचा मोह होत असे. सगळ्यात विशेष गोष्ट म्हणजे चोरालासुद्धा प्रथम तिथंच जावं नि बोरा शेठच्या कापडांचं प्रथम कौतुक करावं असं वाटे.

एवढ्या प्रचंड उलाढालीचं उलन सेंटर; पण सकाळपासून अगदी थंड होतं. इतकं थंड होतं की तेवढ्या लोकरीच्या ढिगात बसूनही बोरा शेठना थंडी वाजायची पाळी आली, म्हणून आपल्याजवळचा खास पंखा त्यांनी सुरू केला. नोकरमाणसं कापडांच्या कपाटांजवळ काऊंटर पलीकडं गिऱ्हाइकांची स्टुलं घेऊन बसली होती. कुणी कुणी थंड प्रकृतीची माणसं पेंगत होती. तर काहीजण दात कोरत काही सापडतं की काय ते पाहत होती. सापडलं तर तिथल्या तिथं मनोभावे टूप करून थुंकत होती. दात कोरताना एवीतेवी दात दिसतातच म्हणून काहीजणं विनोद करून हसत होती. कुणी कशालाही हसत होतं. या दिवसांत गडामाणसांना सुख. त्यांना वाटायचं शेटजीचं दुकान जन्मभर 'हे असंच' चालावं आणि आपणाला भरपूर पगार मिळावा.

दुकानं बंद करायची वेळ झाली होती; पण सकाळपासून मनासारखा व्यापार न झाल्यामुळं बोरा शेठ मनोमन म्हणत होते, आता एक शेवटचं गिऱ्हाईक येऊ दे. तेवढं आलं की दुकान बंद. नाही तरी एरवी बोरा शेठजीची अर्धा एक तास उशीरापर्यंत दुकान उघडं ठेवायची सवय त्यांच्या अंगवळणी पडून गेली होती. एखाद्या नोकराने फारच घाई केली तर त्यांच्या किल्ल्या अर्धा एक तास कुठं तरी हरवत, अर्धा एक तास त्यांचे पैसे मोजून होत नसत किंवा न येणाऱ्या महत्त्वाच्या कुठल्या तरी फोनची त्यांना वाट बघत बसावे लागे. त्यामुळे नाइलाजानं अर्धा एक तास उशीरापर्यंत त्यांचे दुकान नेहमी उघडे राही.

आज ऐन दुकान बंद करायची वेळ झाल्यावर बरोब्बर त्याच वेळी त्यांनी चहा मागवला.

"काय रे? कंटाळलेले दिसता. चहा घ्या चहा. जा रे गोपाळ, सगळ्यांना चहा सांगून ये."

गोपाळ हा त्यांचा आवडता नोकर. म्हणजे त्याचं नाव घेताना सहज त्यांना पुण्य साधायचं. त्यामुळे आधुनिक कसली-बसली नावं घेऊन हाका मारण्यापेक्षा सहज पुण्य पदरात पाडून घेण्याचा डाव करून ते 'जय' मनातल्या मनात म्हणून 'गोपाळ' तेवढे मोठ्यानं म्हणत.

गोपाळ चहा सांगून आला नि शेठजींनी सकाळपासून आलेल्या विक्रीचा हिशोब किती झाला त्याचे मोजमाप सुरू केले. दुपारी माल सोडवून घेण्यासाठी बँकेत भरणाही करायचा होता. त्याचाही हिशोब बघू लागले.

'तयार कपड्यांचे रूपचंद 'क्यो भाई' करत अचानक आपले सुंदर गोलाई आलेले विस्तृत पोट सावरीत वर आले. त्यांची कसली तरी अगम्य भाषेत चर्चा झाली. अचानक दोन-चार माणसे आत आली नि विक्रीविभागकडं काही तरी चौकशी करू लागली. बोरा शेठचा शेवटच्या गिऱ्हाइकाचा नवस फळाला येतोय असं दिसू लागलं.

चहा आला. गिऱ्हाईक आल्यामुळं तो थोडा वेळ तसाच बाजूला पडला. चहाच्या मागोमाग एक तशाच म्हणजे चहासारख्या लालसर रंगाची एक सुंदर तरुणी आली. बहुधा तिच्या लालसर रंगावरून, अंगपेरावरून, आणि विशेष म्हणजे कपड्यांवरून ती इराणी किंवा पार्शी असावी. आता इराणी किंवा पार्शी आम्हा महाराष्ट्रीयांना समानच वाटतात त्याला कुणाचा इलाज नाही.

ही तरुणी एकटीच आत आल्याने शेठजींना विशेष औत्सुक्य वाटलं. बरं ही तरुणी येऊन सरळ शेठजींच्या काउंटरसमोरच उभी राहिली. मग शेटजी तरी डोळे कसे मिटणार? ते आपले उघड्या डोळ्यांनी पाहू लागले. त्यांच्या दृष्टीनं असा माल दुर्मिळ होता. 'साडी सेंटर' च्या तुलनेनं 'उलन सेंटर' मध्ये असा माल कमी येत

असे. त्यामुळंही त्यांना त्याचं महत्त्व पटलं असावं. ते प्रश्नांकित चेहरा करून तिच्याकडं पाहू लागले.

“चिल्लर चाहिए साब? पयतीस रुपये की है.”

“कमिशन कितना लेगा?” शेठजींचा मूळ मुद्दा.

“रुपये को दस पैसा बस्स.”

“अच्छा तो निकालो.”

नाणेटंचाई भरपूर होती. ‘गिऱ्हाइकांची सोय हेच आमचे समाधान’ हे शेठजीचे व्यापारी ध्येय असल्याने त्यांनी कमिशनवर मोड घेण्याचं सुरू केलं होतं. तरुणीनं आपल्या पर्समधनं दोन जड जड पिशव्या काढल्या. त्यांची तोंडं सोडली. ती पैसे मोजून काउंटरवर ठेवू लागली. प्रत्यक्ष ‘रूपचंद’ शेजारी असूनही बोराशेठचं लक्ष हिच्या मादक रूपाकडंच लागलं. तरुणी मोठी देखणी, मादक डोळे, त्यात पुन्हा काजळ घातलेलं. लांबसडक नाक. कानांत घोसांचे कर्णालंकार.

“कहाँसे आयी आप?”

“कँपसे. वहाँ हमारा होटेल है.”

“अच्छा! चिल्लरकी जरूरत तो हमको हरदिन पडती है. आप चार-पाच दिनके बाद फिर लेके आवो.”

“हां जी.”

ती मोजत होती. रूपचंदाकडं बोराशेटजींचं दुर्लक्ष झाल्याने ते हळूच आपला पडलेला मुखचंद्र घेऊन निघून गेले. इतक्यात दोन माणसं परवा नेलेलं कापड परत घेऊन आली नि शेठजींच्या काउंटरजवळ उभी राहिली. आणखी एक-दोन आले नि उलनचे कटपीस देणार का म्हणून चौकशी करू लागले. बोराशेठनी त्यांना दोन मिनिटं थांबायला सांगितलं. खुर्दा मोजून तो ताब्यात घेण्यात दंग झालेले. कापड परत करायला आलेल्यांना त्यांनी एका प्रौढ नोकराकडं पाठवलं.

दोन मिनिटं कटपिसवाले तिथंच थांबले नि म्हणाले, “आम्ही असं करतो. पलीकडच्या दुकानात दोन गठ्ठे बांधून ठेवलेत ते घेऊन येतो. तोपर्यंत तुमचं होईल.”

“अच्छा, या.”

ते निघून गेले. प्रौढ नोकराकडून पुन्हा ते कापड बदलण्यासाठी आलेले दोघेजण काउंटरकडे आले. त्यांना पावत्या घेऊन आल्याशिवाय कापड बदलून मिळणार नाही, असं शेठजींनी सांगून परत पाठवलं. त्या बाईंची मोड घेऊन तिला नोटा दिल्या. ती निघून गेली. गिऱ्हाईक खरेदी करून काउंटरवर आलं नि शेठजींनी त्याचे पैसे घेऊन रोखीची पावती दिली.

घटकाभर गडबड उडाली नि पुन्हा क्षणभर सामसूम झालं. चहावाला पोऱ्या

तिष्ठत उभा होता. त्यानं कपबशा खडखडून त्यात चहा ओतला. सगळ्यांना दिला. शेठनी फुरक फुरक करत कपातनंच चहा घेतला नि तोंड धोतरानं पुसलं. पुन्हा ते आपल्या हिशेबाकडे वळले.

पाच मिनिटांतच त्यांच्या लक्षात आलं की पैशांची एक थैली कुठं सापडत नाही. त्यांनी काउंटरला असलेल्या आतल्या बाजूच्या सगळ्या कप्प्यांत शोध केला. पण ती सापडेना. त्यांच्या काळजाचं पाणी झालं. आता मात्र त्यांना घाम फुटू लागला. त्यांचा घाम बघून पंख्याला संशय आला आणि तो वेगानं फिरू लागला. शेठजींनाही चोरीचा संशय कुणावर घ्यायचा ते नीटसं कळेना. पंख्याच्या वेगानं त्यांचं डोकंही गरगरून फिरू लागलं. रूपचंद येऊन पाच मिनिटं गप्पा मारून गेले. ती सुंदर तरुणी चिल्लर देऊन (कँपमध्ये) गेली. दोन गिऱ्हाईकं दोन कटपिस विकत घ्यायला आलेले ते भांडले.

– यापलिकडं कोण नाही. पण या यातल्या कुणावर संशय घ्यायचा.? काय रूपचंद शेठनी थट्टा केली?

लगेच बोराशेठनी फोनवरून त्यांना बोलावून घेतलं. ते पुन्हा पोट सावरत आले. त्यांना विचारल्यावर ते एकदम गंभीरच झाले. थट्टा करणे शक्यच नाही याची खात्री झाली. म्हणजे ते नुसतेच उठून गेले होते. त्या कँपातल्या बाईनं तर नेली नसेल? पण आता तिला कुठं शोधायचं? ते कटपिसवाले तर कुठं दिसतात का? त्यांनी आसपासच्या दोन-चार दुकानदारांकडे नोकर पाठवून चौकशी करायला पाठविलं. पण तसे कुणी कटपिसवाले' आलेच नाहीत असं त्यांना कळलं नि त्यांचाच संशय त्यांना जास्त आला. मोड घेऊन आलेली बाई कुठं दिसते का पाहण्यासाठी एक दोन सायकली पाठविल्या. या गडबडीत त्यांना जागेवरून हलता येईना. त्यांनी भराभर सगळे पैसे मोजले. पैसे मोजल्यावर त्यांच्या लक्षात आलं की अंदाजे साडेनऊशे ते हजार रुपयांची थैली नाहीशी झाली आहे. हरे राम! मघाशी काळजाचं पाणी झालेल्या पाण्याचं बर्फ व्हायची पाळी आली.

दुसऱ्या दिवशी सकाळी कांजार-वाडीच्या झोपडपट्टीत दुसरी गडबड उडाली आणि सगळा बोऱ्या वाजला.

सकाळी सकाळीच म्हमद्या नि हानप्यानं पहिल्या धारेची कडक मागवली. बरोबर बाबल्या, सैद्या, पर्ल्या होते. त्यांनीही म्हमद्या हानप्याच्या नावावर एक एक पेला हाणला. डोकी रंगली, चेंडूसारखी धडांवर उडू लागली.

"हानप्या, आज किलोभर मटन आणायचं."

"तुझं तू आण. माझी रांड आज माझ्यावर डाफरून हय. तिला आज उपाशीच पाडणार."

"लेका, मग तू आज माझ्याकडं हादडायला ये."

"चलेगा. दुपारला येतोय फरसाणा घेऊन."

"भांच्योद! काल डल्ला कुठं मारला रे!" सैद्यानं हवेत हसत विचारलं.

"कुठला डल्ला यार! काल आकडा लागला."

"कुणाला?"

"मला नि हानप्याला. साडे तीनशे, साडे तीनशे पटकावले." म्हमद्यानं हानप्याला हळूच डोळा मारला.

"वरचे सोळा रूपये पस्तीस पैसे?" हानप्यानं हिशोब अधिक कडक केला.

"ते गेले काल नि आज. मटनाला साले पदरचे घालायचे."

धोंड्या सांगवड्या रस्त्यात उभा राहून आपल्या ढकलगाडीत भजी तळत होता. ते सगळं बधून कुणालाही खायची वासना व्हावी. तशात त्याच्या उकडून मीठ लावलेल्या मिरच्या बघितल्यावर कुणाच्याही तोंडाला पाणी सुटे. खाली बसून त्याचं पोरगं भज्यांत घालण्यासाठी कांदा चिरत होतं. त्याचा वास सुटलेला. सकाळी सकाळी धोंड्याच्या गाडीवर माणसं धाड घालत होती. भज्यांचा कागद नि मिरच्या घेऊन तिथंच उभ्या उभ्या बकलत होती. म्हमद्याच्या तोंडाला ते बघूनच पाणी सुटलं. तशात आज पहिल्या धारेची मारलेली.

"पर्ल्या, जा रे, भजी नि मिर्च्या आण. ह्यो रुपया घे."

"हां."

"साला शेठजीचं पुकपुकत असेल न्हाई रे हानप्या." हानप्याकडं वळून तो म्हणाला.

"साल्याची धोती पिवळी झाली असणार. जाऊ दे. तुला तसं वाटतं, पर त्येच्या उद्याच्या कमाईची धूळसुद्धा गेली नसंल."

"मी तर साला, दुसरीबी थैली उचलायच्या नादात हुतो. पर म्हटलं द्यायची कुणीजवळ?"

"बरं केलंस, मीबी लगेच सटकलो म्हणून बरं झालं. न्हाई तर साला त्येला शक आला असता. वाटंतच कुठं तर पोलिसांनी मानगूट धरलं असतं."

"त्येंचा बा ऽ आला पाहिजे. आपूण साले जेंटलमेनच्या पोशाखात हुतो. आपल्याला लगेच कोण पकडणार?"

हातभट्टी चढेल तशी त्यांच्या गप्पा जास्तच रंगत गेल्या. भज्यांचा फन्ना उडाला. मिरच्या कचाकचा चावून खाताना पुन: पुन्हा पाणी येत होतं. मनासमोर कालची दुपार मजेदार तरळू लागली.

"नुरी, साली एकदम पार्शीणच दिसत हुती रे."

"बेट्या मग कोण हाय तर ती?"

... तिच्या विषयीच्या अफवांना मग पुन्हा उजाळा मिळाला. नुरा जाफऱ्याची बायको. त्याच्या एकूण समाजात शोभणार नाही अशी. तिच्याविषयी असं बोललं जायचं की तिची आई पार्श्याकडं कामाला होती तेव्हा तिला पार्श्याच्या पोटचीच नुरा झालेली आहे. खरं-खोटं कुणाला माहीत नव्हतं. जाफऱ्यानं मात्र तिच्या रूपावर आपला हात-भट्टीचा धंदा जोरात चालवला होता. तिच्याकडं बघून खूप लांबची माणसं पावशेर-छटाक टाकायला रात्री अकरा-अकरा वाजेपर्यंत यायची. जाफऱ्या पैसे घेत; गिऱ्हाईकाला घोळात घेत बसलेला असायचा. पिऊन नुराशी लगट करू पाहणाऱ्याला तो साब, साब करून त्याच्या वाटेपर्यंत घालवून यायचा. पण झोपडपट्टीत तिच्याविषयी वाट्टेल त्या अफवा होत्या. तशी ती धाडसी नि भांडखोरही भरपूर होती. आलेल्या गिऱ्हाइकाला चतुर बोलून गारद करत होती, म्हणूनच म्हमद्या नि हानप्यानं गेल्या आठवड्यात तिची मदत घेऊन दोन-तीन चोऱ्या सफाईनं केल्या होत्या.

नुराच्या कालच्या चोरीबद्दल बेहद्द खूष होऊन जाफऱ्यानं सकाळी सकाळी हात-भट्टीचा एक फुल्ल गल्लास पोटात टाकला होता. तरतरी आली होती. त्याचं पोरगंही त्याच्या धंद्याला मदत करत होतं. आता ते दहावीला होतं. दिवसभर शाळेत जायचं नि संध्याकाळी शाळेच्याच पिशवीतनं गावभर बाटल्या पोचवायचं. पोरगी स्वैपाकात घातलेली.

तिच्या नि म्हमद्या-हानप्याच्या धंद्यात आठवड्यात चांगलंच यश आलेलं. नवा धंदा ओपन केलेला. फस्क्लास पोशाख करून ती अगोदर दुकानात जाई. कधी खरेदी करे तर कधी मोडीची चिल्लर विके. दुकाने अगोदरच हेरून ठेवी. कोणत्या दुकानात कोणत्या वेळी जायचं हे त्यांचे आराखडे ठरलेले असत. नाणेटंचाईचा फायदा घेऊन ती दुकानदाराला गुंतवून ठेवी. म्हमद्या नि हानप्यापैकी कोण तरी उत्तम पोशाखात सेपरेट सेपरेट येई. काही तरी निमित्तानं बोलत राही. पत्ता नाही ते पैसा मारून बाजूला कुठं तरी किंवा मागून अनोळख्याप्रमाणे आलेल्याकडं थैली दिली जाई. सेपरेट सेपरेट सगळेजण झोपडपट्टीवर येत आणि पैसे वाटून घेत. आतापर्यंत दोन-तीन चोऱ्या खपलेल्या. आणखी एक-दोन करून दुसरा धंदा ओपन करायचा त्यांचा विचार. कारण 'साली पुण्याची पेपरं लगेच बोंबाबोंब करतात. चोरी करणाऱ्यांची रीत जाहीर करतात.' त्यामुळं एकच धंदा जास्त दिवस चालत नाही. चेंज करावा लागतो.

जाफऱ्यानं ओपन-क्लोजसाठी 'प्रभात' आणायला लावून दिलेलं त्याचं पोरगं आलं. औपन-क्लोज जाफऱ्याला सांगून ते सहज बातम्या वाचू लागले. वाचता वाचता त्यानं एक बातमी झराझरा वाचली. त्यानं नुराला विचारलं, "काल म्हमद्यानं तुला किता दिलं गं?"

"दोनशे. वर सोळा."

"मादरच्योदनं दोनशे रुपये मारल्यात. तुला आणखी शंभर तरी जादा मिळालं पाहिजेत."

"का?"

"बातमी आलीय आज. बोराशेठची साडेनऊशे रुपयांची थैली गेलीय. म्हणजे तुला आणखी शंभर तरी मिळाले पाहिजेत."

"बातमी वाच बघू."

त्यानं घडाघडा बातमी वाचून दाखवली. तपशीलवार बातमी असल्याने नुराला ती खरी वाटली. तीच बातमी होती.

"हरामजादा! गू खाल्ला माझा!" म्हमद्याच्या नावानं ती भडकली.

जाफऱ्यानं सगळं समजून घेतलं. दरम्यान त्यानं तोंड वेडवाकडं करत आणखी पेला घशात ओतला होता.

"भांच्योद! शंभर रुपय कमी देतोय!"

तो पाखाड्यातला रामपुरी घेऊन उठला. म्हमद्या, बाबल्या, पर्ल्या आणखी कोण तरी दोघजणं उनाला पाठी देऊन बसले होते. हानप्या उठून झोपडीकडं जाताना दिसला. जाफऱ्या खिशात रामपुरी घालून तडमडत तिथं आला. नुरा पाठोपाठ तोंड करत आली. पोरगं दारात येऊन बघत बसलं.

"ए ऽ भाडखाऊ! शंभर रुपय कालच्यातलं काढ अगोदर."

"कुठले? हिशोब नीट करून बघ."

"आई सरळ घाल नि तूच हिशोब नीट कर."

म्हमद्याची थप्पड जाफऱ्याच्या कानशिलात फाडदिशी बसली.

"सरळ बोल. आईला मधी घेऊ नको."

जाफऱ्याची लाथ म्हमद्याच्या पोटात बसली.

"भाडखाऊ! राग येतो तर हिशोब सरळ द्यायला काय झालं? साडेनऊशेचा तिसरा हिस्सा टाक."

"साडेसहाशे होते. हिशोबाप्रमाणं सरळ दिलंय."

नुरा तोंड करू लागली. वाट्टेल तसल्या शिव्या देऊ लागली. तिचं तोंड ऐकून म्हमद्याची बाईल आली. पोटात धरलेला राग ती ओकू लागली. तिनं नुराला नटरंगी केलं, म्हमद्या-हानप्याबरोबर जाते म्हणून चार लोकांत शिव्यांतून आरोप केले. एकमेकीला शिव्या देऊ लागल्या. तिच्या शिव्या ऐकून म्हमद्याची लग्नाला आलेली बहीणही आली. तिनं जाफऱ्याला भाडखाऊ कसा आहे, सगळं गाव हातभट्टीच्या निमित्तानं नुराकडं येऊन धुडगूस कसं घालतं, याच वक्ताला जाफऱ्या बाहेर कसा बसतो किंवा गावभर भटक्या मारत कसा हिंडतो याचा उद्धार होऊ लागला. नुरानं

म्हमद्याला माकड-बोकड वाट्टेल ते केलं. तिघींची जुंपली नि त्या दोघींनी नुराचं तोंड ओरबाडलं. तिच्या झिंज्या धरल्या. जाफऱ्यानं तिकडं जाऊन दोघींच्या कमरेखाली दोन लाथा घातल्या. म्हमद्या पाठीमागनं गेला नि त्यानं जाफऱ्याला उचलून खाली आदळलं. माणसं सोडवा-सोडवी करू लागली.

जाफऱ्या माणसांच्या पकडीतनं सुटला नि नाकातनं येणार रक्त पुसत म्हमद्याजवळ गेला. मग त्यानं अचानक रामपुरी काढून धरलेल्या म्हमद्याच्या पोटात रिचवला.

म्हमद्या धडपडला नि सुटून पोट सावरत ओरडला. त्या अवस्थेतही तो जाफऱ्याकडं बेफाट धावला. जाफऱ्यानं दुसरा घाव त्याच्या उजव्या दंडावर केला. माणसं गडबडली. जाफऱ्याभोवती जमा झाली. त्याच्या पाया पडू लागली... म्हमद्या बेशुद्ध झाल्यागत होऊन उताणा पडला.

"जाफर, हत्यार टाक ते खाली. काय असेल ते सरळ भागवू. आरे, शंभर रुपयं रांड मिळवती." भोवतीची माणसं त्याला डावबाज समजूतदारपणानं सांगू लागली.

"तुम्ही व्हा रे बाजूला. नाटक पुरंच करून दाखवतो त्येला. शंभर रुपयं फुकट येत न्हाईत युसूफ. हातावर जीव घेऊन मिळवावं लागत्यात."

म्हमद्याचा धावत आलेला धाकटा भाऊ पाठीमागच्या बाजूनं जाफरकडं सरकत होता. ते नुराच्या नजरेत आलं नि ती ओरडली. जाफऱ्या मागं फिरला.

"इल्या, जीव भारी झालाय तुला? तू ह्यात पडू नको. तुझी-माझी जानी दोस्ती. मधी खार नको."

इल्या उभा राहिला.

"ए ऽ इलाई, त्या म्हमदला घेऊन तू जा आगोदर हॉस्पिटलला. फुकट जाईल त्यो."

"नाई रे, जरा बघतो ह्येच्याकडं एकदा." तो दोन पावलं डावबाजपणे पुढं सरकला.

"ए ऽ मायघालू, हातबीत लावलास तर हुबा उसवून काढीन. कुणी आड यायचं न्हाई. मी हाय नि त्यो म्हमद्या हाय. त्यो हानप्या हाय."

"म्हमद्या मेलं." कोणतरी मुद्दामच गर्दीत बोललं. इल्या तिकडं वळला. म्हमद्याची बायको ठो ऽ ठो ऽ बोंबलली. माणसं म्हमद्याला धरून बसवत होती, पाणी घालत हेती, कांदा लावून जागता ठेवत होती, जखम बांधत हेती. त्याच्या पोटाला नि हाताला पट्टया बांधल्या. तोवर कुणी तरी रिक्षा आणली. त्याला नि त्याच्या बायकोला घालून हॉस्पिटलला पळवलं. दुसऱ्या रिक्षेतनं म्हमद्याचा भाऊही पळाला.

जाफऱ्याला कुणी हात घालायला नि पुढं जायलाही तयार नाही.

"जाफर, टाक आता तरी ते हत्यार खाली."

माणसं त्याला घेराव करून उभीच होती. म्हमद्याचा एक चुलत भाऊ आतल्या आत चिडून होता. जाफरनं हत्यार टाकण्याचीच तो वाट बघत होता. बाकीचीही बरीच मंडळी आपले हात थंड करून घेणार होती. पण हातातला रामपुरी बघून पुढं जायला कुणीच धजेना. हत्यार टाकण्याची वाट बघू लागली. नुराच्या हे लक्षात आलं. ती जाफऱ्याला घरी चलायला सांगत होती.

"ए ऽ गप गं. त्या हानप्याच्याबी हातात त्येचा कोतळा दिल्याशिवाय ऱ्हात न्हाई. कुठं हाय त्यो भाडखाऊ?" तो हानप्याच्या झोपडीच्या बाजूनं चालला.

माणसांची झुंड त्याच्या मागोमाग चालली. त्यात गंमत पाहणारी बरीच होती. त्यांना आता दुसरा तमाशा बघायला मिळणार होता. पोरं तर हानप्याच्या झोपडीकडं पुढं पळाली नि अगोदर जाऊन आपआपल्या जागा धरून बसली.

झोपडीत हानप्या नव्हता. त्याची बायको फक्त होती. जाफऱ्या तिथं जाऊन पोचला. त्याला खून चढल्यागत झाला होता.

"हयकाय हानप्या?" जाफऱ्यानं तिला विचारलं.

"गावात गेलाय." तिनं थाप लावून दिली.

हानप्या परसाकडचं टंबरेल घेऊन तिकडं येताना दिसला. माणसांनी त्याला मधेच सूचना दिल्या. तो सावध झाला. जाफऱ्याकडं बघत तो तिथं आला.

"काय रे, भ्यांचोद, दोघांनी मिळून काल काय काय बनाव केला?"

"ते सगळं म्हमद्याला विचार. मला काय मालूम न्हाई."

"तू न्हाई सामील त्यात?"

"हे बघ जाफर, असं नाटक दावण्याचं काय कारण न्हाई. काय असंल ते एकाजागी बसून इचार करू या. मी हिशोबाला सरळ हाय. म्हमद्यानं ज्या वाटण्या केल्या, तेवढंच मला नि नुराला दिलंय. काय चूक-भूल असंल तर म्हमद्याला इचारू. सकाळी सकाळी का उगंच वांदा कराय लागलाईस? अगोदर जा बघू घराकडं. नुरा, तू इनाकराण भरीला घाटलंस त्येला. सरळ आमच्याकडं आली असतीस नि काय म्हणणं हाय ते सांगिटलं असतं तर चाललं नसतं? अगोदर त्येला घेऊन जा बघू. ते हत्यार दे बघू टाकून. जेव. झोप घे. नि मग बघू. वांदा मिटला म्हंजे झालं ना?"

त्याची भाषा सामोपचाराची होती. जाफरचा राग कमी होत आला. त्यानं म्हमद्याला भोसकल्यामुळं नुरालाही आता हानप्याचं म्हणणं पटल्यासारखं दिसलं.

बडबडत, शिव्या घालत जाफर आपल्या जागेकडं चालला. गर्दीही तिकडं चालली.

तासाभरात अठरा-वीस पोलीस घेऊन अचानक पोलीस व्हॅन थडकली. जाफरच्या

झोपडीपुढं उभी राहिली. पटापटा पोलीस उतरले. झोपडीला वेढा पडल्यागत झाला. जाफर तसाच धुतलेला रामपुरी जवळ ठेवून बसला होता. त्याच्या पोटात कोण तरी अचानक घाला घालतील म्हणून भय होतंच. पोलीस आलेले बधून गर्दीतली बरीच जाणकार मंडळी पळाली. पोरं उभी राहिली.

म्हमद्याची बायको नि इल्या पोलीसव्हॅनमधी होतीच. तिनं सांगितलं. इन्स्पेक्टर जवळ आले. जाफरनं उठून त्यांना नमस्कार केला. "जाफर गाडीत चल. साहेबांनी तुला बोलावलंय. तो चाकू दे माझ्याकडं– बाई, तूबी चल."

दोघेही पटकन गाडीत चढले. दोघांनाही आता संरक्षण मिळालं. आणि मुख्य म्हणजे झोपडीत कुणी पोलीस जायच्या अगोदरच गाडीत चढणं सोयीच होतं नाही तर हातभट्टीचं बिंग फुटलं असतं. गाडी येताना बघूनच त्यांनी शिल्लक होती ती दारू मोरीत ओतून टाकली होती.

संध्याकाळी पोराला आणि पोरीलाही पकडून नेलं.

रात्री आठ वाजता पोलिस इन्स्पेक्टर बोरा शेठकडे धावत आले. बोरा शेठनी पोलीस चौकीत अगोदरच चोरीची घटना नोंदवली होती. पोलीस इन्स्पेक्टर आलेला बघून बोराशेठना वाटलं सापडली वाटतं चोरी? श्रीखंड खाल्ल्यासारखा गोड चेहरा करून त्यांनी नमस्कार केला.

"शेठजी, चोरीचे धागे लागत आहेत. काम तडकाफडकी व्हावं असं वाटत असेल तर वरच्या साहेबांना खूष केलं पाहिजे."

शेठजींना त्यातला 'खूष' चा 'अर्थ' कळला नि त्यांनी चटकन दहा-दहाच्या वीस नोटा साहेबांच्या हातात ठेवल्या. " साहेब, चोरी किरकोळ आहे. सगळा पैसा परत मिळाला तर आणखी शंभर पन्नास देतो."

बाकीच्या अवांतर खुशी-खुशीच्या गप्पा झाल्या नि साहेब निघून गेले.

पोराला पकडून नेल्यावर, म्हमद्याच्या बायकोनं चिडून सगळा घोटाळा कसा झाला ते सांगितल्यावर दोन दिवसांत धागेदोरे लागले. नुराच कशी दुकानात अगोदर गेली, म्हमद्या नि हानप्या कसे निमित्तमात्र होते, ते खरं-खोटं मिसळून तिनं सांगितलं. हेतू असा की नुरा नि जाफर दुहेरी गुन्ह्याखाली सापडावेत.

नुराला बोराशेठनी बरोबर ओळखलं तरी त्यांना वकील द्यावा लागला. आठ-नऊ महिने केस चालली नि बोरा शेठसारखा निकाल लागला. निकाल लागला खरा, पण इन्स्पेक्टर साहेबांनी आतून बोरा शेठना एखाद्या दरोडेखोराला छळावे तसे छळले. चहा-पाणी, आणखी काहीबाही यासाठी चार-पाचशे रुपये उकळले. त्यांच्याकडून आपल्यासाठी नि आपल्या मुलासाठी भारीपैकी उलनच्या दोन सुटांचं कापड उधार नेलं. त्याचेही पैसं तिकडंच. शेठना काहीच बोलता येईना. शेवटी एकूण हिशोब त्यांनी काढला अडीच हजारांपर्यंत एकूण खर्च गेला होता... हरे राम! साडेनउशेच्या

पोटात इतकी मोठी चोरी लपली होती, हे त्यांना वर्षभरानं कळलं.

म्हमद्या, हानप्या, जाफऱ्या गजाच्या सरकारी खोलीत चार-पाच महिने पडून होते. नुरा येरवड्याला एकटीच गेलेली. पोरांनी आपला धंदा जोरात बसवून पोटपाणी चालवलेलं. दंड भरून आणि झालेली शिक्षा भोगून तिघेही बाहेर आलेले.

... मारामारी झाली तरी म्हमद्याची इच्छा पोलिसांकडं जाण्याची नव्हती. पण बायकोनं चिडीच्या पोटी पोलिसात वर्दी दिली. त्याचा पश्चाताप नंतर सगळ्यांनाच झाला. नाही म्हटलं तरी नुराला त्या दोघांनी फसवलंच होतं. चोरीचा धंदा इमानानं केला पाहिजे याची खात्री दोघांनाही पटली.

"साली, सगळ्याकडनंच गलती झाली. हास्पिटलात गेलो नि बायकूनं वर्दी दिली. त्यातनं सगळीच अंडीपिल्ली बाहीर पडली."

"ते झालंच. पर भडव्या, तूबी धंद्याचं इमान राखलं न्हाईस. साला शंभर रुपयांसाठी वरीस वाया गेलं. बायकापोरांचं हाल तिकडं कुत्ताबी खाईना झाला... यार आणखी चोख धंदा केला असता तर शंभराला दोनशे मिळून गेले असते."

"छोड दो यार! आता फुडचा इचार करायचा. वाया गेलेल्या टायमाचं उट्टं काढल्याशिवाय ऱ्हायचं न्हाई."

भारत-पाकिस्तानची लढाई सुरू झाली नि सगळं पुणं अंधारात बसू लागलं. कडक प्रकाशबंदी. सगळं युद्धपातळीवरचं वातावरण रस्त्यात कुणी बिडी-सिगारेट जरी पेटवली तरी दादालोक त्याचावर खटला भरू लागले. सगळं पुणंच चोरासारखं अंधारात गप बसून राहू लागलं. दारं-खिडक्या बंद करून प्रकाशही चोरासारखा वावरू लागला.

रविवारी रात्री दुकान बंद करून गेलेले बोरा शेठजी सोमवारचा दिवसभराचा आराम घेऊन मंगळवारी सकाळी दुकान उघडण्यासाठी आले. दुकान उघडताना कुलूप निघायला थोडं कुचंबलं. खटपट केल्यावर ते खडाकदिशी निघालं. ते काढून आत आले तर उलनचे दहा-पंधरा तागे नाहीसे झालेले.

"... बोंबला! हरे राम!"

शेठजींच्या काळजानं ठावच सोडला. त्यांच्या डोळ्यासमोर काजव्यासारखे म्हमद्या, हानप्या, नुरा नि जाफऱ्या यांचे चेहरे चमकले. पाच-सात हजारांचा माल गडप झालेला. चोर आले कसे? दुकानाची दारं तर व्यवस्थित होती. कुलूप का कुचंबलं? काही पत्ता नाही. तागे गेले एवढं खरं. नोकरांना ते नीट शोधायला लावले. अगदी विश्वासातील नोकरांना घरी बोलावून अधिक विश्वासात घेऊन कोणी नोकर वगैरे सामील आहे का विचारलं, तरीही काही पत्ता नाही.

दातओठ खात बोराशेठ दोन दिवस गप्पच बसले. जादा पगार देऊन तीन नोकर झोपायला ठेवले. मनाशीच त्यांनी हिशोब घातला– साडेनऊशाला जर अडीच

हजार, तर सात हजाराला किती? त्याचं उत्तर त्यांनी काढलंच नाही. गणिताच्या मांडणीनंच त्यांची वाचा बसली. सगळे लेकाचे चोर. जिथं तिथं पैसा मारतात. न्याय तरी फुकट कुठं मिळतो? वकील तर महाचोर...

जुन्या इन्स्पेक्टरची अजून बदली झाली नव्हती. तीनच दिवसांत त्यांना कुणी बातमी सांगितली कुणास ठाऊक? तीनच दिवसांत ते सहज चौकशी करायला आले.

"साहेब, चोरी झाली असं कळतं."

"चोरी झाली? कुठं? शेठजींनी त्यांना विचारलं.

"तुमच्याकडं."

"आमच्याकडं? छे छे! शेजारी-बिजारी झाली असेल. अरे गोपाळ, शेजारी चोरीबिरी झाली का चौकशी करून ये रे. साहेब आले आहेत म्हणावं."

"नाही, तुमच्याकडंच झाली असं कळलं. म्हटलं जुना परिचय आहे. जरा आस्थेनं चौकशी करावी."

"आमच्याकडं झाली होती ती वर्षापूर्वी... आता ठीक चाललंय तुमच्या कृपेनं."

शेठजीनी गडबडीनं सांगत साहेबांना नमस्कार केला. इन्स्पेक्टर साहेब सापडलेल्या चोरासारखा चेहरा करून दुकानाच्या पायऱ्या उतरू लागले.

महिन्याचा पहिला आठवडा. दुकानात गिऱ्हाईकांची बेफाम गर्दी होती. शेठजींना धड बोलायलाही वेळ नव्हता. चोरी झाल्यावर दोनच दिवसांनी मीटरमागे रुपया वाढवून त्यांनी भाव नक्की केले होते. प्रत्येक गिऱ्हाइकाच्या खिशाला कात्री लावत ते पैसं चोथ्यानं गोळा करत होते आणि गिऱ्हाईकही मनपसंत माल मिळाल्याच्या ऐटीत बाहेर पडत होते.

■

उपाय

धाववरनं मल्लूनं ओढ्याच्या वाटेकडं बघितलं आणि त्याला पांड्या आरडत येताना दिसला. चिरमुरं खाल्यागत तोंडावर अधनं-मधनं हात मारत होता. ओढ्यापासनं धावंपर्यंत तो येइस्तवर मल्लूचा जीव राहीना... इच्या भणं पोरगं का उगंच आरडत यायला लागलंय? झाले तरी काय घरात? पोरगं दोन-तीन कासऱ्यावर आलं नि त्याच्या पायात कचकन बांधावरचा काटा घुसला नि ते तिथंच वाकून काटा काढू लागलं. मल्लूला न राहून त्यानं लांबनंच ओरडून विचारलं :

"काय झालं रे?"

"काटा लागला."

"सुकळीच्या, तुला काटा लागू दे खरं, घराकडनं का रडत आलास?"

"आईनं जीव दिला."

"कुठं? मल्लूच्या पोटात तीन हात लांब खड्डा पडला.

"नदीच्या ढोआत."

"!... "

त्याच्या रक्ताचं पाणी झालं. "शिप्र्या", उसात पाणी पाजणाऱ्या गड्याला त्यानं हाक मारली; "बैलं सोडून काय तरी करत बस, तवर आलो गावातनं."

"लौकर चाललासा गावात?"

"जीव द्यायला, तुला चांभारचौकशा काय करायच्या? बायकूनं जीव दिला म्हणून पोरगं सांगत आलंय, दिसत न्हाई?"

"आरं ऽ देवा!"

मल्लूनं कासरा नि चाबूक तिथंच टाकला. पायांत पायताण सरकवलं नि तो गावाकडं तोंड करून लगालगा चालला. पळत जायची सोय नव्हती. कुस्तीत एकदा जो पाय पिरंगळला होता तो कायमचा त्रास देत होता. पांड्या मागनं रडत-

आरडत येत होता. दोघांच्या मधलं अंतर वाढत होतं.

ओढ्यापर्यंत येईस्तवर मल्लूनं चालण्याचा चांगलाच झपाटा मारला. आणि मग दोघांच्यातलं अंतर कायम राहिलं. हळूहळू मल्लूचं हात-पाय गळल्यासारखे होऊ लागले. गती कमी होऊ लागली. पण डोक्यातले विचार रक्तातनं झणकू लागलं. सकाळचा प्रसंग त्याला आठवला... आपलंच चुकलं. सकाळी इनाकारण दोन लाथा घाटल्या.... पर माझं तरी काय चुकलं? तीच कुदांडी हाय. एकदा कवा सरळ बोलली न्हाई. सकाळी जरा सरळ वागली असती तर एवढा जीव फुकटच्या पाकट कशाला गमवून बसली असती...

"ऊठ की गं दुर्पे. कोंबडं वराडलं न्हवं?"

"वरडू दे. त्येला काय उद्योग हाय दुसरा?"

"आगं, च्याचं पाणी करून दे. मळ्याकडं जायाचं हाय."

"करून घ्या. रातभर मला नीज न्हाई ह्या ढेकणांच्या ढिगात."

"च्या माझा मी करून घ्यायला तुझं का हात-पाय मोडल्यात?"

"एक दीस च्या करून घेटला म्हंजे काय हिकडची दुनया तिकडं हुईत न्हाई."

"हिच्या भणं, उलटी की रं बोलती ही."...

... उलट बोलत हुती म्हणून पेकाटात दोन लाथा घाटल्या. ह्यात काय चुकलं माझं? सकाळी बिनच्याऽचं मळ्याकडं आलो. त्येचं हिला काईच न्हाई. लई भरांतीत हुती. आई-बाऽच्या घरात लाडात वाढली असंल. म्हणून का न्हवऱ्याच्या घरात असं वागायचं असतंय? तीन पोरांची आई ही. हिला अजून कशी अक्कल आली नसंल?... चुकून रागाच्या भरात दाल्ला म्हटल्यावर मारायचाच. तेवढ्यासाठी का हिनं जीव द्यायचा एक डाव मारल्यावर?... बरं झालं मेली ती.

माळाची चढती चढताना मल्लूला दम लागला. हातापायातलं बळ चालल्यागत वाटू लागलं म्हणून तो जरा थांबला. पांड्या पाठीमागं पळत होता.

"आरं, चल की भराभरा."

पांड्या जरा जोरात पळत आला. मल्लू तोवर थांबला.

"तिनं ढोआत जीव दिला हे तुला कुणी सांगिटलं?"

"सगळ्या गावातनं बोंब उठलीया. दाराफुडं दाटीमिठी झालीया. पोलीसांनी सांगिटलं, 'बाऽला बोलावून आण जा' म्हणून."

मल्लूचे हातपाय गार झाले. पोलीस आले होते. म्हणजे बराच वेळ झाला होता.

"असा कसा रं जीव दिला तिनं एकाएकी?"

"जीव म्हंजे अगदी जीवच दिला न्हाई. तशी जिती हाय."

"मग मघाशी काय म्हणालास?"

"जीव द्यायला गेली हुती. ढोआत उडी टाकली ते गेटावरच्या पोलिसांनी बघिटलं नि पळत जाऊन त्येंनी वर काढली."

मल्लूला चांगलाच आधार आला. रक्त एकदम उलट होऊन पळू लागलं. डोसकं तापाय लागलं. हात-पाय शिवशिवाय लागले. त्यानं पहिला दणका बळ एकवटून पांड्याच्या पाठीत घाटला. पांड्या कळवळला. "मेलो गं ऽ आई..."

"मग सुकाळीच्या, जीव दिला म्हणून काय सांगिटलंस?"

पोलिसांनी तसं सांग म्हटलं हुतं. त्याबिगार बाबा लौकर यायचा न्हाई, म्हणालं हुतं... त्या पोलिसांस्नी मार जा की, मी काय केलं?" पांड्या पाठ चोळत पाठीमागनं पळू लागला.

आता मल्लूला बायकोचा जीव घ्यावा असं वाटू लागलं. वाट ओसरत होती. गाव जवळ येत चाललं. बायकोच्या ह्या करामतीनं त्याच्या डोक्यात घण घाटल्यागत होऊ लागलं... एवढ्या एवढ्याशा गोष्टीसाठी एवढा दांडगा जीव द्यायला चाललीया व्हय? भाद्दरणीनं जीव द्यायलाच पाहिजे हुता. मग मीबी बघून घेटलं असतं. आता जीव घेटल्याबिगार सोडत न्हाई. आपूण जीव देऊन मोकळी होऊन ब्येस गेली असती आणि मला फासाला दिलं असतं.

दारासमोर माणसांची दाटी-मिठी. त्याच्या घरात त्यालाच जायला कोण वाट देईना. शेजारच्या घरातून भाऊबंद मजा बघत बसले होते. गल्लीतल्या बायकांनी आपली घरं सोडून देऊन मल्लूच्या दारात बोलणं काढलं होतं.

"मेली काय ग?"

"हाय, जिती हाय."

"जिती हाय?"

"तर. का ग?"

"काय न्हाई, मला वाटलं मेलीयाच, चांगली धाडसाची बाई बघ, आम्हांस्नी न्हाई बाई एवढं धाडस हुईत."

"आगं, बघता बघता ढोआत उडी घेटली म्हणं."

"बघ ते. आणि तरीबी जीव गेला न्हाई."

माणसं बाजूला सारत मल्लू आत आला. दुर्पी भिजक्या लुगड्यानिशी तशीच पडून होती. भोवतीनं बायकांचा जीव खाली-वर होत होता. दुर्पी आरामात पडली होती.

"जरा बाजूला हुता काय?" भोवतीच्या बायकांना मल्लू म्हणाला.
"हुतावं बाबा. बघ ही तुझी बायकू. बऱ्यात बरं न्हाई तर जीवच जायाचा तिचा."

मल्लूच्या डोक्यात चांगलांच रक्त चढलं होतं. नवरेपणा जागा झाला होता.

शेजारी पिशवी घेऊन दोन पोलीस बसले होते. त्यातला एकजण म्हणाला : हे बघा ते जीव घ्यायचं आणि कवा ते बघा. आदूगर बायकूला घेऊन ठाण्यावर चला बघू."
"हवालदारसाहेब, ठाण्यावर आणि कशाला? झालं एवढं रग्गड झालं की आता."
"फौजदारसाहेबांनी तुम्हा दोघांस्नी घेऊन यायला सांगिटलय. आणि तसं न्हाई आलासा तर ह्या बेड्या घालून आणा म्हटलंय." एकानं पिशवीतल्या बेड्या वर काढल्या.

वाळलं लुगडं नेसून दूर्पी ठाण्यावर जायला निघाली. आणि मल्लू पाठीमागनं चालला. पोलिसांनी बेड्या आणल्या होत्या हे भाऊबंदांना ठाऊक होतं. त्यांनी चौकशी केली.
"बेड्या घाटल्या न्हाईत वाटतं?"
"न्हाईत. तसंच न्ह्याय लागल्यात."
"हॅट! मग काय मजा न्हाई."
दुर्पी, दुर्पीच्या पाठीमागं मल्लू, आणि मल्लूच्या पाठीमागं पोलीस आणि त्यांच्या पाठीमागं शंभर-साठ पोरं आणि रिकामटेकडी माणसं पोलीस-कचेरीकडं चालली.

पोलिस-कचेरीवर भलताच प्रकार घडला. फौजदार मोठा खवीस होता. तालुक्याचा गाव. तसल्यात महाराष्ट्र-कर्नाटकाचा सीमा भाग. अनेक खेकटी निर्माण होत होती. धान्य नेणारी आणणारी, मारामाऱ्या करून पर-मुलखात पळणारी, हातभट्टीचा धंदा करणारी अनेक लफडी होती. त्यामुळं त्याची बदली इथं झाली होती. त्यानं दुर्पीचा जाब लिहून घेटला. दुर्पीनं चक्क सांगिटलं : दाल्ला मरुस्तवर मारतोय. दाल्ल्यानं तसा जीव घेण्यापेक्षा असा जीव द्यावा म्हणून मी ओढ्यात उडी घेटली."

दुर्पीचा जाब लिहून घेऊन फौजदारानं मल्लूला चांगलाच दम भरला. बायको जर पुन्हा जीव द्यायला गेली तर त्याची जबाबदारी मल्लूवर आहे, असं सांगिटलं. त्यामुळं पाच वर्षांची शिक्षा होईल असा दम दिला. शेवटी दुर्पीसाठी जामीन घेऊन त्या दोघांची मुक्तता केली... मल्लू येडबडून परत आला.
भाऊबंदानी गावात भलतीच बातमी उठवली.
"मल्ल्याला बेड्या घालून कैदीत टाकणार हाईत."

"का?"

"बायकूला मारतंय म्हणून आणि त्येच्या बायकूलाबी सात वर्षांची शिक्षा हुणार हाय."

"ती आणि का?"

"आत्महत्या करायला गेली हुती म्हणून."

... ह्या बातम्या ऐकून मल्लू जास्तच येडबडला. भाऊबंदांनी पुरा दावा साधला होता. कसा ना कसा तरी मल्लू तुरुगांत पडावा किंवा मरावा आणि त्याच्या मालकीची चाळीस एकर जमीन आपल्या घशात घालावी; असा त्याच्या पाचीही चुलत भावांचा डाव. त्यासाठी ते सदैव धडपडत होते.

आणि कोर्टातल्या तारखीची नोटीस पुढच्याच महिन्यात मल्लूच्या हातात पडली. तो अगदीच येडबडून बसला.

फौजदारी खटले, खून मारामाऱ्या या कामासाठी गाजलेला धाडशी वकील मल्लूनं गाठला आणि त्याला उलगडा झाला... आत्महत्येचा प्रयत्न करणं हा गुन्हा आहे. त्यासाठी सात वर्षं तुरूंगात डांबलं जाईल. कदाचित मल्लूसुद्धा त्यातनं सुटणार नाही.

दांडेकर वकिलानं सगळी केस मल्लूला समजावून सांगितली. आणि त्यातनं बाहेर पडण्याचा धाडशी मार्गही सांगितला. सगळा संसार आणि अब्रू यांचे वाटोळं करण्यापेक्षा तो धाडशी मार्ग त्यानं मानला आणि कोर्टात केस सुरू झाली.

कोर्टानं सांगितलं होतं तरी दुर्पीला मल्लूनं कोर्टात नेलंच नाही. दांडेकर वकील पाठीशी होता. तारखेच्या वेळी कोर्टात बरीच गर्दी होती. त्यातल्या त्यात थोरला चुलत भाऊ कोर्टाच्या आवारातनं सारखा लुडबूड करत होता. तोही ऐकायला येऊन बसला आणि मल्लूनं सगळ्याना तोंडात बोट घालायला लावलं. "बायकूला अधनं-मधनं येडाचा झटका येतोय. तिची तब्येत बरी नसती. बायकूला मी कवाच मारत न्हाई. येडाच्या झटक्यात ती जीव द्यायला गेली होती." त्यानं जाब दिला.

तारीख संपली. दांडेकर वकिलानं दिलासा दिला. पुढच्या कामाला लाग म्हणून सांगितलं. बायकोला येडाचा झटका येत असल्यामुळं तिचा जाब प्रमाण मानला जाणार नाही, हेही सांगितलं. पण त्यासाठी इतर योग्य ते पुरावे निर्माण करणं आवश्यक होतं. मल्लू पुढच्या कामाला लागला. पण मनातनं हबकून गेला होता. एक दिवस बायकोला जरा चिडूनच बोलला :

"काय म्हणून तरी तुला असली वासना झाली?"

"जरा थोडं मारावं दाल्ला म्हणणाऱ्यानं."

"एवढ्या मारासाठी एवढा दांडगा जीव द्यायला गेली हुतीस? कसं झालं

असतं पाठीमागं पोराबाळांचं? आणि मलाबी फांसावर चढवलं असतंस.''

''आणि माझा जीव फुकटवारी गेला असता त्यो?''

''आणि आता जीव जायचा ऱ्हाणार हाय? सात वर्साची तुला शिक्षा हुणार हाय.''

''आणि?'' दुर्पी मनोमन घाबरली.

''आणि गावातनं माझ्या अब्रूचं खोबरं हुणार हाय. भाऊबंदास्नी तर जलमभर उगाळायला इशेय मिळालाय.''

''मग आता काय करायचं हो?''

''वकिलानं मारग सांगिटलाय.''

''त्यो कोणचा?''

''तसा जरा अवघडच हाय. पर सात वर्साच्या शिक्षेचं काम पाच-सात म्हयन्यात आटपून घेता येण्यासारखं हाय.''

''म्हंजे मी म्हायारला जाऊन दडून बसू म्हणता पाच-सात म्हयने?''

''दडून बसून कसं भागंल? वारंट काढून असतील तिथंन बेड्या घालून आणतील नि तुरुंगात डांबतील.''

''मग हो?''

''खुळ्याचं रूप पांघरायचं पाच-सात म्हयने.''

''आणि''

''आणि काय तवर कोर्टाच्या खटल्याचा निकाल हुतोय. मग कुणाच्या बापाचं भ्या न्हाई.''

''मग तसं करते. खुळ्याचं रुप पांघरून घरात बसते पाच-सात म्हयने.''

''घरात बसून कसं भागंल? गावाला खरं वाटायचं न्हाई.''

''मग गावाला खरं वाटायापायी गावातनं दगडं मारत फिरू म्हणता?... माझ्या हातनं न्हाई बा व्हायचं तसं.''

''तसं न्हाई करावं लागणार. कोल्हापूरच्या मेंटल हास्पिटलात ऱ्हायचं म्हणजे सगळंच फायद्याचं हुतंय. तिथल्या डाक्टराचा पुरावाबी मिळतोय आणि गावाचाबी मग काय संबंध येणार न्हाई.''

''त्या दवाखान्यात मला खुळं कसं हो म्हणतील?''

''खुळ्यागत वागायचं. केस इचारायचं न्हाईत. अंगावरचं लुगडं फाडायचं... भाऊबंदानं माझी जमीन घेटली. त्येला धरा. त्येला ठार मारा. माझी जमीन शंभर एकर हाय. असं काय तरी सारखं बडबडायचं. दमच खायचा न्हाई.''

''आणि?''

''आणि काय आरामात ऱ्हायचं. दोन वक्ताला खायाला मिळंल ते खायाचं

आणि खुशाल ऱ्हायाचं... माझं मी बघतो घराकडचं.''

आणि दुसऱ्या दिवसापासनं मल्लूच्या घरातनं अधनं-मधनं किंकाळ्या ऐकू येऊ लागल्या. दुर्पीसारखी देवघराच्या काळोखात बसून राहायची. आत कुणाही बाहेरच्या माणसाला येऊ द्यायची नाही. घरातली बारकी पोरंही गांगरून गेली होती.

''बाबा, आईला काय झालंय गा?''

''बरं न्हाई बाळा तिला. तू खेळ जा, जा.'' पोरंग खेळायला निघून जायचं. बाहेरचं कोण तरी अचानक येऊन चौकशी करायचं,

''मल्लू, ऐकतोय ते खरं हाय काय रं?''

''काय ते?''

''तुझी बायकू येड लागल्यागत कराय लागलीया म्हणं.''

''तर काय. अधनं-मधनं तिला तसंच हुईत हुतं. अलीकडं जरा जास्तच कराय लागलीया... आता न्ह्यायची हाय कोल्हापूरला.''

दोन-तीन आठवड्यांनी गाडी जुंपून मल्लू कोल्हापूरला जायला निघाला. सुटलेल्या झिंज्यानिशी दुर्पी गाडीत बसली होती. सारखी आभाळाकडं बघायची. डोळ्यांत भीती दिसत होती. चेहरा गांगरून गेलेला होता. न बोलताच गाडीत बसली होती. भाऊबंदाच्या दारावरनं गाडी गेली.

एक-दीड, एक-दीड महिन्यांच्या अंतरानं कोर्टाच्या दोन-तीन तारखा झाल्या. दुर्पीसाठी उटल-सुलट पुरावे झाले. भाऊबंदांनी फौजदाराला मदत केली होती. फौजदारही चिडूनच काम बघत होता. मल्लूनंही दांडेकर वकिलाच्या मदतीनं शेजारचे तीन साक्षीदार तीस रुपयाला विकत घेऊन आणले होते. त्यांच्या साक्षी मल्लूच्या बाजूनं झाल्या... त्यांच्या कानांवर रात्री-दिवसा केव्हाही दुर्पीच्या किंकाळ्या ऐकू यायच्या. अधनं-मधनं ती वेड्यागत करायची आणि म्हणे साक्षीदाराच्याही घरात एकदा-दोनदा घुसली होती. मल्लूनं तर बायकोला कधीच कोर्टात आणलं नाही. एका तारखेला तर कोल्हापूरच्या मेंटल हास्पिटलमधला एक डॉक्टर कागदपत्र घेऊन तारखेला हजर करण्यात आला होता. त्यानं ''सौभाग्यवती द्रौपदी मल्लू जगदाळे या बाईच्या मेंदूवर परिणाम झालेला आहे. सध्या ह्या बाई मेंटल हॉस्पिटलमध्ये पेशंट आहेत.'' असे सांगितले. त्यामुळे कोर्टाची आणि फौजदाराची मात्रा संपली. भाऊबंदांच्या तोंडात मारल्यागत झालं. आणि दांडेकर वकिलानं केस जिंकली. त्यासाठी त्याला पाच-सात महिने धडपड करावी लागली होती. मल्लूचा आनंद तर गावभर पसरला. दांडेकर वकिलाला त्यानं भरपूर फी दिली आणि म्हसोबाची जत्रा गाठून पंचवीस माणूस जेवायला घातलं.

केस निकालात निघून चांगले दोन महिने झाले आणि वकिलाच्या सल्ल्यानंच मल्लू दुर्पीला आणायला चालला. ऐनवेळी काहीतरी कायद्याची बाजू निघेल म्हणून

त्यानं दांडेकर वकिलालाही बरोबर घेटलं. आतापर्यंत दुर्पी हॉस्पिटलात जाऊन सात-आठ महिने झाले होते. पोरं-बाळं उन्हात पडल्यासारखी झाली होती. केसचा निकाल मनासारखा लागला होता. मळा-घर पोरकं झाल्यागत झालं होतं. त्यामुळं मल्लूला बायकोला आणायला जाणं निकडीचं वाटत होतं.

दोघेजण हास्पिटलच्या फाटकापाशी गेले आणि एकजण 'शिवाजी म्हाराज की जय!' 'बोला हरहर महादेव!' करत आला आणि परत निघून गेला. पहिली सलामी झडली.

मुख्य डॉक्टरापाशी 'आमच्या माणसाला भेटायचं आहे' म्हणून त्यांनी परवानगी काढली. एक इसम येऊन त्या दोघांना दुर्पी असलेल्या वॉर्डकडं घेऊन चालला.

मल्लू इकडं तिकडं बघत चालला होता. अचानक कुणी तरी पाठीमागनं आलं नि त्यानं दांडेकर वकिलाला चापून मिठी मारली. "माझ्या सोन्या तू ऽ! कुठं रं गेला हुतास इतकीदीस?" करून तो रडू लागला. आणि दांडेकर वकील घामानं चिंब झाला. बरोबर असलेल्या इसमानं मिठी मारणाऱ्या माणसाची समजूत काढली नि त्याला आपल्या वॉर्डात जायला सांगितलं. व्हरांड्यात एक बाई खुर्चीला मिठी मारून तिचे मुके घेत होती. वार्डाच्या एका दारात एकजण केस तोडून घेऊन हवेत फुंकत होती. तिच्यापाठीमागं एकजण भिंतीशी उभी राहून 'हा' म्हणून रडत होती. दुसरा एकजण खिडकीजवळ हातात दांडक घेऊन बसला होता. खिडकीतनं आत किरण पडलं होतं. त्याला उद्देशून भुईला दांडकं आपटत तो म्हणत होता : "ये तरी साल्या आणि जरा आत तू. तुझा न्हाई मुडदा पाडला तर नावाचा म्हारुत्या न्हवं." पलीकडच्या खोलीत एकाला दोघांनी धरून पाण्याचा नळाखाली बसवलं होतं आणि तो ढोरासारखा ओरडत होता... मल्लू आणि वकील दोघेही मनोमन गांगरून हे सगळं बघत होते. त्यातल्या त्यात मल्लू धीरानं म्हणला : "वकीलसाब, शाणं माणूससुद्धा हे असलं बघून येडं व्हायचं बघा."

दांडेकर वकील नुसते हसले आणि त्यांनी चौफेर दृष्टी टाकली. काखेतली बॅग सावरत ते पुढं चालले.

दुर्पीचा वार्ड आला. दुर्पीला बघून क्षणभर मल्लूला समाधान वाटलं आणि नंतर खूप बाईट वाटलं... दुर्पी बरीच खंगली होती. मल्लूनं सांगितल्याप्रमाणं तिनं डोक्याला तेल लावलं नव्हतं. त्या दोघांना बघून ती प्रथम थोडी हासली. आणि मग

बरोबर वेड्यासारखं मोठ्यानं हासली. खदाखदा हासून दात काढलं. अंगावरचं लुगडं त्या इसमाकडं बघून फाडलं. आणि त्याला उद्देशूनच डोळं वटारत म्हणाली,

"ह्या भाऊबंदांनी माझी जमीन घेटलीया. त्येला धरा."

"दुर्पदा मी तुझा न्हवरा हाय."

"कोण माझा न्हवरा? तू? तू माझा वैरी हाईस. भाऊबंद हाईस. माझी शंभर एकर जमीन टाक; न्हाई तर तुझा खून करणार."

आणि ती सारखं तसंच बडबडत राहिली.

दांडेकर वकिलानं मल्लूला खूण केली आणि दोघे जायला निघाले.

जाता जाता मल्लू दुर्पीला हळूच म्हणाला,

"केसचा निकाल आमच्यासारखा झाला. काम पार पडलं."

दुर्पी त्याच्याकडं बघून हसली.

मल्लू मुख्य डॉक्टरांकडं आला आणि त्यानं हळूच विषय काढला : "आमचं माणूस तेवढं घराकडं न्ह्यायला परवानगी द्या की."

चौकशी करून डॉक्टर म्हणाले, "तशी परवानगी देता येत नाही जगदाळे. तुमचं माणूस पूर्ण बरं झालं की मग न्या."

"आम्ही संभाळतो की तिला घरात."

"तसं कसं करता येईल? बरं झालं की तुमचं माणूस तुम्ही नेऊ शकता."

डॉक्टरांचा हेका बघून मल्लू वाहवत गेला आणि म्हणाला, "डॉक्टरसाब, आमची चूक झालीया. आमचं माणूस येडंबिडं काय न्हाई. जिवावरचं संकट टाळायपायी त्येला हितं आणलं हुतं. आता तेवढं मोकळं करून द्या."

मल्लूची अडाणी चिकाटी बघून डॉक्टर जरा त्रस्त झाले; "काय वेडे-बिडे आहात की काय तुम्ही? तुमच्या बायकोला सुधारायला चार-पाच वर्षं तरी लागतील. कदाचित पंधरा वर्षंही लागतील. तुम्ही आता घरी जा." आणि असं म्हणून डॉक्टर निघून गेले. शेजारी उभा राहिलेला शिपाई इसम त्यांना बाहेर घालवण्यासाठी फाटकाकडे घेऊन गेला. मेंटल हॉस्पिटलच्या फाटकातनं दोन वेडी बाहेर पडल्यासारखे मल्लू आणि दांडेकर वकील बाहेर आले. समोरच्या झाडाबुडी बसलेलं कुत्रं उगीचच त्यांना बघून भुंकू लागलं. फाटकातनं बाहेर आलेलं प्रत्येक माणूस त्याला वेडंच वाटत असावं.

■

www.ingramcontent.com/pod-product-compliance
Lightning Source LLC
Chambersburg PA
CBHW030339030726
47499CB00003B/832
* 9 7 8 8 1 7 7 6 6 4 0 3 4 *